ജീവിതം ഒരു കടങ്കഥ

എം.ജി. കണ്ടല്ലൂർ

Made with ♥ on the Notion Press Platform
www.notionpress.com

അക്ഷരം പഠിപ്പിച്ച മാതാപിതാക്കൾക്കും ഗുരുജനങ്ങൾക്കും ഞാൻ
ഈ പുസ്തകം സമർപ്പിക്കുന്നു.

ഉള്ളടക്കം

ഉള്ളടക്കം

ആമുഖം

അരനൂറ്റാണ്ടു കാലത്തെ മറുനാടൻ ജീവിതാനുഭവ പശ്ചാത്തലത്തിന്റെ വെളിച്ചത്തിൽ നിന്നും ഉരുത്തിരിഞ്ഞു വന്നതാണ് ഈ നോവലിൽ പ്രതിപാദിച്ചിരിക്കുന്ന ഓരോ സംഭവങ്ങളും. എത്രതന്നെ എഴുതിയാലും തീരാത്തത്ര സവിശേഷതകൾ നിറഞ്ഞതാണ് ബോംബെ എന്ന മഹാനഗരം.(ഇന്നത്തെ മുംബൈ).എത്ര വരച്ചാലും രചിച്ചാലും മനോദർപ്പണത്തിൽ അനുഭവങ്ങളുടെ തീ നാമ്പുകൾ കത്തിജ്വലിച്ചു കൊണ്ടിരിക്കും. എഴുതിയാലൊടുങ്ങാത്തത്ര കഥകളുടേയും കടങ്കഥകളുടേയും നിറച്ചാർത്തുകൾ നിറഞ്ഞതാണ് മറുനാടൻ ജീവിതം.!

കൽക്കട്ട (ഇന്നത്തെ കോൽക്കട്ട) യിൽ നിന്നും പ്രസിദ്ധീകരിച്ചു കൊണ്ടിരുന്ന *രാജധാനി*എന്ന മാസികയിലാണ് *വേദന* എന്ന എന്റെ ആദ്യ കഥയ്ക്ക് അച്ചടിമഷി പുരണ്ടത്.

തുടർന്ന് .ബോംബെയിൽ നിന്നും പ്രസിദ്ധീകരിച്ചു കൊണ്ടിരുന്ന പല ആനുകാലികങ്ങളിൽ എഴുതുവാൻ അക്ഷര ദേവത എന്നെ അനുഗ്രഹിച്ചു കൊണ്ടിരുന്നു. എഴുപതിലേറെ കഥകളും ലേഖനങ്ങളും മറുനാട്ടിൽ നിന്നും ജന്മനാട്ടിൽ നിന്നുമുള്ള ആനുകാലികങ്ങളിൽ പ്രസിദ്ധീകരിച്ചു.

മാണിക്കം എന്ന പേരിൽ ഇരുപത്തിയഞ്ചു കഥകളടങ്ങുന്ന ഒരു സമാഹാരം പ്രസിദ്ധീകരിക്കുവാൻ സാധിച്ചു.

ജീവിതം ഒരു കടങ്കഥ എന്ന എന്റെ ഈ ആദ്യ നോവൽ പ്രിയ വായനക്കാരായ നിങ്ങളുടെ സമക്ഷം അഭിമാനപുരസ്സരം സമർപ്പിക്കുന്നു. ഇരുകയ്യും നീട്ടി ഈ നോവൽ നിങ്ങൾ സ്വീകരിക്കുമെന്നും പ്രോത്സാഹനങ്ങൾ . നല്കുമെന്നും ആത്മാർത്ഥമായി വിശ്വസിക്കുന്നു.

സ്നേഹത്തോടെ നിങ്ങളുടെ

എം.ജി. കണ്ടല്ലൂർ

മുഖവുര

എം.ജി. കണ്ടല്ലൂർ

ആലപ്പുഴ ജില്ലയിൽ കായംകുളത്തിനു അഞ്ചു കിലോമീറ്റർ പടിഞ്ഞാറായിട്ടാണ് കണ്ടല്ലൂരെന്ന പ്രകൃതി രമണീയമായ കൊച്ചു ഗ്രാമം. ആ മനോഹാരിത നിറഞ്ഞ ചെറിയ വില്ലേജിലാണ് എന്റെയും ജനനം. വിദ്യാഭ്യാസത്തിനു ശേഷം ബോംബെ(ഇന്നത്തെ മുംബൈ) എന്ന മഹാ നഗരത്തിൽ എത്തി. അന്യ സംസ്ഥാനകാർക്കൊക്കെ അഭയം നല്കിയിട്ടുള്ള വ്യവസായ സിരാകേന്ദ്രമായ ബോംബെയിൽ ഞാനും ഒരഭയാർത്ഥിയായി, പിന്നെ ഉദ്യോഗസ്ഥനുമായി. അൻപത് വർഷക്കാലം അവിടെ ജോലി ചെയ്തു ജീവിതം നയിച്ചു. യന്ത്ര സമാനമായ, തിരക്കുപിടിച്ച മറുനാടൻ ജീവിതത്തിൽ നിന്നും നന്മയും തിന്മയും നിറഞ്ഞ ഒത്തിരി ജീവിതാനുഭവങ്ങളിലൂടെ കടന്നുപോകേണ്ടി വന്നിട്ടുണ്ട്. ഒരിക്കലും മറക്കുവാൻ സാധിക്കാനാവാത്ത ആത്മാർത്ഥ സുഹൃത്തുക്കളുടെ കരുതലും കാരുണ്യവും അനുഭവിച്ചറിഞ്ഞു. കടന്നുപോയ ജീവിതയാത്രയിൽ, ഒരുപാടു സുഹൃത്തുക്കളുടെ സ്നേഹവും പ്രോത്സാഹനവും ലഭിച്ചിട്ടുണ്ട്. കഥ എഴുത്തിൽ എനിക്ക് പ്രേരണയും പ്രോത്സാഹനവും നല്കിയിട്ടുള്ള ഒരോ വക്തികളേയും ഈ അവസരത്തിൽ സ്മരിക്കുന്നു.

നവി മുംബൈ മലയാളി സാഹിത്യ-സാംസ്ക്കാരിക സംഘടനകളിൽ കലാ-സാഹിത്യ വിഭാഗങ്ങളിൽ, സെക്രട്ടറി, സാംസ്ക്കാരിക കമ്മിറ്റി കൺവീനർ തുടങ്ങിയ തസ്തികകളിൽ സേവനം അനുഷ്ഠിക്കുവാൻ സാധിച്ചിട്ടുണ്ട്. പല മറുനാടൻ നാടകങ്ങളിലും അഭിനയിച്ച് മികച്ച നടനുള്ള പുരസ്ക്കാരത്തിന് അർഹനാകുകയുണ്ടായി. മറുനാടൻ പ്രസിദ്ധീകരണത്തിലൂടെയാണ് ആദ്യമായി കഥകൾ എഴുതിത്തുടങ്ങിയത്.

ഭാര്യ: വിജയ.

വിജയാ വിജയൻ, പുനലൂർ എന്ന തൂലികാ നാമത്തിൽ കവിതയും കഥകളും എഴുതുന്നു. *ഹൃദയ താളം*, *മൊഴിമുത്തുകൾ* എന്ന രണ്ടു കവിതാ സമാഹാരങ്ങൾ പ്രസിദ്ധീകരിക്കുകയുണ്ടായി.

രണ്ടു പെൺ മക്കൾ: അരുണ സുബ്രമണ്യൻ, അനുപമ വിശാന്ത്. രണ്ടു പേരും കലാ-സാഹിത്യ-സിനിമ അഭിനയ രംഗങ്ങളിൽ നിപുണരാണ്.

മൂത്ത മരുമകൻ സുബ്രമണ്യൻ L & T യിൽ ജോലി ചെയ്യുന്നു.

ഇളയ മരുമകൻ വിശാന്ത് ഗോവയിൽ ബിൽഡിംഗ് നിർമ്മാണ മേഖലയിൽ(Construction) ബിസിനസുകാരനാണ്.

ഞങ്ങളുടെ പേരക്കുട്ടി, ആദ്രാ സുബ്രമണ്യൻ നാലാം ക്ലാസ് വിദ്യാർത്ഥിനിയാണ്. കായിക മത്സരങ്ങളിൽ നിരവധി പുരക്കാര ങ്ങൾ നേടിയിട്ടുണ്ട്. ഭരതനാട്യവും സംഗീതവും വാദ്യോപകരണങ്ങളും അഭ്യസിച്ചു കൊണ്ടിരിക്കുന്നു.

വിലാസം:

ആർട്ടക് മെട്രോ പോളിസ്,GB,

മണ്ണന്തല

മുക്കോലക്കൽ പോസ്റ്റ്

തിരുവനന്തപുരം

പിൻ : 690 534

M0b.: 8086 82 8260

കടപ്പാട്

ഈ നോവൽ എഴുതുവാൻ എനിക്കു വേണ്ടുന്ന പ്രേരണയും പ്രോത്സാഹനവും പിൻതുണയും നല്കിയിട്ടുള്ള എന്റെ സഹധർമ്മിണിയോടും മക്കളോടും ആദ്യമായി ഞാനെന്റെ സ്നേഹ വാത്സല്യങ്ങൾ അറിയിക്കട്ടെ .

സാഹിത്യകാരനും നോവലിസ്റ്റും തൂലികാ മിത്രവുമായ ശ്രീ.വി.ആർ. ഹർഷനോട് നന്ദി അറിയിക്കട്ടെ. ഈ നോവലിന് അനുയോജ്യമായ തരത്തിൽ അവതാരിക എഴുതി തന്നിരിക്കുന്ന അദ്ദേഹത്തോടുള്ള കടപ്പാടും രേഖപ്പെടുത്തുന്നു. അതുപോലെതന്നെ എന്റെ ബാല്യകാല സുഹൃത്തുക്കളായ തോപ്പിൽ പ്രഭാകരനേയും പി.കെ.വിജയനേയും ഈ അവസ്സരത്തിൽ സ്മരിക്കുന്നു.

എന്റെ കഥകളും കഥാ സമാഹാരവും വായിക്കുകയും പ്രോത്സാഹനങ്ങൾ നല്കിയിട്ടുമുള്ള ഓരോ വായനാസ്വാദക സുഹൃത്തുക്കളോടുമുള്ള നന്ദിയും കടപ്പാടും അറിയിക്കുന്നു.

എന്റെ ഈ നോവൽ പ്രസിദ്ധീകരിക്കുവാൻ, ആത്മാർത്ഥമായി സഹകരിക്കുന്ന പ്രസാധകരോടുള്ള സ്നേഹം നിറഞ്ഞ നന്ദിയും കടപ്പാടും രേഖപ്പെടുത്തുവാൻ ആഗ്രഹിക്കുന്നു.

സ്നേഹത്തോടെ നിങ്ങളുടെ
എം.ജി. കണ്ടല്ലൂർ

അവതാരിക

"ജീവിതം ഒരു കടങ്കഥ"

വിവിധ സംസ്ഥാനങ്ങളിൽ നിന്നുള്ള ഉദ്യോഗാർത്ഥികളെ രണ്ടു കയ്യും നീട്ടി സ്വീകരിച്ച മഹാനഗരമാണ് ബോംബെ - ഇന്നത്തെ മുംബൈ! ഇന്ത്യയുടെ വാണിജ്യസിരാ കേന്ദ്രം. ഇവിടെയെത്തി ഉയരങ്ങളിലെത്തിയവർ നിരവധി യാണ്. ഇതിൽ ഭൂരിഭാഗവും മലയാളികളാണ്. ജീവിതം പച്ചപിടിപ്പിച്ച് ഒടുവിൽ വിധി വൈപരീത്യത്താൽ തകർന്ന ദാമ്പത്യത്തിനു ഇരയായ ഒരു മലയാളിയുടെ ദാരുണ കഥയാണ് ഈ നോവലിലെ പ്രമേയം.അതോടൊപ്പം ബോംബെയുടെ ഒരു കാല ഘട്ടത്തിന്റെ കണ്ണാടി കൂടിയാണീ പുസ്തകം. 1993ലെ തീവ്രവാദികൾ നടത്തിയ ബോംബു ബ്ലാസ്റ്റ്, അധോലോക രാജാക്കന്മാരുടെ തേർവാഴ്ച, കുടിപ്പക, മണ്ണിന്റെ മക്കൾ വാദം മൂലം ഇതര സംസ്ഥാനക്കാർ നേരിടുന്ന ജോലി പ്രശ്നം, ഗൾഫ് തട്ടിപ്പിന്നിരയായവരുടെ യാതനകൾ, വാടകക്കാരായി ജീവിക്കേണ്ടി വരുന്ന മലയാളികളുടെ ബുദ്ധിമുട്ടുകൾ എന്നിവ അക്കമിട്ട് പരാമർശിച്ചിട്ടുണ്ടെന്നുള്ളത് ഈ നോവലിന്റെ സാമൂഹ്യ പ്രതിബദ്ധത വ്യക്തമാകുന്നു.. മറുനാട്ടിലെ, ബോംബയിലെ മലയാളി സമാജങ്ങളുടെ സാഹിത്യ -സാമൂഹിക പ്രവർത്തനത്തേക്കുറിച്ചും പ്രതിപാദിച്ചിരിക്കുന്നു.

ഒരു കാലഘട്ടത്തിൽ ബോംബെയുടെ ചരിത്രവുമായിച്ചേർന്നു നില്ക്കുന്ന സാമൂഹ്യ പ്രതിബന്ധതയുള്ള ഒരു നോവലെന്ന നിലയിലും മറ്റു നോവലുകളിൽ നിന്ന് ഇത് തികച്ചും വ്യത്യസ്തത പുലർത്തുന്നു. ബോംബെയിലെ ടൂറിസ്റ്റു സ്പോട്ടു കളായ ഗെയ്റ്റ് വേ ഓഫ് ഇന്ത്യ, എലി ഫെണ്ടകേവ്, നാരിമാൻ പോയിന്റ്, വർളി നെഹ്രു പ്ലാനിറ്റോറിയത്തിലെ സൂര്യ - ചന്ദ്ര - താരാപഥങ്ങളുടെ വിസ്മയ കാഴ്ചകൾ, എന്നിവ കൂടാതെ ഹാജി അലി, മഹാലക്ഷ്മി ക്ഷേത്രം, മാഹിം പള്ളി, ഓച്ചിറ പരബ്രഹ്മ ക്ഷേത്രം തുടങ്ങിയ ദേവാലയങ്ങളെക്കുറിച്ചുള്ള സൂചനകളും വായനക്കാരുടെ അറിവിന്റെ ചത്രവാളത്തെ വികസിപ്പിക്കാൻ പര്യാപ്തമാണ്.

എം.ജി. കണ്ടല്ലൂരിന്റെ പ്രഥമ നോവലെന്ന നിലയിൽ, രചനാപരമായ സമ്പൂർണ്ണത കൈവരിക്കാൻ ഇതിന് കഴിഞ്ഞിട്ടുണ്ടെന്നു അവകാശപ്പെടാനാവില്ലെങ്കിലും ബോംബെയുടെ, ഒരു കാലഘട്ടത്തിന്റ നേർക്കാഴ്ച എന്ന് കൂടി ഈ പുസ്തത്തെ വിശേഷിപ്പിക്കാം. ലാളിത്യ സുഗമമായ ശൈലിയിലുള്ള രചനാവൈഭവം കൊണ്ട് ഈ നോവൽ തികച്ചും വായനാനുഭൂതി പ്രദാനം ചെയ്യാൻ പരാപ്തമാണ്.

സാഹിത്യ രംഗത്തു് എം.ജി. കണ്ടല്ലൂരിന് സകല ഭാവുകങ്ങളും നേരുന്നതോടൊപ്പം തുടർന്നും.മലയാളത്തിന് ഈ നോവലിസ്റ്റിൽ നിന്ന് പല സാഹിത്യ സംഭവനകളും ലഭിക്കട്ടെ എന്ന് പ്രത്യാശിക്കുന്നു.

വി ആർ. ഹർഷൻ,

ബാംഗളൂർ,

ഫോൺ.9845182814

1

മുംബൈ മഹാനഗരത്തിന്റെ മദ്ധ്യറെയിൽവേയിലെ പ്രാധാനപ്പെട്ട ഒരു സ്റ്റേഷനാണ് ദാദർ. അയാൾ അവിടെയാണ് ട്രെയിൻ ഇറങ്ങിയത്.

വീട്ടിൽ നിന്നും ഇറങ്ങുമ്പോൾ പത്താം ക്ലാസ്സ് പാസ്സായ സർട്ടിഫിക്കറ്റും തോൾ സഞ്ചിയിൽ ഭദ്രമായി സൂക്ഷിച്ചിരുന്നു. സഞ്ചി ഒരിക്കൽ കൂടി പരിശോധിച്ചുറപ്പു വരുത്തി. ടിക്കറ്റുപോലും എടുക്കാതെ, ജനറൽ കമ്പാർട്ടുമെന്റിലായിരുന്നല്ലോ യാത്ര. യാത്രക്കിടയിൽ സർട്ടിഫിക്കറ്റ് നഷ്ടപ്പെട്ടിട്ടുണ്ടോ എന്നൊരാശങ്ക ഉണ്ടായിരുന്നു. കാരണം, ട്രെയിൻ യാത്രയിൽ, വിലപ്പെട്ട പല സാധനങ്ങളും യാത്രക്കാരിൽ പലർക്കും നഷ്ടപ്പെട്ടിട്ടുള്ളതായ വസ്തുത കേട്ടിട്ടുള്ളതായി അയാൾ ഓർത്തു.

ദാദർ റെയിൽവേ സ്റ്റേഷനിൽ വണ്ടിയിറങ്ങിയ സുരേഷും അവിടത്തെ ജനത്തിരക്കിൽ അലിഞ്ഞുചേർന്നു. ടിക്കറ്റു പരിശോധകന്റെ കണ്ണിൽപ്പെടാതെ, ഒരുമാതിരി രക്ഷപ്പെട്ട് അയാൾ സ്റ്റേഷനു പുറത്തെത്തി.

തീവണ്ടി ഇറങ്ങി പരക്കം പായുന്ന ജനസമുദ്രം. എന്തുതിരക്കാണിത്! ആർക്കും ആരേയും ശ്രദ്ധിക്കുവാനും ഒന്നു തിരിഞ്ഞു നോക്കുവാൻ പോലും സമയമില്ല. അത്ര വെഗ്രതയും വെപ്രാളവും. എന്തിനാണാവോ ഈ മരണപ്പാച്ചിൽ? സുരേഷ് ആത്മഗതം കൊണ്ടു.

റെയിൽവേ സ്റ്റേഷനു പുറത്തു വന്നുപ്പെട്ട സുരേഷെന്ന ചെറുപ്പക്കാരൻ ലക്ഷ്യമില്ലാതെ, തിരക്കിലൂടെ മുന്നോട്ടു നീങ്ങി, റോഡിൽ വാഹനങ്ങളുടെയും പരക്കം പാച്ചിൽ തന്നെ. നിമിഷാർദ്ധത്തിൽ മിന്നിമറയുന്ന കാറുകളും ബസ്സുകളും ലോറികളും

ഓട്ടോറിക്ഷകളും. ഇരുചക്ര വാഹനങ്ങൾ ഞൂഴ്ന്നു കയറി ചീറിപ്പായുന്നു.

സുരേഷ് അത്ഭുതപ്പെട്ടു. താൻ ജനിച്ചു വളർന്ന നാട്ടിലെ ചെമ്മൺ പാതയിലൂടെ വല്ലപ്പോഴും കടന്നുപോകുന്നത് ടാക്സി കാറുകൾ മാത്രം. ഒരു വർഷം കൊണ്ട് അവിടത്തെ കുടുസ്സുമൺപാതയിലൂടെ കടന്നുപോകാറുള്ളതിലേറെ വാഹനങ്ങൾ ഇവിടെ നിമിഷങ്ങൾക്കുള്ളിൽ ചീറിപ്പാഞ്ഞു പോകുന്നു. എവിടെയും തിരക്കോടുതിരക്ക് തന്നെ!

ലക്ഷ്യ സ്ഥാനമെന്തന്നറിയാതെ, സുരേഷ് മുന്നോട്ടു നടന്നു. ഇരുപത് വയസ്സു തോന്നിക്കുന്ന അവന്റെ വേഷം മുണ്ടും ഷർട്ടുമാണ്. താടിരോമങ്ങളും വളർന്നിരിക്കുന്നു. തോളിൽ തൂക്കിയിരിക്കുന്ന എയർ ബാഗ് എല്ലാം തന്നെ മുഷിഞ്ഞിരിക്കുന്നു. കഴുകി ഉടുത്തിട്ട് ദിവസങ്ങൾ പലതു കഴിഞ്ഞു.

അല്ലെങ്കിൽ തന്നെ, ഉടുതുണിക്കു മറുതുണിയില്ല. അങ്ങനെ പ്രാരാബ്ധം നിറഞ്ഞ ജീവിതമായിരുന്നു. അച്ഛന്റെ മദ്യപാനമാണ് എല്ലാ ബുദ്ധിമുട്ടുകൾക്കും കാരണം. കുടുംബം പുലർത്താനായി അമ്മ നന്നെ ബുദ്ധിമുട്ടുന്നു. സഹോദരിമാരും അമ്മയെ സഹായിക്കാറുണ്ട്. സുരേഷ് ഒരുനിമിഷം ചിന്താധീതനായി.

നടന്നുനീങ്ങുന്നതിനിടെ അടുത്തൊരു മുറുക്കാൻ കടകണ്ടു. സുരേഷ് കടയ്ക്ക് മുമ്പിൽ ഒന്നു നിന്നു. മുണ്ടിന്റെ കോന്തലയിൽ കെട്ടിവെച്ചിരുന്ന ചില്ലറ തുട്ടുകൾ അവൻ പരതി. ഒരു രൂപയുടെ ചില്ലറത്തുട്ടുകളുണ്ട്. ആകെ മിച്ചമായി കൈവശമുള്ള തുക! അര രൂപയ്ക്ക് കടലപ്പൊരി വാങ്ങി. നല്ല വിശപ്പുണ്ട്. രണ്ടു ദിവസമായി എന്തെങ്കിലും ആഹാരം കഴിച്ചിട്ട്. കടലപ്പൊരി ഒന്നൊന്നായി കൊറിച്ചു കൊണ്ട്, അലക്ഷ്യമായി അവൻ വീണ്ടും മുന്നോട്ടു തന്നെ നടന്നു. എവിടെ എത്തിച്ചേരുമെന്ന് ഒരു നിശ്ചയവുമില്ല.

രാവിലെ കണ്ട തിരക്ക് ഇനിയും കുറഞ്ഞിട്ടില്ല. നിശ്ചിത സമയത്തിനുള്ളിൽത്തന്നെ ഓഫീസ്സുകളിൽ എത്തിച്ചേരാനുള്ളവരുടെ പരക്കംപാച്ചിലായിരിക്കാം പ്രാഭാതത്തിൽ കണ്ടത്. ഇപ്പോഴുള്ള തിരക്ക് ബിസ്സിനസ്സുകാരുടെയും മറ്റു വ്യാപാരികളുടേതുമായിരിക്കും എന്ന് സുരേഷ് ഊഹിച്ചു.

ബോംബെ എന്ന മഹാനഗരത്തെക്കുറിച്ചു കേട്ടിട്ടേയുള്ളൂ. അതിലേറെ അത്ഭുതകരമായ കാഴ്ച! ഈ മഹാനഗരം എത്രയോ പേർക്കാണഭയം നല്കുന്നത്. ആരേയും കയ്യൊഴിയാതെ സ്വാഗതം നൽകി സ്വീകരിക്കുന്ന മഹാപ്രപഞ്ചം. അഭയകേന്ദ്രം! തനിക്കും എവിടെയെങ്കിലും ഒരഭയസ്ഥാനം കിട്ടുമോ?

വഴിയാത്രക്കാരിൽ പലരോടും സുരേഷ് എന്തൊക്കെയോ ചോദിച്ചു. മലയാളത്തിലുള്ള തന്റെ ചോദ്യം മനസ്സിലാകാത്തതിനാലായിരിക്കാം, ആരിൽ നിന്നും ഒരു പ്രതികരണവും ഉണ്ടായില്ല. ചോദ്യങ്ങൾ മനസ്സിലായ, മലയാളികളെന്നു തോന്നിയ പലരും ഒരു മഞ്ഞച്ചിരി സമ്മാനിച്ചിട്ട് നിശബ്ദം നടന്നകലുന്നു! ആർക്കും ഒന്നുരിയാടാനുള്ള നേരമില്ല. സാവകാശമില്ല. ഈ മരണപ്പാച്ചിൽ പായുന്നവർ, ജോലി സ്ഥലത്തെത്തിച്ചേരാനുള്ള വെഗ്രതയും പെടാപ്പാടുമായിരിക്കും.

ഓരോ കുടുംബത്തിന്റെയും വലിയ ബാദ്ധ്യതകളും ഉത്തരവാദിത്വവും നിറവേറ്റാനുള്ള അശ്രാന്തപരിശ്രമം! അതായിരിക്കും ഓരോ മനുഷ്യന്റെ സിരകളിലും നിറഞ്ഞിരിക്കുന്നതെന്ന ബോദ്ധ്യം സുരേഷിനുണ്ടായി.

താനും അവരിൽ നിന്നൊന്നും വ്യത്യസ്തനല്ലല്ലോ? തനിക്കിപ്പോൾ വ്യഗ്രതയും തിരിക്കുമില്ലെന്നേയുള്ളൂ. തന്റെ ഉള്ളിന്റെയുള്ളിൽ ഒരഗ്നികുണ്ഡും നീറി പുകഞ്ഞു കൊണ്ടിരിക്കയാണ്. തന്റെ ദരിദ്രകുടുംബത്തെ ഒരു കരയ്ക്കെത്തിക്കണം!

ഈ അലച്ചിൽ എവിടെ എത്തിച്ചേരുമെന്ന് ഒരു നിശ്ചയവുമില്ല. ഈശ്വരന്മാർ തനിക്കൊരു നേർവഴി കാട്ടിത്തരേണമെ എന്ന പ്രാത്ഥനയോടെ ഈ ലക്ഷ്യമില്ലാത്ത യാത്ര തുടരുന്നു. ഈ അലക്ഷ്യമായ യാത്ര ഏതു തീരത്തണയുമെന്നറിയില്ല! സുരേഷ് യാത്ര തുടർന്നുകൊണ്ടേയിരിക്കുന്നു. അവന്റെ മനസ്സു നിറയെ ജന്മ നാടും കുടുംബവുമാണു നിറഞ്ഞിരിക്കുന്നത്.

പ്രാരാബ്ധം നിറഞ്ഞ അവന്റെ കുടുംബം. മദ്യപാനിയായ അച്ഛൻ കുട്ടപ്പൻ അറുപതു വയസ്സായിട്ടും മദ്യപിച്ചാണെന്നും വീടടയുന്നത്. മൂന്നു സഹോദരിമാർ. കല്യാണപ്രായമായ മൂത്ത സഹോദരി കമലം. ഇരുപത്തിരണ്ടു വയസ്സുണ്ട് ചേച്ചിക്ക്. കാണാനും സുന്ദരിയാണ്. തനിക്കിളയ രണ്ടു സഹോദരിമാർ - പതിനെട്ടു വയസ്സുള്ള മീനുവും പതിനഞ്ചു വയസ്സുള്ള മീരയും. രണ്ടു പേരും

പഠിച്ചു കൊണ്ടിരിക്കുന്നു. എത്ര കഷ്ടപ്പെട്ടിട്ടാണെങ്കിലും അമ്മ മക്കളെ പഠിപ്പിക്കുന്നു!

ഇരുപതുവയസുമാത്രം പ്രായമുള്ള സുരേഷ് നാട്ടുവിട്ടത് തന്റെ കുടുംബത്തെ കഷ്ടപ്പാടുകളിൽ നിന്നും കരകയറ്റുവാൻ വേണ്ടിയാണ്. ഒരു സുന്ദര സുരഭിലമായ സുപ്രഭാതം നാളെ ഉണരുമെന്നവൻ പ്രതീക്ഷിക്കുന്നു.

അച്ഛൻ കൂലിപ്പണിക്ക് പോകുന്നു. കിട്ടുന്ന പണം മുഴുവൻ മദ്യപാനത്തിനായി ധൂർത്തടിക്കുന്നു. കള്ളുമോന്തി പൂസായി സ്വബോധം നഷ്ടപ്പെട്ട് രാത്രിയിൽ വീട്ടിലെത്തുന്നു. പിന്നെ തെറിപ്പൂരമാണ്. വായിൽ വരുന്ന അസഭ്യങ്ങളൊക്കെ വിളിച്ചു കൂവും. അകാരണമായി അമ്മയെ ദേഹോപദ്രവമേൽപ്പിക്കുന്നു. കരയുന്ന അമ്മയോടൊപ്പം കരയാൻ മാത്രം അറിയുന്ന മക്കളേയും നിർദാക്ഷണ്യം അച്ഛൻ ഉപദ്രവിക്കും. അലച്ചിലും അലമുറയും കാരണം വീട്ടിൽ പല ദിവസങ്ങളിലും പട്ടിണിയായിരിക്കും. പാകം ചെയ്തു വെച്ചിട്ടുള്ള ഭക്ഷണം പോലും സ്വസ്ഥമായി കഴിക്കുവാൻ അച്ഛൻ അനുവദിക്കാറില്ല. കരഞ്ഞവശയായി ചുരുണ്ടു കൂടി കിടക്കുന്ന അമ്മയോടൊപ്പം ഞങ്ങൾ മക്കളും കിടന്നുറങ്ങും. മദ്യലഹരിയിൽ വീടിന്റെ ഏതെങ്കിലും ഒരു മൂലയിൽ അച്ഛനും കിടക്കും. ഉറക്കത്തിലും അസഭ്യങ്ങൾ പുലമ്പിക്കൊണ്ടിരിക്കും.

ഇതെല്ലാം കണ്ട് മനം മടുത്തിട്ടാണു സുരേഷ് നാടുവിട്ടിറങ്ങിയത്. അച്ഛന്റെ അരക്കയ്യനുടുപ്പിന്റെ പോക്കറ്റിൽ നിന്നും കിട്ടിയ ചില്ലറത്തുട്ടുകളുമായിട്ടാണ് വീട്ടിൽ നിന്നും ഇറങ്ങിയത്. ദുഃഖാർത്തയായ അമ്മയോടു മാത്രം യാത്ര പറഞ്ഞു. അമ്മ വിമ്മിക്കരഞ്ഞു. അമ്മയുടെ കരച്ചിൽ കണ്ട് നില്ക്കാനുള്ള മനുക്കരുത്തില്ലാതെ, തോൾസഞ്ചിയും തൂക്കി ഇറങ്ങി നടന്നു!

രാത്രി നന്നേ ഇരുട്ടിയിരുന്നു. പുലരും മുമ്പേ നഗരത്തിലുള്ള റെയിൽവേ സ്റ്റേഷനിൽ എത്തിച്ചേർന്നു. പുലർച്ച, ആദ്യം പുറപ്പെട്ട തീവണ്ടിയുടെ ജനറൽ കമ്പാർട്ടുമെന്റിൽ കയറി. വട്ടക്കോട്ടു പോകുന്ന വണ്ടിയാണ്. ഏതാണെന്നും എങ്ങോട്ടു പോകുന്നതാണെന്നും നോക്കിയില്ല. എങ്ങോട്ടെങ്കിലും ആകട്ടെ. നാടും നഗരവും വിടുക! അതുമാത്രമായിരുന്നു ലക്ഷ്യം. അമ്മയേയും സഹോദരിമാരേയും ഈ ദുഃഖക്കയത്തിൽ നിന്നും കരകയറ്റുക എന്നതു മാത്രമായിരുന്നു

മനസ്സിലുള്ള ചിന്ത.

അൻപത്തിനാലു വയസ്സുള്ള അമ്മ നന്നേ ശോഷിച്ച ശരീര പ്രകൃതം. ദുഃഖാർദ്രമായ മുഖഭാവമാണമ്മയ്ക്ക് എപ്പോഴും. അച്ഛന്റെ നിസഹകരണം കാരണം കുടുംബഭാരം മുഴുവനും അമ്മ തനിയെ ചുമക്കേണ്ടി വരുന്നു. കുട്ടികളെ പഠിപ്പിക്കണം. കഷ്ടിയായ വീട്ടുചെലവുകൾ.

ഇപ്പോഴും അമ്മ തൊണ്ടുതല്ലി കയർ പിരിച്ചുണ്ടാക്കുന്നു. മൂത്ത ചേച്ചി കമലവും അമ്മയെ സഹായിക്കും. വൈകിട്ടാകുമ്പോൾ പിരിച്ചു മാടിയെടുത്ത കയറുമായി അമ്മ ചന്തയ്ക്ക് പോകും. ചന്തയിൽ കയർ വിറ്റു കിട്ടുന്ന തുച്ഛരമായ വരുമാനമാണ് കുടുംബത്തിന്റെ പട്ടിണി അകറ്റാനുള്ള ഏക വരുമാനം. അമ്മ ചന്തയിൽ നിന്നും ചീനിയും മീനും വാങ്ങി കൊണ്ടുവരും. ചീനി വേവിച്ചതും മീൻ കറിയും കട്ടൻ ചായയും ആയിരിക്കും അന്നത്തെ അത്താഴം. ഉള്ളതു കൊണ്ട് തൃപ്തരാകാൻ പഠിച്ചു കഴിഞ്ഞ കുടുംബം.

പലപ്പോഴും കയറിനു ഉണക്കില്ലെന്നും മേന്മ പോരെന്നും പറഞ്ഞു കയർ വ്യാപാരിയായ അസ്സൻ കാക്ക കയർ എടുക്കാറില്ല. അന്നു വീട്ടിൽ പട്ടിണിയാണ്. അടുപ്പു കത്താറില്ല. പുക ഉയരാറില്ല. വീട്ടിലെ അന്നത്തെ അന്തരീക്ഷം ശോകമൂകമായിരിക്കും. എങ്കിലും ആശ്വാസ വാക്കുകൾ ചൊല്ലി അമ്മ മക്കളെയെല്ലാം സാന്ത്വനിപ്പിക്കും! സ്നേഹ വാത്സല്യം പകരും! അപ്പോൾ വിശപ്പറിയാറില്ല. അമ്മയുടെ തണലിൽ മക്കൾ ഞങ്ങൾ സന്തുഷ്ടരാകുന്നു.

പണി ചെയ്തു കിട്ടുന്ന പണത്തിനു കൂട്ടുകാരും ചേർന്ന് കള്ളും മോന്തി, തിന്നു മദിച്ചു രാത്രിയിൽ എപ്പോഴെങ്കിലും കയറി വരുന്ന അച്ഛൻ. വീട്ടിലെ പട്ടിണിയും ഇല്ലായ്മകളുമൊന്നും അറിയില്ല. പകരം, വീട്ടിൽ കരച്ചിലും അലമുറയും സൈ്വര്യക്കേടുമായിരുന്നു അച്ഛൻ ആഗ്രഹിക്കുന്നത്. മദ്യലഹരിയിൽ സ്വന്തബന്ധങ്ങൾ അദ്ദേഹം തന്ത്രപൂർവ്വം മറക്കുവാൻ ശ്രമിക്കുന്നു. പട്ടിണികൊണ്ടു ചുരുണ്ടു കൂടി കിടന്നുറങ്ങുന്ന മക്കളെ അദ്ദേഹം കാണാറില്ല. ഒരു സ്നേഹവാക്കുപോലും പറയാറില്ല. ഒരു വീട്ടിൽ കഴിയുന്ന അന്യരെപ്പോലെയാണ് അച്ഛൻ മക്കളെ കാണുന്നതുതന്നെ! പുലരും മുമ്പേ ഉണർന്നെഴുന്നേറ്റ് ഇറങ്ങി പോകും.

വീട്ടിലെ ദയനീയമായ കാര്യങ്ങളൊക്കെ അയവിറക്കി, എത്ര വഴി നടന്നെന്നും താൻ എവിടെ എത്തിപ്പെട്ടിരിക്കുന്നെന്നും സുരേഷിന് ഒരു പിടിയുമില്ല. അവൻ ചുറ്റുപാടും കണ്ണോടിച്ചു ദാദർ ഈസ്റ്റും കടന്നു പരേലിലുള്ള റ്റാറ്റാ മില്ലെന്നൊരു ബോർഡ് ശ്രദ്ധിച്ചു മറ്റു കടകളൊന്നും അടുത്തൊന്നും കാണുന്നില്ല. റോഡിന്റെ ഇടതു ഭാഗത്തായി ചെറിയ ചെറിയ മാടക്കടകളും തുണിക്കടകളുമൊക്കെ കാണുന്നുണ്ട്. രാവിലത്തെ അന്തരീക്ഷം മാറി. ചൂടിനു ശക്തിയേറി തുടങ്ങിയിരിക്കുന്നു. സുരേഷ് പിന്നെയും മുന്നോട്ടു നടന്നുതുടങ്ങി. ലക്ഷ്യസ്ഥാനം എവിടെയെന്നറിയില്ല! തന്നെ കാത്തുനിൽക്കാനോ സ്വീകരിക്കാനോ ആരുമില്ല. അപരിചിതമായ സ്ഥലം. അജ്ഞാത തീരം തേടിയുള്ള യാത്ര! എവിടെ ചെന്നണയുമെന്ന് പറയാനും നിശ്ചയിക്കുവാനുമാകാത്ത അനന്തമായ യാത്ര!

സുരേഷ് റോഡു ക്രോസ് ചെയ്തു. റോഡിന്റെ ഇടതുഭാഗത്തു നടന്നു കയറി. മുമ്പോട്ടു നടക്കുന്നതിനിടെ ഒരു ഹോട്ടൽ അവന്റെ ദൃഷ്ടിയിൽപ്പെട്ടു. അവൻ ബോർഡ് വായിച്ചു. ഹോട്ടൽ മൂൺ ലൈറ്റ്. കൗണ്ടറിൽ, നല്ല വസ്ത്രധാരണം ചെയ്ത ചെറുപ്പക്കാരൻ ഇരിക്കുന്നുണ്ട്. സുരേഷ് ഹോട്ടലിലേക്ക് കയറി. പല ടേബിളുകളിലും ആൾക്കാർ ഭക്ഷണംകഴിച്ചുകൊണ്ടിരിക്കുന്നുണ്ട്. അവനും ഒഴിഞ്ഞുകിടക്കുന്ന ടേബിളിൽ കസേരവലിച്ചിട്ടിരുന്നു. വെയ്റ്റർ മെനു കൊണ്ടുവെച്ചു. അവൻ അതിലൂടെ വെറുതെ കണ്ണോടിച്ചു. ഇംഗ്ലീഷിലാണെഴുതിരിക്കുന്നത്. ഉസ്സൽ പാവ്, പാവ് ഭാജി, മിസ്സൽ, കടലക്കറി, മിക്സ് ഭാജി അങ്ങനെ ഒത്തിരി ഒത്തിരി ഭക്ഷ്യ വിഭവങ്ങളുടെ പട്ടികയും അതിനെതിരെ ഓരോ ഐറ്റത്തിന്റെയും വിലവിവരങ്ങളും കൊടുത്തിരിക്കുന്നുണ്ട്. റൈസ് പ്ലേറ്റ് - Rs:50/-

വെയ്റ്റർ പല മേശകളിലും കറങ്ങിതിരിഞ്ഞ് സുരേഷ് ഇരിക്കുന്ന ടേബിളിലെത്തി. "ക്യാചാഹിയേ"? യൂണിഫോം ധരിച്ച് തലപ്പാവുവെച്ചിട്ടുള്ള അയാൾ ഭവ്യതയോടെ ചോദിച്ചു." റൈസ് പ്ലേറ്റ് ", വെയ്റ്റർ ചോദിച്ചത് പൂർണമായും മനസിലായില്ലെങ്കിലും തനിക്ക് വേണ്ടുന്ന ഭക്ഷണത്തിന് സുരേഷ് ഓർഡർ ചെയ്തു.

ഒരു വലിയ സ്റ്റീൽത്തട്ടിൽ കുറെ ചെറിയ ചെറിയ സ്റ്റീൽ കപ്പുകളിൽ വിവിധയിനം കറികൾ നിറച്ച പാത്രം അയാൾ മേശപ്പുറത്തു വച്ചു. തോരൺ, കൂട്ടുകറി, കടലക്കറി,

കിഴങ്ങുകൊണ്ടുള്ള ഒരു മെഴുക്കുപുരട്ടി, തൈര്, മധുരമുള്ള ഒരറ്റൈം. ആറേഴുകപ്പുകളിലെ വിഭവങ്ങൾ കൂടാതെ രണ്ടു ചപ്പാത്തിയും ഉണ്ട്.

സുരേഷ് ആർത്തിയോടെ ഭക്ഷണം കഴിച്ചു തുടങ്ങി. ചപ്പാത്തി രണ്ടെണ്ണവും കഴിച്ചു കഴിഞ്ഞപ്പോൾ ചെറിയൊരു കപ്പിൽ കുറച്ചു പച്ചരിയുടെ ചോറും കൊണ്ടുവെച്ചു. ഒന്നൊഴിയാതെ എല്ലാ വിഭവങ്ങളും സുരേഷകത്താക്കി. വിശപ്പടങ്ങി. 'ഇനി എന്ത്?'സുരേഷ് സ്വയം ചോദിച്ചു തന്റെ കൈവശം പണം ഇല്ലെന്നുള്ള ദുഃഖസത്യം അവനറിയാം. അതോർത്തപ്പോൾ കഴിച്ചതു തനിയെ എരിഞ്ഞടങ്ങി. വെറും അൻപതുപൈസ മാത്രമാണ് തന്റെ പക്കൽ അവശേഷിക്കുന്നത്. അവൻ എഴുന്നേറ്റുപോയി കൈ കഴുകി. സഞ്ചി തോളിൽ തൂക്കി. കൗണ്ടർ ലക്ഷ്യമാക്കി നടന്നുചെന്നു. പലരും അവന്റെ വേഷവിധാനങ്ങളിൽ ശ്രദ്ധിക്കുന്നുണ്ടായിരുന്നു. അപ്പോഴവൻ അതൊന്നും കാര്യമാക്കിയില്ല. എല്ലാം മുഷിഞ്ഞു നാറിയിരിക്കുകയാണ്.

സുരേഷ് ക്യാഷ് കൗണ്ടറിലെത്തി, തോൾ സഞ്ചിയിൽ കയ്യിട്ട് അവൻ പണത്തിനുവേണ്ടി വെറുതെ തെരക്കൊള്ളിച്ചു. കുറെ നേരം അവൻ ബാഗിൽ തപ്പി. പണം എങ്ങനെ കിട്ടാൻ? കയ്യിൽ തടഞ്ഞ അൻപതുപൈസ ഞെരടിക്കൊണ്ടു നില്ക്കുന്നതിനിടെ അവൻ ഓർക്കുകയുണ്ടായിരുന്നു "കാബൂളിവാല" എന്ന സിനിമയിൽ ജഗതി ശ്രീകുമാറും ഇന്നസെന്റും കടലാസ്സും കന്നാസും എന്ന കഥാപാത്രങ്ങളെ അവതരിപ്പിക്കുന്ന രംഗം. ഹോട്ടലിൽ കയറി പുട്ടും പഴവും ഏത്തയ്ക്കയും ഒക്കെ മൃഷ്ടാനം കഴിച്ചിട്ട്, വീട്ടിൽ കൊണ്ടുപോകുവാൻ വേണ്ടി പാർസ്സലും പൊതിഞ്ഞു വാങ്ങി. പണം കൊടുക്കുവാൻ വേണ്ടി കടലാസും കന്നാസും പോക്കറ്റിൽ 'ചിന്തേരിടുന്ന' രസകരമായ രംഗം.

"ക്യാരേ, ക്യോം തും ബാഗ് ഭാഡ് രേ" (എന്തെട, എന്തിനാ നീ നിന്റെ ബാഗ് കീറുന്നത്). കാഷ്യറുടെ കഠോര ശബ്ദം കേട്ടാണ് സുരേഷ് വർത്തമാനത്തിലേക്കുണർന്നത്. കാഷ്യർ വീണ്ടും ക്ഷുഭിതനായി പറഞ്ഞു."നിക്കാൽ പച്ചാസ് റുപ്യ" (എടുക്ക് അൻപത് രൂപ). ഇതികർത്തവ്യതാമൂഢനായി സുരേഷ് ഒരു നിമിഷം മിഴിച്ചു നിന്നു, എന്നിട്ട് വാണം വിട്ടമാതിരി പുറത്തേക്കിറങ്ങി ഓടി. അതി ശീഘ്രം.

2

"ഹേ, കേശു, തുക്കാറാം, പാണ്ഡു" രണ്ടു മൂന്നു പേരുവിളിച്ചു കൊണ്ടു ക്യാഷർ അലറി. പേരുവിളി കേട്ട് കിച്ചണിൽ നിന്നും തടിമാടന്മാരായ മൂന്നുപേർ ചാടിയിറങ്ങി വന്നു. ക്യാഷറുടെ മുമ്പിൽ മിഴിച്ചു നിന്നു.

"ഓ, ചോർ ഭാഗ് ഗയാ, പക്കഡോ ഉസ്ക്കോ" (ആ കള്ളൻ ഓടിപ്പോയി. പിടിക്കവനെ). സുരേഷ് ഇറങ്ങി ഓടിയ ദിക്കിലേയ്ക്കയാൾ കൈചൂണ്ടി.

കുറച്ചു നേരത്തെ മത്സര ഓട്ടത്തിനൊടുവിൽ സുരേഷിനെ അവർ കീഴ്പ്പെടുത്തി. അവർ അവനെ മർദ്ദിച്ചു. ബലമായി അവനെ പിടിച്ചുകെട്ടി ക്യാഷറുടെ മുമ്പിൽ കൊണ്ടു നിറുത്തി. അയാൾ അവന്റെ കരണക്കുറ്റിക്ക് ഒറ്റയടി പൊട്ടിച്ചു. എന്നിട്ട് പറഞ്ഞു "ലേക്കേ ജാവോ ഇസ്ക്കോ കിച്ചൻമേ" (അവനെ അടുക്കളയിലേക്കു കൊണ്ടുപോകൂ). പിന്നാലെ കണക്കപ്പിള്ളയും എത്തി.

അടുക്കള മുഴുവൻ അവനെ കൊണ്ട് വൃത്തിയാക്കുവാൻ ആജ്ഞാപിച്ചു. എന്നിട്ട് ഇഡ്ഡലിക്കുള്ള അരി, ആട്ടുകല്ലിൽ അവനെ കൊണ്ട് ആട്ടിക്കുവാനും ഓർഡർ ചെയ്തു. അടങ്ങാത്ത അരിശത്തോടെ അവൻ കൗണ്ടറിലെത്തി.

വൃത്തിഹീനമായ അടുക്കള. അത് കണ്ടപ്പോഴേ സുരേഷിനറപ്പു തോന്നി. ഈ വൃത്തിയില്ലാത്ത ഭാഗത്താണ് ആഹാരം പാകം ചെയ്യുന്നത്. പാറ്റകളും മറ്റു ക്ഷുദ്ര ജീവികളും അടുക്കളയുടെ പലഭാഗങ്ങളിലും ഓടിനടക്കുന്നുണ്ട്. വൃത്തിഹീനമായ കുറേ തുണികൾ ഒരു മൂലയ്ക്ക് കൂട്ടിയിരിക്കുന്നു.

തന്റെ നിരപരാധിത്വം! അവർ പറഞ്ഞതുപോലെ സുരേഷ് എല്ലാകാര്യങ്ങളും ചെയ്ത് തുടങ്ങി. അവരെ അനുസരിക്കാതിരുന്നാൽ

പിന്നെയും ആ തടിമാടന്മാർ തന്നെ ഇനിയും ഉപദ്രവിച്ചെന്നുവരാം! സുരേഷ് വ്യസനത്തോടെ മനസ്സിലോർത്തു.

മൂന്നു ദിവസങ്ങൾ സുരേഷിനെക്കൊണ്ടവർ കഠിനമായി പണി ചെയ്യിച്ചു. നേരാവണ്ണം അവനു ഭക്ഷണം പോലും കൊടുത്തില്ല. അവൻ പൂർവ്വാധികം പരിക്ഷീണനായി. ധരിച്ചിരുന്ന വസ്ത്രങ്ങൾ കണ്ടമാനം മുഷിഞ്ഞു നാറി. കുളിക്കുവാനും ഉടുവസ്ത്രങ്ങൾ കഴുകുവാൻ പോലും അവർ അവനെ അനുവദിച്ചില്ല. ഒരു ജയിൽ പുള്ളിയോടെന്നപോലെ അവനോടവർ പെരുമാറി.

മനുഷ്യത്തം എന്ന വെളിച്ചം കടന്നു കയറാത്ത ഇരുട്ടറങ്ങുന്ന കുടുസ്സുഹോട്ടൽ. സ്നേഹവും നന്മയും ഒരു ക്രൂര വിനോദമാക്കി ആഘോഷിക്കുന്ന, സ്നേഹം എന്തെന്നറിയാത്ത മനുഷ്യ മൃഗങ്ങൾ. ഒരു നേരത്തെ ഭക്ഷണത്തിനു വേണ്ടി ഹോട്ടലുകളിൽ ജീവിതം ഹോമിക്കപ്പെടുന്ന എത്രയെത്ര തൊഴിലാളികൾ. സുരേഷിന്റെ മനസ്സുനൊന്തു.

വയനാട്ടിൽ, ഒരു നേരത്തെ ആഹാരത്തിനു വേണ്ടി അല്പം അരി എടുത്ത, ആദിവാസി യുവാവിനെ അടിച്ചു കൊന്നു. വിശന്നു പൊരിഞ്ഞപ്പോൾ അവൻ ചെയ്ത ചെറിയ ഒരു തെറ്റിനെ മോഷണക്കുറ്റമായി കെട്ടിച്ചമച്ച്, ആ ചെറുപ്പക്കാരനെ നിഷ്ക്കരുണം അടിച്ചു കൊന്ന കേരളനാട്ടിലാണു നാം ജീവിക്കുന്നതെന്നോർക്കുമ്പോൾ ലജ്ജിച്ചു തലതാഴ്ത്തേണ്ടി വരുന്നു.

അമേരിക്കയിൽ, ക്യാൻസർ രോഗിയായ അമ്മയുടെ വിശപ്പടക്കാൻ വേണ്ടി ഒരു ബാലൻ ഹോട്ടലിൽ നിന്നും ഒരു കഷ്ണം ബ്രഡ് കവർന്നെടുക്കുകയുണ്ടായി. അവൻ ബ്രഡു വാങ്ങുന്നതിനായി ഒരു ഡോളർ പലരോടും കെഞ്ചി. ഒരുത്തരും നൽകിയില്ല. അപ്പോഴാണവൻ ഒരു ഹോട്ടലിൽ നിന്നും ഒരു കഷ്ണം ബ്രഡ് കവർന്നെടുത്തത്. ഹോട്ടലുടമ ആ ബാലനെതിരെ കോടതിയിൽ കേസ് ഫൈൽ ചെയ്തു. സുപ്രീം കോടതി കൈക്കൊണ്ട നിർണായക വിധിന്യായം വളരെ ശ്രദ്ധേയമായിരുന്നു. പത്തു വയസിനു താഴെ മാത്രം പ്രായമുള്ള ഒരു ബാലനെ മോഷ്ടാവാക്കി മാറ്റുവാൻ കാരണം ഇവിടെ വിധിന്യായം കേൾക്കുവാൻ കൂടിയിരിക്കുന്ന നിങ്ങളിൽ ഓരോരുത്തരും ഓരോ ഡോളർ വീതം ഇവിടെ പിഴ അടയ്ക്കണം. കുട്ടിക്കെതിരെ കേസുകൊടുക്കപ്പെട്ട ഹോട്ടലുടമയ്ക്ക് ഭാരിച്ച പിഴയാണ് ജഡ്ജി

ചുമത്തിയത്.

നമ്മൾ പൊതു ജനങ്ങൾ തന്നെയാണ് ഒരുവനെ മോഷ്ടാവാക്കുന്നതും തെറ്റുകൾ ചെയ്യുവാൻ പ്രേരിപ്പിക്കുന്നതും. പിന്നെ വളരുന്ന ചുറ്റുപാടുകളും വീട്ടിൽ നിന്നും മാതാപിതാക്കളിൽ നിന്നും ലഭിക്കേണ്ട സൽസ്വഭാവത്തിന്റെ അഭാവവും ചെറുതലമുറയെ വഴിതെറ്റിക്കാൻ പ്രേരിതമാക്കുന്നു. മക്കളെ സ്നേഹിക്കാനും വാത്സല്ലിക്കാനും സമയമില്ല!

ധനാഢ്യരെന്നും ബുദ്ധിജീവികളെന്നും സ്വയം ഊറ്റംകൊള്ളുന്ന എത്ര സുമനസ്സുകളിലാണ് ഒരല്പ സഹജീവി സ്നേഹം അങ്കുരിക്കാറുള്ളത്? സ്നേഹവും നന്മയും പേരിനു പോലും തൊട്ടു തീണ്ടിയിട്ടില്ലാത്ത മുരടിച്ച മനസ്സിൽ പരസ്നേഹവും കാരുണ്യവും മുളപൊട്ടി വിരിയുമോ! വിശന്നു പൊരിയുന്ന ഒരാത്മാവിന്റെ ദയനീയത തിരിച്ചറിയാൻ കഴിയുമോ? സ്വന്തം ആത്മാവിനെ സ്നേഹിച്ചാൽ മാത്രമേ അന്യനും സ്നേഹം പങ്കുവെക്കുവാൻ സാധിക്കുകയുള്ളു?!

മൂന്നു ദിവസത്തെ ഹോട്ടൽ ജീവിതം സുരേഷിനെ ഒത്തിരി ജീവിതാനുഭവങ്ങൾ പഠിപ്പിച്ചു. വിശക്കുന്നവന് ഒരു നേരത്തെ അന്നം നൽകുവാൻ എത്ര പേർ തയാറാകുന്നുണ്ട്! വലിയ വലിയ വീമ്പ് പറഞ്ഞു നടക്കുന്ന 'മഹാനമസ്കർ' വാണരുളുന്ന മഹാ പ്രപഞ്ചം! വിശന്നു ദാഹിക്കുന്നവനെ കൊണ്ട് പൈപ്പു വെള്ളം പോലും മുത്തിക്കുടിക്കുവാൻ അനുവദിക്കാത്ത സംസ്കാരം! മനസ് സംസ്കരിച്ചെടുക്കാത്തവന് എന്ത് സംസ്കാരം? വഴിയോരത്തെ ശുദ്ധജല സ്രോതസ്സുകളിൽ മാലിന്യം കലർത്തി രസിക്കുന്ന ക്രൂരവിനോദം!? കിണറ്റു വെള്ളത്തിൽ മായം കലർത്തുന്നു.

മൂന്നു ദിവസം, രാപ്പകൽ അവനെ കൊണ്ട് ഹോട്ടലിൽ കഠിനാധ്വാനം ചെയ്യിച്ചു. ഒരു നേരത്തെ ഭക്ഷണം പോലും വയർ നിറച്ചു നൽകിയില്ല. ഒരു രൂപ പോലും പ്രതിഫലമായി കൊടുത്തില്ല. താൻ കഴിച്ച ആഹാരത്തിന്റെ അൻപതു രൂപ, മൂന്നു ദിവസത്തെ ശമ്പളത്തിൽ നിന്നും വസൂലാക്കി എന്നു പറഞ്ഞ് സുരേഷിനെ അവർ നിർദ്ദാക്ഷണ്യം, നടുവിന് ചവിട്ടി ഗേറ്റിനു പുറത്താക്കി. അപ്രതീക്ഷിതമായി അവരുടെ പ്രഹരമേറ്റ സുരേഷ് റോഡിലേയ്ക്ക് പിടഞ്ഞു വീണു. അവിടെ നിന്നും അവൻ തട്ടിക്കുടഞ്ഞെഴുന്നേറ്റ്. അവന്റെ കണ്ണുകളിൽ ഈറനണിഞ്ഞു.

അലക്ഷ്യമായി പൊതുനിരത്തിലൂടെ സുരേഷ് വീണ്ടും യാത്ര തുടർന്നു. എങ്ങോട്ടെന്നില്ലാതെ, എവിടേയ്ക്കെന്നില്ലാതെ.

ഇതെല്ലാം തന്റെ തലവിധി ആയിരിക്കും! തന്റെ തലവര എന്തായിരിക്കും? സുരേഷ് ആലോചിച്ചു. ഈ ജീവിതയാത്ര എവിടെ വരെ ചെന്നെത്തുമെന്ന് ഒരു പിടിയുമില്ല. നീണ്ടു നിവർന്നു കിടക്കുന്ന വഴിത്താര! തന്റെ മനസ്സുനിറയെ ഇരുൾ മൂടിയ ശൂന്യത!

ജനനിബിഡമായ വഴി. കടലൊഴുകുന്നതു പോലെ ജനങ്ങൾ ഒഴുകിക്കൊണ്ടിരിക്കുന്നു. ജീവിത സാഗരത്തിലെ കുത്തൊഴുക്കിൽപ്പെട്ടു സുരേഷ് എന്ന ചെറുപ്പക്കാരൻ മുങ്ങിയും പൊങ്ങിയും മുമ്പോട്ടൊഴുകുന്നു. തന്റെ ലക്ഷ്യം എവിടെ അവൻ ചിന്തിച്ചു.

മുമ്പിൽ ഒരു സിനിമാ കൊട്ടകയാണു കാണുന്നത് സുരേഷൊന്നു നിന്നു. 'ഭാരത് മാതാ തീയേറ്റേഴ്സ്' എന്നാണാ കൊട്ടകയുടെ പേര്. ഏതോ മറാത്തി സിനിമയാണ് അവിടെ പ്രദർശിപ്പിച്ചുകൊണ്ടിരിക്കുന്നത്. പരസ്യ ഫ്ളക്സ് ബോർഡിൽ നിന്നും മനസ്സിലായി. പൃഷ്ടഭാഗത്തുകൂടി സാരിചുറ്റി ഉടുത്തിരിക്കുന്ന പ്രധാന നടിയെ ഫ്ളക്സിൽ കാണിച്ചിരുന്നു. മാദകസുന്ദരിയായ അവളെ പുണർന്നുനിൽക്കുന്ന നടൻ.

നാട്ടിൽ പഠിച്ചുകൊണ്ടിരുന്നപ്പോൾ കൂട്ടുകാർക്കൊപ്പം ഒരു മറാത്തി സിനിമ കണ്ട കാര്യം സുരേഷോർത്തു. കൂട്ടുകാർ ടിക്കെറ്റെടുത്തു തന്നു നിർബന്ധിച്ചപ്പോൾ പോയികണ്ടതാണ്. പ്രധാന നടിയുടേയും സഹനടികളുടേയും ഉടലനക്കിയുളള കേളീനൃത്തം.

ഹോട്ടലിൽ നിന്നും ഇറങ്ങി റോഡിന്റെ ഇടതു ഭാഗത്തുകൂടിയാണ് സുരേഷ് മുൻപോട്ടു നടന്നത്. വലതു ഭാഗത്താണ് സിനിമ കൊട്ടക. വലതു വശത്തേയ്ക്ക് ക്രോസ്സു ചെയ്യാൻ വേണ്ടി അവൻ റോഡ് സൈഡിൽ കാത്തു നിന്നു. പലരും റോഡു കടക്കുവാനായി കാത്തു നിൽക്കുന്നുണ്ട്.

വാഹനങ്ങളുടെ ഇടതടവില്ലാത്ത ഒഴുക്കു തന്നെ. സ്വകാര്യ വാഹനങ്ങളുടെ ബി ഈ എസ് റ്റി (BEST) എന്നെഴുതി ചുവന്ന പെയിന്റടിച്ച ഒറ്റ നില ബസ്സുകളും ഇരുനില ബസ്സുകളും കടന്നുപോയികൊണ്ടിരുന്നു. BEST എന്നു പറഞ്ഞാൽ ബോംബെ ഇലക്ട്രിസിറ്റി സപ്ലൈ ആന്റ് ട്രാൻസ്പോർട്ട് എന്നാണ് മുഴുവൻ

പേരെന്നറിയാൻ കഴിഞ്ഞു.

പ്രധാന നാല്ക്കവല ആയതിനാൽ അവിടെ ട്രാഫിക് പോലീസുകാരുണ്ട്. വെള്ള ഷർട്ടും കാക്കി പാന്റ്സുമാണ് അവരുടെ വേഷം. പോലീസുകാരുടേതിൽ നിന്നും വ്യത്യസ്തമാണവരുടെ തലപ്പാവ്. മഞ്ഞയും കറുപ്പും കലർന്ന തൊപ്പിയാണവർ ധരിച്ചിരിക്കുന്നത്.

യാത്രക്കാർക്ക് ക്രോസ്ചെയ്യുവാനുള്ള 'സീബ്രാക്രോസ്' ലൈനടുത്തായി യാത്രക്കാർ കാത്തുനില്ക്കുന്നു. സുരേഷും അവരിലൊരാളായി. വഴിയാത്രക്കാർക്കു കടന്നുപോകുവാനുള്ള പച്ച സിഗ്നൽ വീണു കാൽനടക്കാർ തിക്കിതിരക്കി മറുവശം കടന്നു സുരേഷും.

സുരേഷിന്റെ വേഷവിധാനങ്ങളിൽ യാത്രക്കാർ ശ്രദ്ധിക്കുന്നുണ്ടെന്നു തോന്നി. മുഴിഞ്ഞു നാറിയ ഷർട്ടും മുണ്ടുമാണല്ലോ വേഷം. തോൾ സഞ്ചിയിൽ ഒരു ജോഡി വസ്ത്രങ്ങൾ കൂടി എടുത്തുവെക്കാനുള്ള സാവകാശം കിട്ടിയിരുന്നില്ലല്ലോ! അങ്ങനെ ഒരു മാനസികാവസ്ഥയിലായിരുന്നല്ലോ തന്റെ പലായനം. അസാധ്യമായതിനെക്കുറിച്ച് ഓർത്ത് സുരേഷ് സ്വയം അസ്വസ്ഥനായി.

ഹോട്ടലിൽ നിന്നിറങ്ങിയതു മുതലുള്ള അലച്ചിലാണ്. വല്ലാത്ത വിശപ്പും ക്ഷീണവും അനുഭവപ്പെട്ടു തുടങ്ങി.

റോഡു കടന്നു വന്നപ്പോൾ സുരേഷ് ഒരു മാടക്കട കണ്ടു. അവൻ അവിടേയ്ക്ക് കടന്നുചെന്നു. സാമാന്യം വിശാലമായ ഒരു കട. മാടക്കടയാണെങ്കിലും നന്നായി അലങ്കരിച്ചൊരുക്കിയിരിക്കുന്നു. ഒറ്റ നോട്ടത്തിൽ സുരേഷിനു തോന്നി. അവൻ കുറച്ചു നേരം പരുങ്ങി നിന്നു. മാടക്കടയിൽ ഒരാളിരുന്നു ബീഡി തെറുക്കുകയാണ്. അറുപത്തിയഞ്ചു വയസുതോന്നിക്കുന്നുണ്ട്. അദ്ദേഹം ബീഡിയില വെട്ടിത്തെറുക്കുന്ന ശ്രദ്ധയിലാണ്. ബീഡി ഇലയും പുകയിലയും ഇട്ടിരിക്കുന്ന മുറത്തിലേയ്ക്കാണ് അദ്ദേഹത്തിന്റെ ശ്രദ്ധ മുഴുവനും. സുരേഷ് അല്ല നേരം, നിശബ്ദനായി ഒതുങ്ങി നിന്നു. പരിസരമാകെ അവനൊന്നു വീക്ഷിച്ചു. മാടക്കടയുടെ അടുത്തൊന്നും മറ്റുകടകളില്ല. പക്ഷേ, എതിർ ഭാഗത്ത് വലുതും ചെറുതുമായ കടകളുണ്ട്. കൂടുതൽ നേരം അവനങ്ങനെ നില്ക്കാൻ കഴിഞ്ഞില്ല. വല്ലാത്ത പരവേശവും

വിശപ്പും ക്ഷീണവും അവനെ തളർത്തിയിരിക്കുന്നു. അവനറിയാവുന്ന മുറി ഹിന്ദിയിൽ അവൻ പറഞ്ഞു:

"ഏക് ബീഡി" കയ്യിൽ അവശേഷിച്ചിട്ടുള്ള അര രൂപ നീട്ടിക്കൊണ്ട് അവൻ പറഞ്ഞു. മാടക്കടക്കാരൻ ആഗതനെ അടിമുടി ഒന്നു വീക്ഷിച്ചു. കാഴ്ചയിൽ തന്നെ അയാൾ 'വരത്തനാണെന്നു' കടക്കാരന് മനസ്സിലായി. ബീഡി ചോദിച്ചുനിൽക്കുന്നവനെ കണ്ടിട്ട് വല്ലാത്ത ക്ഷീണവും അവശതയും തോന്നിക്കുന്നുണ്ട്. മലയാളിയാണെന്ന് വേഷവിധാനങ്ങൾ വിളിച്ചറിയിക്കുന്നുണ്ട്.

"എവിടെ നിന്ന് വരുന്നു" അല്പം തമാശ കലർന്ന കടക്കാരന്റെ ചോദ്യം കേട്ട സുരേഷിന് അത്ഭുതം തോന്നി. നാടുവിട്ടതിനു ശേഷം ആദ്യമായിട്ടാണ് മലയാളം കേൾക്കുന്നത്. ഒരു നിമിഷം അവൻ നിർന്നിമേഷനായി നിന്നുപോയി. മാടക്കടക്കാരൻ മലയാളിയാണെന്നറിഞ്ഞപ്പോൾ മനസ്സിന് വല്ലാത്തൊരു ആശ്വാസം തോന്നി. കത്തിജ്ജ്വലിച്ചുനിന്നിരുന്ന മനസ്സിനൊരു കുളിർമ തോന്നി.

"കേരളത്തീന്നു വരുവാ" സുരേഷ് പറഞ്ഞു; ആവേശത്തോടെ.

"പറയേണ്ട ആവശ്യമില്ലല്ലോ അത് വേഷം കണ്ടപ്പോഴേ മനസ്സിലായി" പിന്നെയും ചോദിച്ചു.

"നാടെവിടെ"! എത്ര സൗമ്യതയോടെയുള്ള സംസാരം. സുരേഷിനാശ്ചര്യം തോന്നി. താളാത്മകമായ സംസാര രീതി. കാഴ്ചയിൽ തന്റെ അച്ഛന്റെ പ്രായം. വൃത്തിയുള്ള ഷർട്ടും പാന്റ്സുമാണണിഞ്ഞിരിക്കുന്നത്. നെറ്റിയിൽ ചന്ദനക്കുറി അല്പല്പ മാഞ്ഞു തുടങ്ങിയതിന്റെ അടയാളം കാണാം. സുരേഷവന്റെ സ്ഥലപ്പേര് പറഞ്ഞു.

സുരേഷ് ഓരോന്ന് മനസ്സിൽ ആലോചിച്ചു നിൽക്കുന്നതിനിടെ വീണ്ടും കടക്കാരൻ ചോദിച്ചു: "എങ്ങോട്ട് പോകാനിറങ്ങി"? ബീഡി തെറുത്തുകൊണ്ടിരിക്കുന്നതിനിടെ മുഖം ഉയർത്താതെയാണ് ചോദ്യം ആവർത്തിച്ചത്.

"എങ്ങോട്ടെന്നറിയില്ല. എവിടേക്കെന്നും അറിയില്ല. ഒരു ജോലി തേടിയാണ് നാടുവിട്ടത്." സുരേഷ് തുടർന്ന് പറഞ്ഞു

ദയനീയമായ അവന്റെ മറുപടി കേട്ട കടക്കാരന്റെ ഉള്ളിന്റെയുള്ളിൽ അവനോട് അനുകമ്പ തോന്നി. ബീഡി തെറുപ്പ് നിർത്തിയിട്ട് അദ്ദേഹം, ഒരു ബീഡിയും ചോദിച്ചു യാചിച്ചു നിൽക്കുന്നവനെ, വീണ്ടും

ആപാദച്ചൂഡം ഒന്നുകൂടി നോക്കി. അവന്റെ ഉടുവസ്ത്രങ്ങളിലും ശ്രദ്ധിക്കുന്നുണ്ടായിരുന്നു. മുഷിഞ്ഞുനാറിയ ഷർട്ടും മുണ്ടും. ഹോട്ടലിലെ അടുക്കളയിൽ പണി ചെയ്തതിനാൽ വസ്ത്രങ്ങൾ വല്ലാതെ മുഷിഞ്ഞിരിക്കുന്നു. സുരേഷ് ഓർത്തു.

ചെറുപ്പക്കാരനായ താനെന്തിനാ നാട് വിട്ടത്.? നാട്ടിലെന്തെങ്കിലും ജോലി ചെയ്തു ജീവിക്കാമായിരുന്നില്ലേ! കടയുടമ സാഹിത്യപരമായ രീതിയിൽ വീണ്ടും അന്വേഷിച്ചു.

തന്റെ അച്ഛരനോളം പ്രായമുള്ള വ്യക്തിയാണ് കടക്കാരനെങ്കിലും നല്ല ആരോഗ്യവും ചുറുചുറുക്കുമുള്ള പ്രകൃതം. സുരേഷിന് അദ്ദേഹത്തോട് മതിപ്പും ബഹുമാനവും തോന്നി.

"നാട്ടിലെന്നാ ജോലികിട്ടാനാ സാറെ. ഉന്നത ബിരുദമുള്ളവർ പോലും ഒരു ജോലിക്കുവേണ്ടി അലഞ്ഞു തിരിയുന്നു. അപ്പോൾ വെറും പത്താം ക്ലാസുകാരനായ എന്നെ ആർക്കുവേണം? അതല്ല, രാഷ്ട്രീയക്കാരുടെ പിടിപാടും ഒത്താശയുമുണ്ടായിരുന്നെങ്കിൽ എന്തെങ്കിലും ജോലി ലഭിച്ചനെ." നാട്ടിൽ ഒരു ജോലി ലഭിക്കാൻ സാധിക്കാത്തതിന്റെ സാഹചര്യങ്ങളെ കുറിച്ച് സുരേഷ് വിശദീകരിച്ചു. ഹോട്ടലിൽ മൂന്നു ദിവസം ജോലി ചെയ്ത കാര്യം പറഞ്ഞില്ല. അവസരോചിതം പോലെ പറയാമെന്നു വിചാരിച്ചു.

"സാറിന്റെ പേരെന്താണെന്ന് ഞാനിതുവരെ ചോദിച്ചില്ലല്ലോ?"

"എന്റെ പേരു ബാലകൃഷ്ണൻ എന്നാണെടോ. ചിലരൊക്കെ ബാലൻ എന്നും ചിലർ ബാലുവെന്നും കൃഷ്ണനെന്നുമൊക്കെ അവരവരുടെ നാക്കിൽ വഴങ്ങുന്നതുപോലൊക്കെ വിളിക്കുന്നു."

"തന്റെ പേരു ഞാൻ ചോദിച്ചില്ലല്ലേടോ"

"എന്റെ പേര് സുരേഷ് എന്നാണ്. സുരേഷ് കുട്ടപ്പൻ. അച്ഛരന്റെ പേരാണ് കുട്ടപ്പൻ. സാറിന്റത്രയും പ്രായമുണ്ട്."

"ഞാ. സുരേഷേ, ഞാനും ഉദ്യോഗം തേടി ബോംബെയിൽ വന്നവനാണെടോ." ബാലകൃഷ്ണൻ ബോംബെയിൽ എത്തപ്പെട്ട സംഭവങ്ങളുടെ ചുരുളഴിക്കുകയായിരുന്നു.

"നാട്ടിൽ മോശമല്ലാത്ത ഒരു തറവാട്ടിലായിരുന്നു ഞാൻ ജനിച്ചത്. ഞങ്ങളുടെ നാട്ടിൻപുറങ്ങളിൽ ആദ്യത്തെ ഓടിട്ട വീടും ഞങ്ങളുടേതായിരുന്നു. മൂന്ന് അമ്മാവന്മാർ ബോംബെയിൽ ഉദ്യോഗസ്ഥർ. മൂത്ത അമ്മാവൻ രാധാകൃഷ്ണൻ വെസ്റ്റേൻ

റെയിൽവേയിൽ ഉദ്യോഗസ്ഥൻ. അതിനു താഴെ ഉള്ള അമ്മാവൻ പ്രതാപൻ കോൺട്രാക്ടർ. ഏറ്റവും ഇളയ അമ്മാവൻ പ്രാശാന്തൻ മിലിട്ടറി എൻജിനീറിങ് സർവീസിൽ ഉദ്യോഗസ്ഥൻ. ഇന്നമ്മാവന്മാരിൽ ആരും ജീവിച്ചിരിപ്പില്ല. എല്ലാവരും കടന്നു പോയി, അന്യലോകത്ത്."

"ഓ. സുരേഷേ, നിന്നെ ഞാൻ ബോറടിപ്പിക്കുകയാണ്." ബാലകൃഷ്ണൻ വീണ്ടും തുടർന്നു.

"അല്ല നീ ബീഡി ചോദിച്ചില്ലേ? ബീഡിയാണോ വേണ്ടത് അതോ, വിശപ്പിന് എന്തെങ്കിലും കഴിക്കുവാനാണോ വേണ്ടത്?

ആദ്യമായി കണ്ടുമുട്ടിയവർ. ഒരു മുൻപരിചയവുമില്ലാത്തവർ! നാടെവിടെയാണെന്നു മാത്രമേ പറഞ്ഞുള്ളൂ എന്നെക്കുറിച്ച് ഒരു കാര്യവും അറിഞ്ഞിട്ടില്ലാത്ത ഈ മാടക്കടക്കാരൻ എന്റെ വിശപ്പിനെ പറ്റി ചിന്തിക്കുന്നു! സുരേഷ് ഒരു നിമിഷം ഒന്നും പറയാനാവാതെ നിന്നുപോയി. എന്തുപറയണമെന്നറിയാതെ തൊണ്ടവരണ്ടു!

"എന്താ സുരേഷേ, നീ തലപുകഞ്ഞു ചിന്തിച്ചു കൂട്ടുന്നത്. എനിക്കു മനസിലായി. നിന്നെക്കുറിച്ചെനിക്കെന്തറിയാം എന്നല്ലേ ആലോചിക്കുന്നത്." ബാലൻ ചേട്ടൻ, അങ്ങനെ വിളിക്കുമോ? ആവോ! അച്ഛനോളം പ്രായമുള്ള മനുഷ്യൻ, തന്റെ മനസ്സളന്നിരിക്കുന്നു. സുരേഷ് ആലോചനയിൽ നിന്നും ഉണർന്നു. വർത്തമാനകാലത്തിലേയ്ക്ക് മടങ്ങി വന്നു.

"ചേട്ടാ, ഞാൻ......എനിക്കെങ്ങനെ...... വിളിക്കാമോ? എന്നെനിക്കറിയില്ല." സുരേഷ് വിക്കിവിക്കി പറഞ്ഞൊപ്പിച്ചു.

3

നിന്റെ നാടും അച്ഛന്റെ പേരും പറഞ്ഞപ്പോൾ നിന്നെ എനിക്കു മനസ്സിലായി. നീ അന്യനല്ല. നീ സ്വന്തമാണ്. എത്തേണ്ട കൈകളിൽ നീ എത്തിയിരിക്കുന്നു. വിധിയുടെ വിചിത്രമായ വിളയാട്ടം. ബാലകൃഷ്ണൻ അവനെ തിരിച്ചറിഞ്ഞിരിക്കുന്നു. പക്ഷേ, അയാൾ അവനോടതു പറഞ്ഞില്ല. മനസ്സിൽ തന്നെ സൂക്ഷിച്ചു. സമയമാകട്ടെ. സാവകാശം ആ സത്യം അവനറിഞ്ഞാൽ മതി. ഇപ്പോൾ പറഞ്ഞാൽ, അതൊരതിശയോക്തിയാകും?

"സുരേഷേ നിനക്കിഷ്ടമുള്ളത് വിളിക്കാം. അത് നിന്റെ മനോധർമ്മം പോലെ ചെയ്യാം." ബാലകൃഷ്ണൻ പറഞ്ഞു.

"ഞാൻ ബാലനച്ഛൻ എന്ന് വിളിച്ചുകൊള്ളട്ടെ? എന്നെ അതിനനുവദിക്കുമല്ലോ?" സുരേഷ് കെഞ്ചി.

"ശരി. ഞാൻ നിനക്കു പെർമിഷൻ തന്നിരിക്കുന്നു." ബാലകൃഷ്ണന്റെ അനുമതി ലഭിച്ചതിന്റെ സന്തോഷത്തിൽ അവന്റെ മനസ്സ് തണുത്തു. കാടുകയറിക്കിടന്നിരുന്ന ഇടുങ്ങിയ കുടുസ്സിൽ നിന്നും താനൊരു സുഗമമായ വഴിത്താരയിൽ എത്തിച്ചേർന്നതിന്റെ ആശ്വാസമാണപ്പോൾ സുരേഷിന് തോന്നിയത്.

"സുരേഷേ നിനക്ക് നന്നായി വിശക്കുന്നുണ്ടാകും? വരൂ നമുക്ക് കാപ്പി കഴിക്കാം." ബാലകൃഷ്ണൻ ബീഡിതെറുപ്പ് നിർത്തിയിട്ട് മാടക്കടയുടെ താഴത്തെ തട്ടുപടിയിലേക്കിറങ്ങി. ഒരു സൈഡിലേക്ക് കൈ കഴുകിയിട്ട് കടയിൽ സൂക്ഷിച്ചിരുന്ന ഒരു പൊതി തുറന്നു. വാഴയിലയിൽ പൊതിഞ്ഞു വച്ചിരിക്കുന്ന ഇഡ്ഡലിയും ചെറിയ ഒരു സ്റ്റീൽ ടിന്നിൽ ചമ്മന്തിയും.

ബാലകൃഷ്ണൻ കടയ്ക്കുള്ളിൽ നിന്നും ഒരു സ്റ്റൂളെടുത്തു സുരേഷിന് കൊടുത്തു. ''ഇരിക്കൂ, കൈ കഴുകുന്നതിനായി കുപ്പിയിൽ കരുതിയിരുന്ന വെള്ളം എടുത്തു കൊടുത്തു.

''വേണ്ട ബാലനച്ചരൻ കഴിക്കൂ.'' സുരേഷ് ഔപചാരികമായി പറഞ്ഞൊഴിയാൻ ശ്രമിച്ചു.

''വേണ്ടേടോ അഭിമാനമൊന്നും നോക്കണ്ട. വിശപ്പിനു വല്ലതും കിട്ടിയാൽ കഴിക്കാൻ നോക്കൂ. എനിക്കറിയാം നിനക്ക് നല്ല വിശപ്പ് ഉണ്ടെന്ന് '' വിശക്കുന്നവന് അന്നം നൽകുന്നതിലും വലിയ പുണ്യമുണ്ടോ? ശരിയാണ്. അസഹനീയമായ വിശപ്പുണ്ടായിരുന്നു പക്ഷേ, കടയുടമയുടെ മൃദു സമീപനവും സംസാരവും കേട്ടപ്പോൾ പകുതി വിശപ്പും ശമിച്ചിരിക്കുന്നു. നല്ല വാക്കുകൾ വിശപ്പിനെപ്പോലും ശമിപ്പിക്കും!? ബാലകൃഷ്ണൻ നീട്ടിയ ഇഡ്ഡലിപ്പൊതി വാങ്ങി അവൻ ആർത്തിയോടെ കഴിച്ചു. എത്ര സ്വാദ്., ഈ വയോധികൻ, തന്റെ മുൻപിൽ അവതരിച്ച ദൈവദൂതനാണോ!? മനസ്സ് നിറഞ്ഞ നിർവൃതിയോടെ സുരേഷ് ആ മനുഷ്യനെ കണ്ണിമയ്ക്കാതെ നോക്കി നിന്നു. "എനിക്ക് ബാലനച്ചരനോട് നന്ദി പറയുവാനുള്ള വാക്കുകൾ അറിയില്ല. ഈശ്വരൻ അങ്ങയെ അനുഗ്രഹിക്കട്ടെ!" സുരേഷിന്റെ മനസ്സുനിറഞ്ഞസന്തോഷം അങ്ങനെ മാത്രമേ അവനുപ്രകടിപ്പിക്കുവാൻ കഴിഞ്ഞുള്ളു, പറയുവാൻ കഴിഞ്ഞിരുന്നുള്ളു.

"ഈശ്വരാനുഗ്രഹം എനിക്ക് വേണ്ടുവേളം ലഭിച്ചവനാണ് കുട്ടി. ഞാൻ വളരെയേറെ ബുദ്ധിമുട്ടുകളും കഷ്ടപ്പാടുകളും അനുഭവിച്ചവനാണ്. നിന്റെ പ്രയാസങ്ങൾ എനിക്കൂഹി ക്കാവുന്നതേയുള്ളു." ബാലകൃഷ്ണൻ തുടർന്നു.

"ഈ മാടക്കടയാണെടോ എന്റെ ജീവിതം. ഈ കടയാണെന്റെ ജീവിതം കരു പിടിപ്പിച്ചത്. അതിനടുത്തായി പല പല സ്ഥാപനങ്ങൾ ഇന്നെനിക്കുണ്ട്. എന്റെ മൂത്ത മരുമകൻ ആനന്ദാണതെല്ലാം നോക്കിനടത്തുന്നത്. എന്തൊക്കെയുണ്ടെങ്കിലും ഈ സ്ഥാപനം, ഈ പ്രസ്ഥാനം ഞാനുപേക്ഷിക്കില്ല.

എനിക്കെല്ലാസൗഭാഗ്യങ്ങളും നല്കിയത് ഈ ചെറിയ കടയാണ്. ചെറുതല്ല, ചെറിയ വലിയ കടയാണ്."

ബാലകൃഷ്ണൻ മെല്ലെമെല്ലെ തന്റെ മനസ്സുതുറക്കുകയായിരുന്നു.

"ഞാനിന്നുവരെ ആരോടും ഒന്നും തുറന്നു പറഞ്ഞിട്ടില്ല. അല്ലെങ്കിലും, എല്ലാ രഹസ്യങ്ങളും ആരോടും പറയാൻ പാടില്ലെന്നാണ് പറയുന്നത്. കുറച്ചൊക്കെ സ്വകാര്യത സൂക്ഷിക്കണം. പക്ഷേ, നിന്നെ കണ്ടമാത്രയിൽ തന്നെ നീ എന്റെ സ്വന്തത്തിൽപ്പെട്ടവനാണെന്നുള്ള ഒരുൾവിളി എനിക്കനുഭവപ്പെട്ടു. അതിന്റെ കാരണമെന്താണെന്നൊന്നും എനിക്ക് മനസ്സിലാകുന്നില്ല." സുരേഷ് സ്വന്തക്കാരനാണെന്നുള്ള യാഥാർഥ്യം, ബാലകൃഷ്ണൻ ഇപ്പോഴും വെളിപ്പെടുത്തിയില്ല. അവൻ ഏതുതരക്കാരനാണെന്ന് മനസ്സിലാകണമല്ലോ!? ഇന്നത്തെ ചെറുപ്പക്കാരെ കണ്ണടച്ചങ്ങു വിശ്വസിച്ചുകൂടല്ലോ?! നാടുവിട്ടതെന്തിനെന്നറിയില്ലല്ലോ.? സുരേഷിനു ഒന്നും ഉരിയാടുവാൻ കഴിഞ്ഞില്ല. അവൻ ഇരു കൈകളും ഉയർത്തി അദ്ദേഹത്തെ തൊഴുതു. മതിൽക്കെട്ടിനുള്ളിൽ, ശ്രീ കോവിലിൽ കുടിയിരിക്കുന്ന കരിങ്കൽ പ്രതിമകളെക്കാൾ ഏറെ ദിവ്യാനുഗ്രഹം ചൊരിയുവാൻ കഴിവുള്ള മനുഷ്യരും ഈ ഭൂമിയിൽ അവതാരമെടുത്തിട്ടുണ്ടെന്നുള്ള യാഥാർഥ്യം ഇപ്പോഴാണാനുഭവപ്പെട്ടത്. കണ്ണുതുറക്കാത്ത ദൈവങ്ങൾ. ഒത്തിരി വിളിച്ചാലെ ചിലപ്പോൾ വിളികേൾക്കുകയുള്ളൂ! അദൃശ്യമായി അനുഗ്രഹിച്ചെന്നുമിരിക്കും!

ദാദർ റെയിവേസ്റ്റേഷനിൽ തീവണ്ടിയിറങ്ങി. ഇവിടെ എത്തുന്നതുവരെ എത്രയോ ആൾക്കാരെ കണ്ടു. താൻ പലതും ചോദിച്ചു. അവരിൽ നിന്നൊന്നും ഒരു പ്രതികരണവും ഉണ്ടായില്ല. വഴിയിൽ താൻ കണ്ടുമുട്ടിയവരെല്ലാം മനുഷ്യനായിരുന്നോ?! തന്നെ ഈ വലിയ മനസ്സിനുടമയായ മനുഷ്യനിലേയ്ക്ക് കൊണ്ടെത്തിച്ച ആ ദിവ്യ ശക്തി ചൈതന്യം എന്തായിരിക്കും?! എല്ലാം ഈശ്വരനെന്ന ഒരു മഹാശക്തി ആയിരിക്കും! തന്റെ പൂർവ്വികൾ ചെയ്തിട്ടുള്ള സൽക്കർമ്മം, പൂർവ്വജന്മ സുകൃതമായിരിക്കാം. സുരേഷ് ഈശ്വരന്മാരെ മനസ്സിൽ ധ്യാനിച്ചു. താനാരാധിക്കുന്ന ഈശ്വരന്മാർ തനിക്ക് തുണയായോ? മനസ്സാകൃതാർത്ഥനായി.

"വരൂ". ബാലാനച്ചരന്റെ ശബ്ദം കേട്ടാണ് സുരേഷ് ചിന്തകളിൽ നിന്നുണർന്നത്. ബാലകൃഷ്ണൻ പറഞ്ഞു: "വാ, പോകാം" കടയുടെ ഷട്ടർ അടച്ചിട്ട് ബാലകൃഷ്ണൻ ഇറങ്ങി നടന്നു. സുരേഷ് അദ്ദേഹത്തെ പിന്തുടർന്നു. ഒന്നുമറിയാത്ത, അനുസരണയുള്ള ഒരു

കൊച്ചുകുട്ടിയെപ്പോലെ സുരേഷ് അദ്ദേഹത്തിന്റെ പിന്നാലെ നടന്നു.

റോഡിന്റെ ഇരുവശങ്ങളിലുമായി വലുതും ചെറുതുമായ ഒത്തിരികടകൾ. പലചരക്കുകടകൾ, വിവിധയിനം പാത്രങ്ങൾ വില്ക്കുന്ന കടകൾ. ഇലക്ട്രോണിക്ക് സാധനങ്ങൾ വില്ക്കപ്പെടുന്ന വിശാലമായ കട. ഷോപ്പിങ് മാളുകൾ. സൂപ്പർമാർക്കറ്റുകൾ. അങ്ങനെ പലതും. ഇടയ്ക്കൊക്കെ ഗ്ലാസ്സ് കതകുകൾ ഫിറ്റുചെയ്തിട്ടുള്ള ഓഫിസുകൾ.

അവനൊരു മായാലോകത്തുകൂടി നടക്കുന്നതായി അവനുതോന്നി. താൻ കാണുന്നതെല്ലാം മായക്കാഴ്ചകളാണോ? അവൻ കണ്ണുകൾ ചിമ്മിയടച്ചുതുറന്നു. അല്ല, മായയല്ല! യാഥാർഥ്യങ്ങൾ തന്നെ. നാട്ടിലും കട കമ്പോളങ്ങളൊക്കെയുണ്ട്. എങ്കിലും ഇങ്ങനെ ഒരു ഭാഗത്തായി ഇത്രയേറെ കടകൾ കാണാറില്ല. സുരേഷോർത്തു.

"നമ്മുക്ക് കഥയും ചരിത്രവുമൊക്കെ പിന്നെ തുടരാം. അതിരിക്കട്ടെ, നിനക്ക് തൊഴിലുവല്ലതും വശമുണ്ടോ? ഇങ്ങനെ പോയാൽ മുംബൈയിൽ ജീവിക്കുവാൻ വളരെ പ്രയാസമാണ്." ബാലകൃഷ്ണൻ പറഞ്ഞു." ഈ നഗരത്തിൽ പണിയില്ലെങ്കിൽ പട്ടിണികിടന്നു നട്ടം തിരിയും. വഴിനീളെ അലഞ്ഞു തിരിയേണ്ടി വരും."

ബാലകൃഷ്ണന്റെ ചോദ്യം കേട്ട സുരേഷ് പെട്ടെന്നുതന്നെ മറുപടി പറഞ്ഞു. "എനിക്ക് ബീഡിതെറുക്കാനറിയാം."

പഠിച്ചുകൊണ്ടിരുന്ന കാലത്ത്, വൈകുന്നേരങ്ങളിലും ഒഴിവു ദിവസങ്ങളിലുമൊക്കെ നാട്ടിലെ ബോട്ടു ജട്ടിക്കടുത്തുള്ള വാസുദേവൻ ചേട്ടന്റെ മുറുക്കാൻ കടയിൽ പോയിരിക്കുക പതിവായിരുന്നു. വാസുദേവൻ ചേട്ടന് ബീഡി തെറുപ്പുണ്ടായിരുന്നു. അദ്ദേഹമാണ് തന്നെ ബീഡി തെറുത്തുണ്ടാക്കാൻ പഠിപ്പിച്ചത്. അദ്ദേഹം ഇന്ന് ജീവിച്ചിരിപ്പില്ല. വാസുദേവൻ ചേട്ടന്റെ സ്മരണകൾ, സുരേഷിന്റെ മനസ്സിനെ വല്ലാതെ സ്പർശിച്ചു. എത്ര നല്ല മനുഷ്യ സ്നേഹിയായിരുന്നു. പരോപകാരിയും!

"എന്താണു താൻ ഓർക്കുന്നത്. എന്നോടൊപ്പം ചേർന്നു ബീഡി തെറുക്കാമോ?" ബാലകൃഷ്ണൻ ആരാഞ്ഞു.

ഈശ്വരതുല്യനായ ഈ മനുഷ്യനോട് എങ്ങനെ ഞാൻ നന്ദി പറയും!

"ശരി ബാലനച്ഛരാ, ചെയ്യാം" സുരേഷിന്റെ മിഴികൾ ഈറനണിഞ്ഞു. മുഷിഞ്ഞ മുണ്ടിന്റെ കോന്തലപിടിച്ചവൻ കണ്ണുകളൊപ്പി. മുണ്ടിലെ അഴുക്ക് കണ്ണീരിൽ കുതിർന്നു.

"എന്തിനാടോ നീ കരയുന്നത്. ബുദ്ധിമുട്ടുന്നവനെ, ഏതെങ്കിലും തരത്തിൽ, മനസ്സറിഞ്ഞ് സഹായിക്കാത്തവൻ മനുഷ്യനാണോ?" ബാലകൃഷ്ണൻ ദയാ ദാക്ഷണ്യത്തോടെ സുരേഷിന് ജോലി വാഗ്ദാനം ചെയ്തു. ബാലകൃഷ്ണൻ തുടർന്നു പറഞ്ഞു.

നീ ആരാണെന്നും എത്തരക്കാരനാണെന്നും ഒന്നും എനിക്കറിയില്ല. എങ്കിലും നിന്നെ ഞാൻ വിശ്വസിക്കുന്നു." ബാലകൃഷ്ണൻ അങ്ങനെയാണു പറഞ്ഞത്. അവന്റെ മനസ്സളക്കാൻ വേണ്ടിയിട്ടാണ് അദ്ദേഹം അങ്ങനെ പറഞ്ഞത്.

"ഞാനൊരു പാവമാണ്. ഒരു നിർധനകുടുംബത്തിൽ ജനിച്ചവൻ, ബാലനച്ഛരനോട് ഞാനൊരിക്കലും നന്ദികേടുകാണിക്കില്ല. അങ്ങയുടെ ആത്മാർത്ഥമായ ഈ കാരുണ്യത്തിനു മുമ്പിൽ, ഒരിക്കലും ഞാനൊരു നെറികേടും കാണിക്കുകയില്ല." സുരേഷിന്റെ കണ്ണുകൾ വീണ്ടും സജലങ്ങളായി.

ഏകദേശം ഒരു പത്തുമിനിട്ടവർ നടന്നു. മനോഹരമായ ഒരഞ്ചുനില കെട്ടിടത്തിനുമുമ്പിൽ അവർ എത്തി. ഗേറ്റ് കടന്നുചെന്നപ്പോൾ വാച്ച് മാൻ ചാടി എഴുന്നേറ്റ്. ബാലകൃഷ്ണനെ കൈ ഉയർത്തി സല്യൂട്ട് ചെയ്തു. അദ്ദേഹവും പ്രത്യഭിവാദ്യം ചെയ്തിട്ട് അകത്തേയ്ക്ക് പ്രവേശിച്ചു. നല്ല രീതിയിൽ തറയോടു പാകിയിരിക്കുന്നു. അരികുതോറും വിവിധയിനം പൂച്ചെടികൾ വെച്ചുപിടിപ്പിച്ചിരിക്കുന്നു പൊതുവെ നോക്കിയാൽ, വൃത്തിയും വെടിപ്പുമായി സൂക്ഷിച്ചിരിക്കുന്ന ഒരു ബിൽഡിംഗ്. സുരേഷ് അല്പനേരം നോക്കിനിന്നുപോയി.

നാട്ടിലുള്ള ചില പുതുപ്പണക്കാരുടെ വീടിനെ ഓർമ്മപ്പെടുത്തുന്ന കാഴ്ച. എന്നാലും ഇത്രയൊന്നും മനോഹാരിത അതിനൊന്നും തോന്നിയിട്ടില്ല!

"വാ, സുരേഷേ" ബാലകൃഷ്ണൻ അവനെ വിളിച്ചിട്ട് ലിഫ്റ്റിനടുത്തെത്തി സ്വിച്ചിൽ വിരലമർത്തി. ലിഫ്റ്റെത്തി. അവർ രണ്ടാം നിലയിൽ ഇറങ്ങി. 202 എന്ന നമ്പർ ഫ്ളാറ്റിനു മുൻപിലെത്തി കോളിംഗ് ബെല്ലമർത്തി! ബാലകൃഷ്ണൻ എന്ന

നെയിംബോർഡുകണ്ടു.

ഉള്ളിൽ കോളിംഗ് ബെല്ലിന്റെ സംഗീതം കേട്ടു. കതകു തുറന്നു. നല്ല പാകതയും കുലീനത്വവുമുള്ള ഒരു സ്ത്രീ വന്നു പുഞ്ചിരിക്കുന്ന മുഖവുമായി വാതിൽ തുറന്നു തന്നു. അൻപത്തിയഞ്ചു വയസുതോന്നിക്കുന്ന ഐശ്വര്യമുള്ള ഒരു സ്ത്രീരത്നം. കോട്ടൺ സാരിയും ബ്ലൗസുമാണ് വേഷം. നെറ്റിത്തടത്തിൽ ചന്ദനക്കുറി ചാർത്തിയിരിക്കുന്നു. ബാലനച്ചെരന്റെ ഭാര്യയായിരിക്കും. സുരേഷ് ഊഹിച്ചു. മാടക്കടയിൽ ഇരുന്ന അദ്ദേഹത്തിന്റെ നെറ്റിയിലും മാഞ്ഞു തുടങ്ങിയ കളഭക്കുറിയുടെ പാടുണ്ടായിരുന്നല്ലോ! ഇപ്പോഴും അദ്ദേഹത്തിന്റെ നെറ്റിയിൽ അതിന്റെ ചെറിയ അടയാളം അവശേഷിച്ചിട്ടുണ്ട്. രണ്ടുപേരും കൂടി അടുത്തെവിടെയെങ്കിലുമുള്ള ക്ഷേത്രത്തിൽ നിർമ്മാല്യം തൊഴാൻ പോയിരുന്നിരിക്കാം! ഈശ്വരവിശ്വാസികൾ തന്നെ. അതിനു യാതൊരു തർക്കവുമില്ല. ഭഗവാൻ അറിഞ്ഞനുഗ്രഹിച്ചിട്ടുള്ള സന്തുഷ്ടകുടുംബം! സുരേഷ് ബാലകൃഷ്ണൻ ദമ്പതികളെക്കുറിച്ച് സാമാന്യമായ ഒരു വിലയിരുത്തൽ നടത്തി.

"സുരേഷേ! ഇതെന്റെ സഹധർമ്മിണി സുലോചന" ബാലകൃഷ്ണൻ ഭാര്യയെ സുരേഷിനു പരിചയപ്പെടുത്തിയിട്ട് പറഞ്ഞു:" സുലു, ഇത് സുരേഷ്. ബാലകൃഷ്ണന്റെ പിന്നിലായി ഒതുങ്ങി നിന്നിരുന്ന സുരേഷിനെ ചൂണ്ടി ഭാര്യയോട് വീണ്ടും പറഞ്ഞു: "പുതിയ കുട്ടിയാണിവിടെ. ജോലിതേടി നാടുവിട്ടിറങ്ങിയതാണ്. ഒരു ബീഡി ചോദിച്ചാണ് പുള്ളി കടയിലെത്തിയത്. ഞാനിവനെയങ്ങു കൂടെക്കൂട്ടി."

"കേറി വരൂ" യാതൊരു പരിചയവുമില്ലാത്തവനായി ഒരിടത്തെത്തിയതിന്റെ പതർച്ചയോടെ നിന്ന സുരേഷിനെ ആ വീട്ടമ്മ സ്നേഹത്തോടെ സ്വാഗതം ചെയ്തു. ഒരമ്മമനസ്സോടെ!

ബാലകൃഷ്ണൻ മുമ്പിലും സുരേഷ് പിൻപിലുമായി ഹാൾറൂമിലേക്കു പ്രവേശിച്ചു. മുഷിഞ്ഞ വസ്ത്രങ്ങൾ ആയതിനാൽ അവനല്പം പരുങ്ങി. വൃത്തിയും വെടിപ്പുമായി ഒരുക്കിയിരിക്കുന്ന സ്വീകരണമുറി. സോഫാസെറ്റും ടീപോയും. ടീപ്പോക്കുമുകളിയായി നല്ലൊരു ഫ്ളവർബോട്ടിൽ വിവിധ വർണ്ണത്തിലുള്ള പ്ലാസ്റ്റിക് പൂക്കൾ വെച്ചിരിക്കുന്നു.

"എടോ, സുലു, ഇവനൊരു കൈലിയും തോർത്തും കൊടുക്ക്. അവനൊന്നുകുളിച്ചു വൃത്തിയായിട്ടുവരട്ടെ" ബാലകൃഷ്ണൻ ഭാര്യയോട് പറഞ്ഞു. ഒരു പുതിയ തോർത്തും കൈലി മുണ്ടും, മുറിയ്ക്കുള്ളിൽ നിന്നും സുലോചന സുരേഷിന് കൊണ്ടുകൊടുത്തു. അവനതു കൈ നീട്ടി വാങ്ങി.

ബാലകൃഷ്ണൻ സുരേഷിന് കുളിമുറി കാണിച്ചുകൊടുത്തു. "മുഷിഞ്ഞ തുണികളെല്ലാം കഴുകി. ബാത്ത്റൂമിലെ കമ്പിയിൽ ഇട്ടുകൊള്ളൂ. പിന്നീടവ ഉണങ്ങാനിടാം" ബാലകൃഷ്ണൻ സുരേഷിന് നിർദ്ദേശം നല്കി.

സുരേഷ് കുളി കഴിഞ്ഞ് വസ്ത്രം മാറി വന്നപ്പോഴേയ്ക്കും തീൻമേശയിൽ ആഹാരസാധനങ്ങൾ നിറഞ്ഞിരിക്കുന്നു. ബാലകൃഷ്ണനും ഭാര്യയും കൂടി വിവിധയിനം ആഹാരം ഓരോപാത്രങ്ങളിലായി നിരത്തിയിരിക്കുന്നതു കണ്ടു. സുരേഷ് ഒരു നിമിഷം മിഴിച്ചു നിന്നു! ഒരു സദ്യവട്ടം ഒരുക്കിയിരിക്കുന്നത് പോലെ അവനു തോന്നി.

അടുക്കളയിൽ നിന്നും ഇറങ്ങി വരുന്നതിന്റെ ഇടതു വശത്തായി ഡൈനിങ് ടേബിൾ, ആറുകസേരകൾ, വലതു ഭാഗത്തതായി ഒരു ദിവാൻകോട്ടും ഇട്ടിരിക്കുന്നുണ്ട്.

ഭംഗിയായി, ഗ്ലാസ്സിട്ടലങ്കരിച്ചിരിക്കുന്ന ഒരു ഷെൽഫ്. അതിൽ വിവിധയിനം പെയി ന്റിങ്സുകളും കാഴ്ചവസ്തുക്കളും. വാട്ടർ കളറിലും ഓയിൽ കളറിലും കുറെ ചിത്രങ്ങൾ. ഗ്ലാസ്പെയിന്റിങ്സിലും ചില ചിത്രപ്പണികളും കാണാം. അലമാരയുടെ ഒരു തട്ടിൽ രണ്ടു പെൺകുട്ടികളുടെ ഫോട്ടോകൾ. കുട്ടിക്കാലത്തു അച്ഛനും അമ്മയും ചേർന്ന് നിന്നിട്ടെടുത്തവയാണ്. പിന്നെ പെൺകുട്ടികളുടെ വിവാഹഫോട്ടോകളും. സുരേഷവയെല്ലാം, ഒരു നിമിഷം സാക്കൂതം നോക്കിനിന്നു!

4

"സുരേഷേ, വാ ആഹാരം കഴിക്കാം. സുലോചനയാണ് അവനെ ആഹാരത്തിനു ശ്രദ്ധ ക്ഷണിച്ചത്.

"ആഹാരം കഴിക്കടോ" ബാലകൃഷ്ണൻ പറഞ്ഞു." പിന്നീട് എല്ലാം ഞാൻ വിസ്തരിച്ചു പറയാം, ആരൊക്കെയാണ് ഫോട്ടോയിലുള്ളതെന്ന്.

എല്ലാവരും ഭക്ഷണം കഴിക്കുവാൻ തുടങ്ങി. സ്വാദിഷ്ടമായ വിഭവങ്ങൾ. ആഹാരം കഴിക്കുന്നതനിടെ നാട്ടിലുള്ള അച്ഛനേയും അമ്മയേയും സഹോദരങ്ങളെക്കുറിച്ചും സുരേഷ് ഓർത്തു പോയി. അച്ഛനെ അവനൊത്തിരി ഇഷ്ടമാണ്. അച്ഛനും മക്കളെല്ലാവരോടും ഒരുപാട് സ്നേഹമായിരുന്നു. സ്നേഹവാത്സല്യത്തോടെ ആണ് ഞങ്ങളെയെല്ലാം വളർത്തിയത്. മക്കളെയൊക്കെ പ്രാപ്തരാക്കി പഠിപ്പിക്കുന്നതിനുമൊക്കെ അച്ഛൻ വളരെയേറെ ബുദ്ധിമുട്ടിയിട്ടുണ്ട്. കൂലി വേല ചെയ്തിട്ടുണ്ട് സുരേഷോർത്തു.

കുട്ടിക്കാലത്ത് തന്റെ ഏതാവശ്യങ്ങളും അച്ഛൻ സാധിച്ചു തരുമായിരുന്നു. സ്കൂളിൽ പോകുമ്പോൾ മിഠായി വാങ്ങിക്കാൻ അച്ഛൻ കാശു തരുമായിരുന്നു. താൻ എട്ടാം ക്ലാസ്സ് പാസ്സായപ്പോൾ അച്ഛൻ സൈക്കിൾ വാങ്ങിത്തന്നു.! 'മൂന്നുപെങ്ങൾമാർക്കും കൂടി ഒരാങ്ങള' എന്നു പറഞ്ഞു അച്ഛനും അമ്മയും തന്നെ ഒത്തിരിസ്നേഹം തന്നാണ് വളർത്തിയത്.

സുരേഷിന്റെ മിഴിക്കോണിൽ രണ്ടിറ്റുകണ്ണീർത്തുള്ളികൾ നിറഞ്ഞുതുളുമ്പി. ബാലനച്ഛനും സുലോചനയമ്മയും കാണാതെ അവൻ കണ്ണുകളൊപ്പി.

രുചികരമായി ആഹാരം കഴിച്ചെങ്കിലും അവന്റെ മനസ്സ് നിറയെ വീട്ടിലെ കഷ്ടപ്പാടുകളെക്കുറിച്ചുള്ള ചിന്തകളായിരുന്നു.

"ആഹാരം ഒത്തിരി സ്വാദിഷ്ടമായിരുന്നമ്മേ"! സുരേഷ് അഭിപ്രായപ്പെട്ടു.

"ഉച്ചക്ക് ആഹാരത്തിന് ഒരതിഥികൂടി ഉണ്ടായിരിക്കുമെന്നുള്ള കാര്യം ബാലേട്ടൻ പറഞ്ഞിരുന്നില്ലല്ലോ" സുലോചന അമ്മ പറഞ്ഞു. "അല്ലെങ്കിൽ എന്തെങ്കിലുമൊക്കെ തയ്യാറാക്കുമായിരുന്നു. "ഇങ്ങനെയൊരു വിരുന്നുകാരൻ എത്തുമെന്നുള്ള കാര്യം ഞാനുണ്ടോ അറിഞ്ഞു" ബാലനച്ഛരൻ പറഞ്ഞു "സാരമില്ല, അവൻ വിരുന്നുകാരനൊന്നുമല്ല. അവൻ ഇവിടെയൊക്കെത്തന്നെ ഉണ്ടാകും. ഉടനൊന്നും അവനെ വിടാൻ ഉദ്ദേശിക്കുന്നില്ല," അവനെ കടയിൽ നിർത്തി ബീഡിതെറുപ്പിക്കാം"!

ബാലനച്ഛരൻ, തന്നെ ഒപ്പം കൂട്ടുമെന്നുള്ള കാര്യം ആ വാക്കുകളിൽ നിന്നും സുരേഷിനു ബോദ്ധ്യമായി. അവൻ മനസ്സിൽ, ദൈവങ്ങൾക്ക് ആയിരമായിരം സ്തുതി ചൊല്ലി.

"അല്പമൊന്നു വിശ്രമിച്ചിട്ട് നമുക്കൊന്നു പുറത്തുപോകാം," ബാലകൃഷ്ണൻ പറഞ്ഞു. "സുരേഷ് ഇരിക്." ബാലകൃഷ്ണൻ ദിവാൻകോട്ടിലേക്ക് നീണ്ടു നിവർന്നു കിടന്നു. സുരേഷ് അടുത്തുതന്നെയുള്ള സോഫയിൽ ഇരുന്നു, ഒരന്യനെപ്പോലെ.

മുംബൈയിൽ എത്തിയെന്നുള്ള വിവരങ്ങളൊക്കെ കാണിച്ച് നാട്ടിലേക്ക് കത്തെഴുതണം. സുരേഷ് ആലോചിച്ചു. നമ്മുടെ കഷ്ടപ്പാടുകളൊക്കെ മാറുമെന്ന് തോന്നുന്നു. ഞാൻ എത്തപ്പെട്ടിരിക്കുന്നത് സ്നേഹസമ്പന്നരായ ഒരു കുടുംബത്തിലാണ്. ഈശ്വരതുല്യരായ ഒരച്ഛനും അമ്മയുമാണിവിടെയുള്ളത്. അവർക്ക് രണ്ടു പെണ്മക്കളാണ്. രണ്ടുപേരും വിവാഹിതരുമാണ്. ഭർത്താക്കന്മാർക്കൊപ്പം മറ്റെവിടെയോ ആണ് താമസമെന്നു തോന്നുന്നു. ഇവിടത്തെ അച്ഛനും അമ്മയും എത്ര മനുഷ്യത്വമുള്ളവരാണ്. ഭൂമിയിൽ ജന്മമെടുത്ത് തൻ കാര്യം മാത്രം നോക്കി ജീവിച്ചു മരിക്കുന്നു. അവർക്കിടയിൽ മനുഷ്യത്വവും സ്നേഹവും നന്മയുമുള്ളവരും ഇവിടെ ഉണ്ടെന്നുള്ളതിന്റെ ദൃഷ്ടാന്തമാണ് ഇവിടെ കാണാൻ കഴിയുന്നത്!

"സുരേഷേ" ഒരു പത്തുമിനിറ്റത്തെ ഉച്ചമയക്കത്തിനു ശേഷം ബാലകൃഷ്ണൻ എഴുന്നേറ്റു സുരേഷിനെ വിളിച്ചു. അപ്പോഴാണവൻ ചിന്തകളിൽ നിന്നും ഉണർന്നത്.

"ദാ ഞാനിപ്പം വരാം. നീ ഒന്നു ഫ്രഷാകൂ" ബാലകൃഷ്ണൻ വാഷ് റൂമിലേയ്ക്കു കയറി. സുലോചനയമ്മ ബഡ് റൂമിൽ നിന്നും ഇറങ്ങി വന്നു.

"ഞാൻ ചായ ഇടാം". അവർ അടുക്കളയിലേക്ക് കയറിപ്പോയി.

ബാത്ത്റൂമിൽ നിന്നും ഇറങ്ങിവന്ന ബാലകൃഷ്ണൻ സുരേഷിനോടു പറഞ്ഞു: ചെല്ല്, ചെന്നു മുഖമൊക്കെ ഒന്നു കഴുകിയിട്ടുവാ ചായകുടി കഴിഞ്ഞിട്ട് നമുക്കൊന്നു പുറത്തുപോകാം.

സുലു അമ്മ ചായയും ഇലയപ്പവും ടീപ്പോയിൽ കൊണ്ടുവന്നു വച്ചു."അവർ പറഞ്ഞു:"

"കഴിക്ക് മോനെ", സ്വന്തം പെറ്റമ്മയുടെ നാവിൻ തുമ്പിൽ നിന്നും കേൾക്കാറുള്ള ശബ്ദം. ഇവിടത്തെ വീട്ടമ്മയുടെ അധരപുടങ്ങളിൽ നിന്നും അതേ സ്വരമാണുതിർന്നു വീണത്. സുരേഷ് ആ മുഖത്തേക്ക് സ്നേഹാദരങ്ങളോടെ നോക്കിയിരുന്നു പോയി. അമ്മയാണു മുമ്പിൽ നില്ക്കുന്നതെന്നു തോന്നിപ്പോയി.

"കഴിക്കു" ബാലകൃഷ്ണൻ പറഞ്ഞു: "ഇങ്ങനെയൊക്കെയുള്ള ചില വിഭവങ്ങൾ സുലുക്കുട്ടിയുടെ പൊടിക്കൈകെളാണ്" കൊള്ളാമോ, രുചിയുണ്ടോ? ചായ കുടി കഴിഞ്ഞ് അവർ പുറത്തേയ്ക്കിറങ്ങാനൊരുങ്ങി.

"ഞങ്ങളൊന്നു പുറത്തുപോയിട്ട് വരാം." ബാലകൃഷ്ണൻ ഭാര്യയോടു പറഞ്ഞു: "ഇവന് ഒരു ജോഡി ഡ്രസ്സ് വാങ്ങണം."

"ശരി, പോയിട്ടു വാ." വാതുക്കൽ വരെ എത്തി സുലു അമ്മ പറഞ്ഞു.

കതകിനു പുറത്തിറങ്ങിയ ബാലകൃഷ്ണൻ, ഭാര്യയെ ഹാൾ റൂമിലേക്കു വിളിച്ചുകൊണ്ട് തിരികെ കയറി. "ഒരു മിനിറ്റ് സുരേഷവിടെ നില്ക്കു, ദാ വരുന്നു." മുറിയിലേയ്ക്കു കയറുന്നതിനിടെ ബാലകൃഷ്ണൻ സുരേഷിനോടു പറഞ്ഞു.

"എടീ, സുലു, ഈ പയ്യൻ ശ്രീവിലാസത്ത് കുട്ടപ്പൻ ചേട്ടന്റെ മകനാണ്." ബാലകൃഷ്ണൻ ഭാര്യയോടു പറഞ്ഞു: "പോയിട്ട് വന്നിട്ട് വിശദമായി പറയാം" അവനിതൊന്നും ഇപ്പം അറിയണ്ടാ."

"ഓ, ആണോ" ആശ്ചര്യത്തോടെ ഭാര്യ ഭർത്താവിനോട് ആരാഞ്ഞു. അവരുടെ മുഖത്ത് ജിജ്ഞാസ ജനിച്ചു. സന്തോഷവും.

"അതേ, ഞാനവനോടൊന്നും പറഞ്ഞിട്ടില്ല." ബാലകൃഷ്ണൻ പറഞ്ഞു. "എല്ലാം പിന്നെപ്പറയാം. ഞങ്ങൾ പോയിട്ടുവരട്ടെ."

ബാലകൃഷ്ണൻ തിരികെ വന്നു. "വാ, പോയിട്ടുവരാം." സുരേഷിനോടു പറയുന്നതിനിടെ അദ്ദേഹം ലിഫ്റ്റിന്റെ ബെല്ലമർത്തി. ലിഫ്റ്റെത്തി. അവർ ലിഫ്റ്റിൽ കയറി താഴെയെത്തി.

റോഡരികിൽ 'സൂര്യോദയ' ബോർഡ് വെച്ചിട്ടുള്ള ഒരു ടെക്സ്റ്റൈൽ കടയിൽ അവർ കയറി.

"ഇതു നമ്മുടെ കടയാണ്." ബാലകൃഷ്ണൻ സുരേഷിനോട് പറഞ്ഞു. "ഇവിടെ നിന്നും നിനക്കുള്ള ഡ്രസ്സെടുക്കാം."

വിശാലമായ ഒരു ജൗളിക്കട. ഗ്ലാസ്സലമാരകളിൽ വിവിധയിനം തുണിത്തരങ്ങൾ. സാരികൾ, ബ്ലൗസ് തുണികൾ വലിയ റോളുകളായി കുത്തി അടുക്കി വച്ചിരിക്കുന്നു. പെൺകുട്ടികൾക്കുള്ള ചുരിദാറുകൾ, പെറ്റിക്കോട്ടുകൾ. മറ്റ് ലേഡീസ് ഐറ്റങ്ങൾ ഭംഗിയായി സെറ്റ് ചെയ്തിരിക്കുന്നു. എല്ലാത്തിനും പ്രത്യേകം പ്രത്യേകം അലമാരകൾ.

"വാ സുരേഷേ" അകത്തുകൂടിയുള്ള കോവണിപ്പടികൾ കയറി അവർ മുകളിലെത്തി. അവിടെ ജെന്റ്സ് സെക്ഷനാണ്. ഷർട്ടുകളും പാന്റ്സും മറ്റ് റെഡിമെയ്ഡ് ഐറ്റങ്ങളും ഹാങ്ങറുകളിൽ തൂക്കിയിട്ടിരിക്കുന്നു. മുതിർന്നവരുടെയും ആൺകുട്ടികളുടെയും വിശാലമായ ശേഖരം.

സുരേഷ് എല്ലാം കൗതുകത്തോടെ നോക്കിക്കാണുന്നതിനിടെ, ബാലകൃഷ്ണൻ രണ്ട് പാന്റ്സും ഷർട്ടുകളും കയ്യിൽ എടുത്തു പിടിച്ചുകൊണ്ടുവന്നു. സുരേഷിന്റെ ഷർട്ടിന്റെ സൈസും പാന്റിന്റെ അരവണ്ണവും നോക്കി രണ്ടുജോഡി വാങ്ങി. കൗണ്ടറിൽ പണമടച്ചു രസീതുവാങ്ങി. വാങ്ങിയ സാധനങ്ങൾ ഒരു ഷോപ്പിംഗ് ബാഗിലിട്ട് ബാലകൃഷ്ണനെ ഏല്പിച്ചു.

"ഇതുപിടിച്ചോ" ബാലകൃഷ്ണൻ ബാഗ് സുരേഷിന്റെ കയ്യിൽ കൊടുത്തു. ബാലകൃഷ്ണൻ പറഞ്ഞു: "വരൂ, നമുക്ക് മാടക്കടയിൽ ഒന്ന് പോയിട്ടുവരാം." കടയിൽ നിന്നും ഇറങ്ങി അവർ മാടക്കടയിലേയ്ക്കു നടന്നു.

"ഹരിദാസ് എന്നൊരു എഴുത്തുകാരനെ സുരേഷിനറിയാമോ" മാടക്കടയിലേയ്ക്ക് നടക്കുന്നതിനിടെ ബാലകൃഷ്ണൻ ചോദിച്ചു.

"ഹരിദാസോ?" സുരേഷ് ചോദിച്ചു. "പഠിക്കുന്ന സമയത്തു മലയാളമനോരമയിൽ ചില നർമ്മകഥകൾ വായിച്ചതായി ഓർക്കുന്നു. ചില നോവലും വായിച്ചതായി ഓർക്കുന്നുണ്ട്."

"അതേ അതേ! ബാലകൃഷ്ണൻ പറഞ്ഞു. ഹരിദാസ്. സാഹിത്യകാരനാണ്. എന്റെ സുഹൃത്താണ്. ഞാനും എഴുതാറുണ്ട്. എഴുത്തിലൂടെയാണ് ഞങ്ങൾ സുഹൃത്തുക്കളായത്. ഇപ്പോഴദ്ദേഹം ബാംഗ്ലൂരിലാണ് സെറ്റിലായിരിക്കുന്നത്. എല്ലാം വിശദമായി പിന്നീട് സംസാരിക്കാം."

അവർ കടയിലെത്തി. ഷട്ടർ തുറക്കുന്നതിനിടെ ബാലകൃഷ്ണൻ പറഞ്ഞു: "ചില സ്ഥിരം കസ്റ്റമേഴ്സ് വരും. ഇവിടെ തെറുത്തുണ്ടാക്കുന്ന ബീഡി ചിലർക്ക് ഇഷ്ടമാണ്." പറഞ്ഞു നിറുത്തിയതും രണ്ടുപേരു കടയിലേയ്ക്ക് വന്നു.

"ഹലോ, ബാലകൃഷ്ണാ ദോ, ദോ ബണ്ടൽ ബീഡി ദേനാ" വന്നവർ രണ്ടു കെട്ടു ബീഡി വീതം ആവശ്യപ്പെട്ടു. ബാലകൃഷ്ണൻ സുരേഷിനെ കൊണ്ടു ബീഡി പൊതിഞ്ഞു കൊടുപ്പിച്ചു.

"ഹൂയിസ് ദിസ് ന്യൂ ഗൈ" പുതിയ പയ്യനെ കണ്ടിട്ട് ആഗതർ ചോദിച്ചു.

"മേരാ റിലേറ്റീവ് ഹേ" എന്റെ സ്വന്തക്കാരനാണെന്നു ബാലകൃഷ്ണൻ മറുപടി നല്കി. ബീഡി വാങ്ങാനെത്തിയവരും ബാലകൃഷ്ണനും തമ്മിൽ ഹിന്ദിയിൽ എന്തൊക്കെയോ കുശലങ്ങൾ പറയുകയും ചിരിക്കുകയും ചെയ്യുന്നുണ്ടായിരുന്നു. സുരേഷിനൊന്നും മനസ്സിലായില്ല. "ഓക്കെ, ബാത് മേ ആത്താ ഹേ" പിന്നെ വരാമെന്നു പറഞ്ഞവർ പോയി.

"ഇവരൊക്കെ നമ്മുടെ കടയിലെ സ്ഥിരം കസ്റ്റമേഴ്സാണ്." ബാലകൃഷ്ണൻ അവരെ സുരേഷിനു പരിചയപ്പെടുത്താൻ തുടങ്ങി" ഒരു നാല്പത്തിയഞ്ചു നാല്പത്തിയാറു വയസ്സുതോന്നിക്കുന്ന തടിയൻ ദേശ് പാണ്ഡെ. മുപ്പത്തിയഞ്ചു വയസ്സിനടുത്തുള്ള പുള്ളിക്കാരൻ ബംഗാളിയാണ്, ബാനർജി."

സുരേഷിനെ ബീഡിയില കട്ടുചെയ്യുന്നതെങ്ങനെയാണെന്നു കാണിച്ചു കൊടുക്കുവാൻ തുടങ്ങി. സുരേഷ് ഒരുമാതിരി മോശമല്ലാത്ത

രീതിയിൽ ഇല മുറിച്ചെടുത്തു. "അല്പം കൂടി ചരിച്ചു വെട്ടണം" ബാലകൃഷ്ണൻ ഇല മുറിച്ചെടുക്കേണ്ട രീതി അവനു പഠിപ്പിച്ചു കൊടുത്തു.

"ഞാൻ നാട്ടിൽ പത്താംക്ലാസു കഴിഞ്ഞു കൂട്ടുകാരുമായി കലാപരിപാടികളും നാടകവും ഒക്കെയായി നടക്കുന്ന കാലം" ബാലകൃഷ്ണൻ തന്റെ ചെറുപ്പകാല സംഭവങ്ങളെക്കുറിച്ചു സുരേഷിനോട് പറയുവാൻ തുടങ്ങി. "ഞങ്ങൾ കൂട്ടുകാരെല്ലാം കൂടി ചതയാഘോഷത്തിനു അവതരിപ്പിക്കുവാൻ വേണ്ടി ഒരു നാടകം തട്ടിക്കൂട്ടി. പ്രസിദ്ധ നാടക കൃത്ത് സി. എൽ. ജോസിന്റെ 'തീ പിടിച്ച ആത്മാവ്' എന്ന സാമൂഹ്യസംഗീതനാടകമായിരുന്നു ഞങ്ങൾ അവതരിപ്പിച്ചത്. ഞങ്ങൾ രംഗത്തവതരിപ്പിച്ച നാടകം ഗംഭീരവിജയമായിരുന്നു. നാട്ടുകാരുടെ മുക്തകണ്ഠമായ പ്രശംസ ലഭിച്ചിരുന്നു.

5

ഓണം ആഘോഷിക്കുവാൻ വേണ്ടി മൂത്ത ചേച്ചി ബോംബെയിൽ (ഇന്ന് മുംബൈ) നിന്നും നാട്ടിലെത്തിയിരുന്നു. നാടകവും കലാപരിപാടികളുമായി ചെറുക്കൻ 'വഴിതെറ്റിപോകു'മെന്നു പറഞ്ഞ് ചതയാഘോഷം കഴിഞ്ഞതിന്റെ അടുത്ത ദിവസം എന്നേയും കൂട്ടി ബോംബെയ്ക്ക് പുറപ്പെട്ടു. കൂട്ടുകാരയൊക്കെ പെട്ടെന്നു പിരിഞ്ഞു പോന്നപ്പോൾ വല്ലാത്ത മനപ്രയാസം തോന്നിയിരുന്നു. കൂട്ടുകാരിൽ പലരും അറിഞ്ഞതുപോലുമില്ല ഞാൻ നാടുവിട്ട കാര്യം. എല്ലാം പെട്ടന്നായിരുന്നല്ലോ. ചേച്ചി ശാരദ മുൻകൂട്ടി പ്ലാൻ ചെയ്തിട്ടായിരുന്നു നാട്ടിലെത്തിയിരുന്നത്. എനിക്കുള്ള റയിൽവേ ടിക്കറ്റും റിസർവ്വുചെയ്തിട്ടുണ്ടായിരുന്നു. മുംബൈയിൽ സാന്താക്രൂസ് മിലിട്രി ക്യാമ്പിൽ MES (മിലിട്ടറി ഇഞ്ചിനീറിങ് സർവീസ്) ൽ ജോലിയുള്ള അമ്മാവൻ പറഞ്ഞയച്ചതനുസരിച്ചായിരുന്നു ചേച്ചി എത്തിയിരുന്നത്.

അനന്തിരവന്മാരിൽ മൂത്തവനായ ഞാൻ വഴിതെറ്റി പോകാതിരിക്കുവാൻ വേണ്ടിയിട്ടാണു അവരെന്നെ ബോംബെയിലേയ്ക്കു കൊണ്ടുവരുവാൻ ഉദ്ദേശിച്ചത്. മൂത്തവൻ തെറ്റായ മാർഗ്ഗത്തിലൂടെ സഞ്ചരിച്ചാൽ ഇളയ പിള്ളേരും ആ വഴിയെ തിരിയാൻ സാധ്യതയുണ്ടാകാനുള്ള സാഹചര്യമാണുള്ളതെന്നായിരുന്നവരുടെ കണക്കുകൂട്ടൽ.

കാരണവന്മാരെ കുറ്റം പറഞ്ഞിട്ടും കാര്യമില്ലല്ലോ? നാട്ടിൽ സംഭവിച്ചുകൊണ്ടിരിക്കുന്നതൊക്കെ അങ്ങനെയാണല്ലോ? വീട്ടുകാരും നാട്ടുകാരും പറഞ്ഞാലും ഉപദേശിച്ചാലും അനുസരിക്കാത്ത തെറ്റായ കൂട്ടുകെട്ടിലൂടെ വഴിപിഴച്ചു പോകുന്നവനെ, നയിച്ച വഴിയേ പോയില്ലെങ്കിൽ പോയ വഴിയേ ഒരുന്തും കൂടി കൊടുത്തു

പടിയടയ്ക്കുന്നു! പക്ഷേ, ഓരോരുത്തർക്കും അവരുടേതായ വ്യക്തിത്വമുണ്ടല്ലോ? ഒരാൾ ദുർമാർഗ്ഗിയായെന്നു വിചാരിച്ചു ഇളയ തലമുറ അതേ വഴി തെരഞ്ഞെടുക്കണമെന്നില്ലല്ലോ? തലവര പലർക്കും പല രീതിയിലാണല്ലോ?

സുരേഷേ, ഞാൻ ചില പഴയ സംഭവങ്ങൾ ഓർക്കുകയായിരുന്നു. "നീ മുംബൈ യിലെത്തിയപ്പോൾ നിന്റെയോ നിന്റ പൂർവ്വികരോ ചെയ്ത സൽകർമ്മങ്ങളുടെ ഫലമായി താൻ എന്റെ കൈകളിൽ എത്തിപ്പെട്ടു". ബാലകൃഷ്ണൻ കടന്നുവന്ന ജീവിത വഴികളെക്കുറിച്ചു ചിന്തിക്കുകയായിരുന്നു.

ഞങ്ങളുടെ ഏറ്റവും ഇളയ അമ്മാവനെ കുഞ്ഞമ്മാവനെന്നായിരുന്നു ഞങ്ങൾ വിളിക്കുന്നത്. ഞങ്ങളുടെ പ്രീയപ്പെട്ട അമ്മാവൻ കുഞ്ഞമ്മാവൻ തന്നെ ആയിരുന്നു. മുംബൈയിൽ സാന്താക്രൂസ് എയർപോർട്ടിനു മുകളിലൂടെ തെക്കു ഭാഗത്തേയ്ക്ക് ഒരു വിഹഗ വീക്ഷണം നടത്തിയാൽ മിലിട്ടറി ക്യാമ്പും അവിടെയുള്ള ഓഫീസുകളും അവ്യക്തമായി കാണാൻ സാധിക്കും. അവിടെ മെയിൻ ഗേറ്റിനടുത്തായിട്ടായിരുന്നു കുഞ്ഞമ്മാവന്റെ ക്വാർട്ടേഴ്സ്. ചേച്ചിയും ഞാനും അവിടെയായിരുന്നു വന്നെത്തിയത്. രണ്ടു കിടക്കമുറിയും ഹാളും അടുക്കളയുമുള്ളതായിരുന്നു ക്വാർട്ടേഴ്സ്. ഏകദേശം നൂറ് ഏക്കറോളം സ്ഥലത്ത് പരന്നുകിടക്കുന്നതാണ് സാന്താക്രൂസ് മിലിട്ടറി ക്യാമ്പ്. പട്ടാളക്കാരുടെ താമസവും ട്രെയിനിങ്ങും എല്ലാം അവിടെത്തന്നെയാണ് നടക്കുന്നത്.

കർശനമായ സെക്യൂരിറ്റി ചെക്കപ്പ് എല്ലാ പ്രവേശനകവാടത്തിലും ഏർപ്പെടുത്തിയിട്ടുണ്ട്. മതിയായ തിരിച്ചറിയൽ രേഖകളും പ്രവേശനാനുമതിയുമില്ലാത്ത ഒരു വ്യക്തിയ്ക്കും അവിടേയ്ക്കു പ്രവേശിക്കുവാൻ സാധിക്കുകയില്ല. അങ്ങനെയുള്ളവരുടെ പ്രവേശനം നിർബന്ധമായും നിരോധിച്ചിരിക്കുന്നു. പട്ടാളക്യാമ്പിന്റെ രഹസ്യ വിവരങ്ങളൊന്നും ഒരു കാരണവശാലും പുറത്തുപോകാതിരിക്കുന്നതിനുള്ള നിബന്ധനകളാണവ. ആ നിബന്ധനകൾ പാലിക്കുവാൻ ഓരോ ഉദ്യോഗസ്ഥരും ബാദ്ധ്യസ്ഥരാണ്. അമ്മാവന്റെ പൊസിഷനും ഓഫീസറുമാരുമായുള്ള നല്ല സൗഹൃദത്തിന്റെ പേരിലുമാണ് ബന്ധത്തിൽപെട്ടവരെപ്പോലും ക്യാമ്പിൽ താമസിപ്പിക്കുവാൻ അനുവദിക്കുന്നത്. കർശനമായും

മറ്റുള്ളവർക്ക് താമസം നിഷിദ്ധമാണ്.

സുരേഷ് ബീഡി തെറുത്തുകൊണ്ടിരിക്കുകയാണ്. പെട്ടന്നു തന്നെ സുരേഷ് ജോലിയിൽ പ്രാവീണ്യം നേടി. ബീഡിയില വെട്ടാനും പുകയില തെറുത്തെടുക്കുവാനും നന്നായി പഠിച്ചിരിക്കുന്നു.

"ശരി, സുരേഷ്" ബാലകൃഷ്ണൻ പറഞ്ഞു: "സമയം കടന്നുപോയതറിഞ്ഞില്ല. എട്ടുമണി രാത്രിയായിരുന്നു. നമുക്കിനി കട അടച്ചിട്ടു പോകാം." അദ്ദേഹം വീണ്ടും തുടർന്നു "നാട്ടിന്ന് ഓടി വന്ന നിന്നോട് മറ്റൊരു മറുനാടന്റെ പുരാണം വിളമ്പിയതുകേട്ടിട്ട് എന്തുതോന്നുന്നു. ബോംബെയിൽ എത്തിപ്പെട്ടവർക്ക്, അവരുടെ അനുഭവങ്ങൾ മറക്കാനാകുമോ."

"ബാലനച്ഛനെ മുംബൈയിൽ കൊണ്ടുവരുവാനും, വന്നുചേരുവാൻ സ്ഥായിയായ ഒരിടവും ഉണ്ടായിരുന്നല്ലോ" സുരേഷ് പറഞ്ഞു "ഒരു ഗതിയും പരഗതിയും ഇല്ലാതെ ഇറങ്ങി പുറപ്പെട്ടവനാണു ഞാൻ. ഒരു ലക്ഷ്യവും പരാശ്രയവും പ്രതീക്ഷിക്കാതെ വന്നെത്തിയ എനിക്ക് അങ്ങ് അഭയം നല്കി സ്വീകരിച്ചു. അവിടത്തെ വലിയ മനസ്ഥിതിയെ എത്ര കണ്ടു പ്രശംസിച്ചാലും മതിയാവില്ല. ബാലനച്ഛന്റെ സഹാനുഭൂതിയും മനുഷ്യത്വപരമായ സമീപനയും പ്രശംസതാതീതമാണ്."

എത്രയോ പേർക്ക് അഭയം നല്കിയിട്ടുള്ള മഹാനഗരമാണ് ബോംബെ. എത്രയോ വ്യക്തിത്വങ്ങളെ ഈ സ്വപ്ന നഗരം വാർത്തെടുത്തിരിക്കുന്നു. ഉന്നത പദവികളിൽ എത്തപ്പെട്ടിട്ടുള്ള ഉദ്യോഗസ്ഥർ, ബിസ്സിനസ്സുകാർ, വക്കീലമ്മാർ, പല സ്ഥാപനങ്ങളിലും ഫാക്ടറികളിലും ജോലി ചെയ്യുന്ന തൊഴിലാളികൾ, ഹോട്ടൽ ശൃംഖലകൾ അങ്ങനെ ഏതെല്ലാം നിലയിലും നിലവാരത്തിലും ചെന്നെത്തിയിരിക്കുന്ന മലയാളികൾ! കൂടാതെ മറ്റു സംസ്ഥാനക്കാരും. ആരെയും ഉപേക്ഷിക്കാതെ, ഇരു കൈകളും നീട്ടി സ്വീകരിക്കുന്ന അഭയകേന്ദ്രമാണ് ബോംബെ എന്ന മഹാനഗരം. മഹാപ്രപഞ്ചം. മഹാനഗരം!

കട അടച്ചിട്ട് അവർ ഇറങ്ങി. കട അടയ്ക്കുന്നതിനിടെ "സുരേഷേ, ഡ്രെസ്സുകൾ വാങ്ങിയ പൊതി എടുക്കുവാൻ മറക്കണ്ട" ബാലകൃഷ്ണൻ സുരേഷിനെ ഓർമ്മപ്പെടുത്തി.

"നിനക്കീ മാടക്കടയിലെ ജോലിയുമായി പൊരുത്തപ്പെട്ടു പോകാൻ കഴിയുമോ"? കട അടച്ചിട്ട് വീട്ടിലേക്ക് നടക്കുന്നതിനിടെ ബാലകൃഷ്ണൻ അന്വേഷിച്ചു.

"ബാലനച്ഛരനോടൊപ്പം, ബാലനച്ഛരൻ നിർദ്ദേശിക്കുന്ന എന്തു ജോലിചെയ്യുവാനും ഞാൻ സന്നദ്ധനാണ്." സുരേഷ് അവന്റെ മനസ്സുനിറഞ്ഞ സന്തോഷവും താല്പര്യവും നിർദോഷമായി പറഞ്ഞറിയിച്ചു.

"നീ കുറച്ചു നാൾ എന്നോടൊപ്പം തന്നെ നില്ക്കു." ബാലകൃഷ്ണൻ പറഞ്ഞു "ഇത്തിരി ഭാഷയൊക്കെ വശമാകട്ടെ. എന്നിട്ട് നിന്നെ ടെക്സ്റ്റയിൽസിലോ ഷോപ്പിങ്മാളിലോ ആക്കാം. പോരെ"?

"ബാലനച്ഛരന്റെ ഏതു തീരുമാനവും ഞാൻ ശിരസാവഹിക്കും" സുരേഷ് മനസ്സ് നിറഞ്ഞ സന്തോഷത്തോടെ പറഞ്ഞു.

ഞങ്ങളുടെ അച്ഛരനും മക്കളോട് സ്നേഹവാത്സല്യം ഉള്ള ആളാണ്. മദ്യപാനം തുടങ്ങിയതോടെയാണ് ഞങ്ങളോടൊക്കെ അച്ഛരന് വെറുപ്പുണ്ടായി തുടങ്ങിയത്. ആരെയും കണ്ടുകൂടാതായത്. ഞങ്ങളുടെ അമ്മയും അച്ഛരനെ വെറുക്കാൻ ഉണ്ടായ കാരണവും അച്ഛരന്റെ അമിതമായ മദ്യപാനം തന്നെയായിരുന്നു. മദ്യത്തിന് അടിമപ്പെട്ടതോടെ കുടുംബബന്ധങ്ങളിൽ നിന്നും അച്ഛരൻ അകന്നു. വീട്ടുകാര്യങ്ങളിലും ഭാര്യയുടെയും മക്കളുടെയും കാര്യങ്ങളിലും യാതൊരു ശ്രദ്ധയും ഇല്ലാതായി. മദ്യപിച്ച് എത്തുന്നു സ്വസ്ഥത ഇല്ലാത്ത ജീവിതം

കൂട്ടുകാരും കൂടിയാണ് ആദ്യം മദ്യപാനം തുടങ്ങിയത്. പിന്നെ അത് നിയന്ത്രിക്കാനാവാതെയായി. സ്ഥിരം മദ്യപിച്ച് സ്വബോധം നഷ്ടപ്പെട്ടിട്ടാണ് വീട്ടിലെത്തുന്നത്. വീട്ടിൽ അലങ്കോലവും തെറിപൂരവും നിത്യ സംഭവമായി മാറി. അതോടെ അയൽക്കാരുടെ പിറുപിറുപ്പ് ഉണ്ടായി. അവരൊക്കെ അകന്നു. നിരപരാധി ആയ അമ്മയോട് പോലും അയലത്തെ സ്ത്രീകൾ മിണ്ടാതെ ആയി. എല്ലാ ദുഃഖങ്ങളും അമ്മ ഉള്ളിൽ ഒതുക്കി സഹിച്ചു. സർവ്വംസഹയായി വീട്ടിൽ ഒതുങ്ങി.

"താനെന്താ, സുരേഷേ, ഒന്നും മിണ്ടാതെ ഊമയടിച്ചു നടക്കുന്നത്"ഒന്നും മിണ്ടാതെ നടക്കുന്ന സുരേഷിനോട് ബാലകൃഷ്ണൻ ചോദിച്ചു.

നാട്ടിലുള്ള അച്ഛനമ്മമാരെയും സഹോദരങ്ങളെ കുറിച്ചും ഓർത്തു പോയതാണ്. സുരേഷ് സങ്കടത്തോടെ ബാലനച്ഛരനോടു പറഞ്ഞു. അവരിൽനിന്ന് ഒരിക്കലും ഇത്രകാലം അകന്നിരുന്നിട്ടില്ല. ഇല്ലായ്മയിലും സങ്കടങ്ങളിലും ഞങ്ങൾ സഹോദരങ്ങൾ പരസ്പരം സ്നേഹവാത്സല്യങ്ങൾ പങ്കുവെച്ചിരുന്നു.

"നാട്ടിലേക്ക് ഉടനെതന്നെ കത്തെഴുതണം അടുത്തദിവസം തന്നെ ഇല്ലെന്റുകൾ വാങ്ങാം. നിനക്ക് ഇവിടെ സുഖമാണെന്ന് എഴുതിയാൽ മതി വേണ്ടാത്തതൊക്കെ എഴുതി അവരെ പ്രയാസപ്പെടുത്തേണ്ട കേട്ടോ പറഞ്ഞത്" ബാലകൃഷ്ണൻ തുടർന്നു. കത്തെഴുതുമ്പോൾ ഇപ്പോൾ എന്റെ പേരും അറിയിക്കേണ്ട ബോംബെയിൽ ഒരിടത്ത് എത്തി എന്നും സുഖമാണെന്നും തൽക്കാലം അവരെ അറിയിച്ചാൽ മതി കേട്ടോ.

"ശരി ബാലനച്ഛരാ സുരേഷ് പറഞ്ഞു എനിക്കിവിടെ സുലു അമ്മയുടെയും ബാലനച്ഛരന്റെയും അടുത്ത് സുഖം തന്നെയാണല്ലോ എന്ന യാഥാർത്ഥ്യം മാത്രമേ എഴുതുകയുള്ളൂ. അതു മാത്രമേ നാട്ടിൽ അറിയിക്കുകയുള്ളൂ". അവർ വീട്ടിലെത്തി സുലു അമ്മ ചായ ഉണ്ടാക്കി ഒഴിച്ചു വച്ചിരുന്നു രണ്ടു ഗ്ലാസ് കളിലേക്ക് ചായ പകരുന്നതിനിടെ പറഞ്ഞു: "നിങ്ങൾ ഏഴു മണിക്ക് എത്തും എന്ന് വിചാരിച്ചു ഞാൻ ചായ തയ്യാറാക്കാൻ തുടങ്ങി നിങ്ങൾ താമസിച്ചപ്പോൾ ഞാനത് ഫ്ലാസ്കിൽ ഒഴിച്ച് വെച്ചു. തണുത്തു കാണുമോ എന്തോ."

"താങ്ക്യൂ സുലുക്കുട്ടി." ബാലകൃഷ്ണൻ പറഞ്ഞു ഞങ്ങൾ അല്പം വൈകിയത് കൊണ്ടാ താമസിച്ചത്. പഴയ ഓരോ കാര്യങ്ങളും കഥകളും സുരേഷിനോട് പറഞ്ഞിരുന്നു, സമയം കടന്നുപോയത് അറിഞ്ഞില്ല. ബാലകൃഷ്ണൻ അല്പം നർമ്മരസത്തോടെ ഭാര്യയെ കാര്യം ധരിപ്പിച്ചു. എത്ര സ്നേഹമുള്ള കുടുംബം പരസ്പര ധാരണയും സ്നേഹവും ഉള്ള ഭാര്യയും ഭർത്താവും. സുലോചന എന്നാണ് ഭാര്യയുടെ പേര്. ബാലകൃഷ്ണൻ സുലു എന്നും ലോചന എന്നും സുലുക്കുട്ടി എന്നും ഒക്കെ ഭാര്യയെ കൊഞ്ചി വിളിക്കും. അതുപോലെ ഭാര്യ ഭർത്താവിനെയും ബാലേട്ടൻ എന്നും കൃഷ്ണോട്ടൻ എന്നും ചിലപ്പോൾ ചേട്ടൻ എന്നു ചേർക്കാതെ ബാലു എന്നും വിളിക്കാറുണ്ട്. സ്നേഹം വരുമ്പോഴുള്ള മധുരപദങ്ങൾ.

അവർക്ക് രണ്ടു പെൺമക്കളൊണ്. മൂത്ത മകൾ അശ്വതി. ഇളയ മകൾ ആര്യയും. രണ്ടു പേരും വിവാഹിതരാണ്. അവരെക്കുറിച്ചുള്ള ഇത്രയും കാര്യങ്ങളേ ബാലകൃഷ്ണൻ സുരേഷിനോട് പറഞ്ഞിട്ടുള്ളൂ. അവനിതുവരെ അവരെ കണ്ടിട്ടുമില്ല. അല്ലെങ്കിൽ തന്നെ താൻ വന്നിട്ട് ഒരു ദിവസമല്ലേ ആയിട്ടുള്ളൂ. ബാലകൃഷ്ണന്റെ കുടുംബത്തെക്കുറിച്ചു സുരേഷ് വിലമതിക്കുകയായിരുന്നു.

ബാലകൃഷ്ണൻ സാന്താക്രൂസിനടുത്തുള്ള മിലിറ്ററി ക്യാമ്പിലാണെത്തിയത്. നാട്ടിൽ ടൈപ്പും ഷോട്ട് ഹാൻഡും പഠിച്ചുകൊണ്ടിരിക്കുമ്പോഴാണ് ബോംബയിലേക്കുള്ള യാത്ര. പഠിത്തം പൂർത്തിയാക്കിയിട്ടുണ്ടായിരുന്നില്ല. കലീന കൊമേഴ്സ്യൽ ഇൻസ്റ്റിട്യൂട്ടിൽ ചേർന്ന് തുടർപഠനം തുടങ്ങി. കുഞ്ഞമ്മാവനാണ് എനിക്കവിടെ അഡ്മിഷൻ എടുത്തത്. പെൺകുട്ടികളും ആൺകുട്ടികളും ആയി ഇരുപത്തഞ്ചോളം വിദ്യാർത്ഥികൾ അവിടെ പഠിക്കുന്നുണ്ടായിരുന്നു. നാലു മാസത്തോളം അവിടെ പഠിച്ചു. അതിനിടെ ടൈപ്പ്റൈറ്റിംഗും ചുരുക്കെഴുത്തും കറസ്പോണ്ടൻസ് കോഴ്സും പഠിച്ചു.

ഇൻസ്റ്റിട്യൂട്ടിലുള്ള ചില സുഹൃത്തുക്കളുമായി ചങ്ങാത്തം കൂടി. ഹിന്ദി അല്പം പഠിക്കുവാൻ അതുപകരിച്ചു. ക്ലാസ്സ് കഴിഞ്ഞു മടങ്ങിപ്പോകുമ്പോൾ ഞാൻ ചെറിയ ചെറിയ മുറിഹിന്ദിയിൽ അവരോട് സംസാരിക്കും. എന്റെ ഹിന്ദി കേട്ടിട്ട് കൂട്ടുകാരും കൂട്ടുകാരികളും എന്നെ കളിയാക്കിയിരുന്നു. അതോടൊപ്പം ഭാഷ പഠിക്കുവാൻ അവരെനിക്ക് പ്രോത്സാഹനവും തന്നിരുന്നു. സുഹൃത്തുക്കളുമായുള്ള സൗഹൃദം കുറേക്കാലം ഞങ്ങൾ സൂക്ഷിച്ചിരുന്നു. മൊബൈലും ഫോൺ സൗകര്യങ്ങളും അന്ന് വിരളമായിരുന്നു. ഇടക്കൊക്കെ പോയും വന്നും ഒക്കെ കാണുകയായിരുന്നു പതിവ്. അല്ലെങ്കിൽ കത്തിടപാടുകൾ നടത്തിയിരുന്നു.

പഠിച്ചുകൊണ്ടിരിക്കുന്നതിനിടെ കുഞ്ഞമ്മാവന്റെ ഒരു സുഹൃത്ത് മുഖേന 'സ്റ്റാർ മെറ്റൽ ഇൻഡസ്ട്രീസ്' എന്ന സ്ഥാപനത്തിൽ ആദ്യമായി ജോലിയിൽ പ്രവേശിച്ചു. ആ സ്ഥാപനവും കലീന മാർക്കറ്റിന് അടുത്താണ് സ്ഥിതി ചെയ്യുന്നത്. മിലിട്ടറി ക്യാമ്പിൽ നിന്നും അത്ര ദൂരത്തിൽ അല്ല, ഒരു പത്തു മിനിറ്റ് നടന്നെത്താനുള്ള ദൂരമേ ഉണ്ടായിരുന്നുള്ളൂ. ഉച്ചയ്ക്ക് വീട്ടിൽ പോയി ഭക്ഷണം കഴിച്ചിട്ട് വരാം. ബാലകൃഷ്ണൻ ഉദ്യോഗത്തിൽ പ്രവേശിക്കുമ്പോൾ ഇരുപത് വയസ്സായിരുന്നു പ്രായം.

പെട്രോൾ ടാങ്കുകളും മണ്ണെണ്ണ ടാങ്കുകളും ആണ് അവിടെ പ്രധാനമായി നിർമ്മിച്ചു കൊണ്ടിരുന്നത്. ടാങ്കർ ലോറികൾ എന്നൊക്കെ നാം കേൾക്കാറുണ്ടല്ലോ; ഇവിടെ ഉത്പാദിപ്പിക്കപ്പെടുന്ന ടാങ്കുകൾ ലോറിയിൽ ഘടിപ്പിക്കുന്നു. ഇന്ത്യൻ ഓയിലിനും ഹിന്ദുസ്ഥാൻ പെട്രോളിയത്തിനും ഒക്കെ വേണ്ടി ഇവിടെ ടാങ്കുകൾ നിർമ്മിക്കപ്പെടുന്നുണ്ട്. കാസർഗോഡ്കാരനായ ഒരു മലയാളിയാണ് അതിന്റെ ഉടമ മി. നാഥ് എന്നാണ് അദ്ദേഹത്തിന്റെ പേര്. രണ്ടാൺമക്കളും ബിസിനസ്സിൽ പങ്കാളികളാണ്.

മി. നാഥിന് എഴുതുവാനും വായിക്കുവാനും അറിയില്ല. പണ്ടെന്നോ നാടുവിട്ടു വന്നതാണ് എങ്കിലും എല്ലാ ഭാഷയും അനായാസം സംസാരിക്കുമായിരുന്നു. സുന്ദരമായി മലയാളം സംസാരിക്കും. അതുപോലെ ഇംഗ്ലീഷും ഹിന്ദിയും മറാഠിയും. ഞാൻ അവിടെ ജോലിയിൽ പ്രവേശിക്കുന്ന സമയത്ത് അദ്ദേഹത്തിന് ഒരു അൻപത് വയസ്സ് തോന്നിച്ചിരുന്നു. ആൺമക്കൾ രണ്ടുപേരും ബിസിനസ്സിൽ അച്ഛനെ സഹായിച്ചിരുന്നു. ഇളയ മകൻ കിഷോർ ഹിപ്പി

സ്റ്റൈലിലാണ് മുടി വളർത്തിയിരുന്നത്. നല്ല ശരീര പ്രകൃതവും സുന്ദരനും ആണ്. കിഷോറിന്റെ ചേട്ടൻ ദിനേശ് ശാന്ത സ്വഭാവക്കാരൻ ആണ്. ഓഫീസുകാര്യങ്ങളിൽ അവൻ സമർത്ഥനാണ്. ഓഫീസ് കറസ്പോണ്ടുകൾ അവനാണ് കൈകാര്യം ചെയ്തിരുന്നത്. ലെറ്ററുകൾ ടൈപ്പ് ചെയ്യുന്നതിനുള്ള മാറ്ററുകൾ ഷോർട്ട് ഹാൻഡിൽ എഴുതിയെടുത്ത് ടൈപ്പ് ചെയ്തു കൊടുത്തിരുന്നത് ഞാനാണ്. കൂടാതെ ഫാക്ടറി കാര്യങ്ങൾ സൂപ്പർവൈസ് ചെയ്യുന്നതിനുള്ള ഉത്തരവാദിത്വവും എന്നെ ഏൽപ്പിച്ചിരുന്നു. ഇന്നലെ നടന്നത് മാതിരി എല്ലാ സംഭവങ്ങളും ബാലകൃഷ്ണൻ ഓർത്തെടുക്കുന്നു.

ഫാക്ടറിയിൽ ടാങ്കറുകൾ ഉണ്ടാക്കുന്നതിനായി വിവിധ തസ്തികകളിലായി 150 തൊഴിലാളികൾ ഉണ്ട്. ബച്ചുഭാജി എന്ന ഒരാളായിരുന്നു പ്രധാന മേസ്തിരി. അദ്ദേഹമാണ് പ്ലേറ്റുകൾ കട്ട് ചെയ്യുന്നതിനുള്ള മെഷർമെന്റുകൾ തയ്യാറാക്കുന്നത്. മുറിച്ചെടുക്കുന്ന തകരപ്പാളികൾ അടിച്ചുപരത്തി ലെവൽ വരുത്തി ടാങ്കർ രൂപത്തിൽ വളച്ച് വെൽഡ് ചെയ്തു യോജിപ്പിച്ച് എടുക്കുന്നു. ഇരുമ്പ് തകിടുകൾ അടിച്ചു പരത്തുന്ന കഠോര ശബ്ദം നാലു പാടും പ്രകമ്പനം കൊള്ളിച്ചിരുന്നു. പലപ്പോഴും പരിസരവാസികളുടെ പരാതികൾ ഉണ്ടാകാറുണ്ട്. മുതലാളിയായ മി നാഥ് അതെല്ലാം വളരെ സൗഹാർദ്ദപരമായി രമ്യതയിൽ എത്തിച്ചിരുന്നു. പരിസരവാസികളുടെ ഏതു പ്രശ്നങ്ങളും പരിഹരിച്ചു കൊടുക്കുന്നതിൽ അദ്ദേഹം ശുഷ്കാന്തി കാണിച്ചിരുന്നു. അതിനാലൊക്കെതന്നെ അയൽക്കാരുടെ നല്ല സഹകരണവും അദ്ദേഹത്തിന് ലഭിച്ചിരുന്നു.

ഗതകാല സംഭവങ്ങളുടെ ഉമിത്തിയിൽ നീറി പുകയുന്ന കനൽക്കട്ടകൾ പോലെ ബാലകൃഷ്ണന്റെ സ്മരണകൾ ഉയിർകൊള്ളുകയാണ്.

നാടകാഭിനയവും മറ്റു സാമൂഹിക പ്രവർത്തനങ്ങളിലും മുഴുകി, സുഹൃത്തുക്കളുമായി അടിച്ചുപൊളിയായി നടന്നിരുന്ന സമയത്താണ് ഒരു മുന്നറിയിപ്പുമില്ലാതെ ബോംബെയ്ക്ക് വരേണ്ടി വന്നത്. അഭിനയവും കലാജീവിതവും താൻ ഒരുപാട് ഇഷ്ടപ്പെട്ടിരുന്നു. അടക്കാനാവാത്ത മനസ്സിന്റെ വിങ്ങലിന് ഒരല്പ ആശ്വാസത്തിനായി താൻ എഴുത്തിലേക്ക് തിരിയുകയായിരുന്നു. തന്റെ ആത്മനൊമ്പരം

കടലാസിൽ പകർത്തിത്തുടങ്ങി.

തുടക്കത്തിൽ ചെറുകഥയാണെഴുതിയത്. തന്റെ തൂലികയിൽ നിന്നും ആദ്യം ജന്മമെടുത്ത കഥയ്ക്ക് 'വേദന' എന്ന പേരിട്ടു. കൽക്കട്ടയിൽ നിന്നും പ്രസിദ്ധീകരിച്ചുകൊണ്ടിരുന്ന 'രാജധാനി'എന്നൊരു മാസികയിൽ തന്റെ ആദ്യ രചനക്ക് അച്ചടി മഷി പുരണ്ടു. ബാലകൃഷ്ണനന് വീണ്ടും എഴുതുവാനുള്ള ആവേശമായി. കൃഷ്ണൻ എന്ന തൂലികാനാമത്തിൽ ബാലകൃഷ്ണൻ തുടർന്നും എഴുതിക്കൊണ്ടിരുന്നു. ബോംബെയിൽ നിന്നും പുറത്തിറങ്ങിക്കൊണ്ടിരുന്ന 'സർവ്വദേശി' എന്ന മാസികയിൽ തന്റെ കഥകളും വന്നു കൊണ്ടിരുന്നു. ആയിടക്കാണ് ഹരിദാസ് എന്നൊരു എഴുത്തുകാരനുമായി പരിചയപ്പെടുന്നത്. അദ്ദേഹം ആ പ്രസിദ്ധീകരണത്തിൽ എഴുതാറുണ്ടായിരുന്നു. ഇപ്പോഴും എഴുത്തു തുടരുന്നു. ആ എഴുത്തുബന്ധം ഇന്നും തുടർന്നുകൊണ്ടിരിക്കുന്നു. ഞങ്ങൾ രണ്ടുപേരും ആത്മാർത്ഥ സുഹൃത്തുക്കളായി സ്നേഹബന്ധത്തിൽ, ഫോണിലൂടെ മിക്കവാറും സംസാരിക്കാറുണ്ട്. അദ്ദേഹം നേവിയിലും പിന്നീട് എയർ ഇന്ത്യയിലും സേവനം അനുഷ്ഠിച്ചിരുന്നു. ഇപ്പോൾ ബാംഗ്ലൂരിൽ സ്ഥിരതാമസമായി റിട്ടേർഡ് ജീവിതം നയിക്കുന്നു. എഴുത്തും നാടകവും കവിയരങ്ങും ഒക്കെയായി സാഹിത്യ സപര്യ തുടരുന്നുണ്ടെന്നറിയുവാൻ കഴിഞ്ഞു.

സാന്താക്രൂസ് മിലിട്ടറി ക്യാമ്പിൽ അമ്മാവനോടൊപ്പമുള്ള താമസത്തിനിടയിൽ പട്ടാളക്കാർക്കിടയിൽ ഉണ്ടായ ഒരു തകർപ്പൻ തമാശ ഓർമ്മയിൽ വന്നു.

പട്ടാളക്കാരുടെ കമാൻഡിങ് ഓഫീസർ മലയാളിയായ പ്രതാപ് ചന്ദ്രൻ ആണ്. പട്ടാളക്കാരിൽ കൂടുതൽ മലയാളികളും, മറ്റു സംസ്ഥാനക്കാരുമുണ്ട്. ഒരു ദിവസം പട്ടാളക്കാരനായ വിക്രമൻ കമാൻഡിങ് ഓഫീസർക്ക് ഒരു 'പണി' കൊടുക്കുവാൻ തീരുമാനിച്ചു. അതിനുകണ്ട കാരണം, തനിക്ക് ഇടയ്ക്കിടെ നിസ്സാരമായ തെറ്റുകൾക്ക് കഠിനമായ പണിഷ്മെന്റുകൾ ചെയ്യിച്ചിരുന്നു, പ്രതാപ് ചന്ദ്രൻ സാർ.

വിക്രമൻ കൂട്ടുകാരനായ ഒരു ഹിന്ദിക്കാരനെ കൂട്ടുപിടിച്ചു. സീനിയർ ഓഫീസെഴ്സിന് സല്യൂട്ടടിച്ചു ഗുഡ്മോർണിംഗും സമയവ്യത്യാസമനുസരിച്ചു അഭിവാദ്യം ചെയ്യുക പതിവുണ്ട്. രാവിലെ ഗുഡ്മോർണിംഗ് പറയുന്നതിനുള്ള ഒരു പദം ഹിന്ദിക്കാരനെ വിക്രമൻ

പഠിപ്പിച്ചു. പ്രതാപ് ചന്ദ്രനെ കാണുമ്പോൾ "പോടാ ----(മ'കാരം) ചേർത്തുള്ള ഒരു അസഭ്യ അഭിവാദ്യപദം പഠിപ്പിച്ചു. ഇങ്ങനെ സല്യൂട്ടടിച്ചാൽ സാറിന് ഒത്തിരി ഇഷ്ടമാകുമെന്ന് ഹിന്ദിക്കാരനെ പറഞ്ഞു ഫലിപ്പിച്ചു. അടുത്ത ദിവസം അത് സംഭവിച്ചു. പ്രഭാതവന്ദനം ഈ ഭാഷയിൽ കേട്ട പ്രതാപ് ചന്ദ്രൻ ഒരു നിമിഷം തരിച്ചുനിന്നുപോയി. എന്നിട്ട് ഹിന്ദിക്കാരനായ പട്ടാളക്കാരനോട് ഇത് പറഞ്ഞുപഠിപ്പിച്ചതാരാണെന്നുള്ള കാര്യം അദ്ദേഹം അന്വേഷിച്ചു. വിക്രമനാണിതിന്റെ സൂത്രധാരനെന്ന് ഹിന്ദിക്കാരനിൽ നിന്നും കമാൻഡിങ് ഓഫീസർ പ്രതാപ് ചന്ദ്രൻ മനസ്സിലാക്കി.

വിക്രമനെ കയ്യോടെ പൊക്കി. ദിവസവും രാവിലെ ട്രെയിനിങ് കഴിഞ്ഞാൽ പത്തുമണിമുതൽ പന്ത്രണ്ടുമണിവരെ 25 ചുടുകട്ടകൾ ചാക്കിൽ നിറച്ചു തലയിൽ വച്ചുകൊണ്ട് പട്ടാളക്യാമ്പിനു ചുറ്റുമുള്ള ഇരുനൂറ് മീറ്റർ ദൂരം ഓടുവാനുള്ള പണിഷ്മെന്റിന് ഓർഡറിട്ടു. ഒരാഴ്ച ഈ ഓട്ടം തുടരുകയും വേണമെന്നായിരുന്നു നിബന്ധന. വിക്രമൻ എന്ന പട്ടാളക്കാരന്റെ 'മറുഭാഷാപ്രയോഗം' പിന്നൊരിക്കലും ആരോടും പ്രയോഗിക്കാതിരിക്കത്തക്കവിധത്തിൽ കഠിനമായ ശിക്ഷ നൽകി ഭാഷാശുദ്ധി വരുത്തിയെടുത്തു പ്രതാപ് ചന്ദ്രൻ സാർ.

കുഞ്ഞമ്മാവൻ വിവാഹിതനായി. അമ്മാവി വന്നതോടെ വീട്ടിൽ ഒരുണർവ് ഒക്കെ വന്നു തുടങ്ങി. വീട്ടിൽ എല്ലാ കാര്യത്തിനും വൃത്തിയും വെടിപ്പുമുണ്ടായി. എല്ലാ കാര്യത്തിനും നിയന്ത്രണവും ഏർപ്പെടുത്തി. അമ്മാവൻ വിവാഹിതനാകുന്നതിനു മുൻപുതന്നെ ചേച്ചിയുടെ വിവാഹം നടന്നിരുന്നു. വലിയ ആർഭാടങ്ങൾ ഒന്നുമില്ലാത്ത വിവാഹം. മാട്ടുംഗയിലുള്ള കൊച്ചു ഗുരുവായൂർ ക്ഷേത്രത്തിൽ വച്ചയായിരുന്നു ആർഭാട രഹിതമായ കല്യാണം നടന്നത്.

ന്യൂ ബോംബെയിൽ ഒരു കെമിക്കൽ കമ്പനിയിലെ ഉദ്യോഗസ്ഥനായിരുന്നു വരൻ. വിവാഹം കഴിഞ്ഞതോടെ ചേച്ചി ഭർത്താവ് പ്രകാശിനോടൊപ്പം നവിമുംബൈയിലുള്ള വീട്ടിലേക്ക് താമസം തുടങ്ങി.

ജോലിചെയ്യുന്ന സ്ഥാപനത്തിന്റെ തൊഴിലാളി ലീഡർ ആയിരുന്നു പ്രകാശ്. തൊഴിലാളികൾക്ക് കുത്തക മുതലാളിമാർ ന്യായമായ ശമ്പളം നൽകാറുണ്ടായിരുന്നില്ല. ശമ്പളത്തെ ചൊല്ലി തൊഴിലാളി മുതലാളി

തർക്കങ്ങൾ മിക്കവാറും ഉണ്ടാകാറുണ്ടായിരുന്നു. തൊഴിലാളികളുടെ നേതാവ് എന്ന നിലയിൽ ശമ്പള വർദ്ധനവിന്റെ പേരിൽ മുതലാളിയുമായി പലപ്പോഴും വാദപ്രതിവാദങ്ങൾ നടക്കാറുണ്ടായിരുന്നു. തൊഴിലാളികളും ന്യായമായ അവകാശങ്ങൾ നേടിയെടുക്കാൻ വേണ്ടി പ്രകാശിന്റെ നേതൃത്വത്തിൽ പണിമുടക്ക് സമരം വരെ നടത്തി. ഒടുവിൽ തൊഴിലാളികളുടെ മുമ്പിൽ മുതലാളി അടിയറവ് പറയേണ്ടി വന്നു. അതോടെ സമരം പിൻവലിച്ചു പൂർവാധികം ആത്മാർത്ഥതയോടെ പണി ചെയ്തു തുടങ്ങി.

മുതലാളി - തൊഴിലാളി സൗഹൃദത്തോടെ പ്രവർത്തിക്കുന്ന പല സ്ഥാപനങ്ങളുമുണ്ട്. അവിടെയെല്ലാം നല്ല നിലയിൽ പ്രവർത്തനങ്ങൾ തുടർന്നു പോകുന്നു. ഉൽപാദനക്ഷമതയും അടിക്കടി വർധിച്ചു കൊണ്ടിരിക്കുന്നു.

ചേച്ചി ശാരദയുടെ വിവാഹത്തിനു മുമ്പുണ്ടായ രസാവഹമായ ഒരു സംഭവം ഓർമ്മയിലെത്തി. ഒരു നളപാചകത്തെക്കുറിച്ചാണ്.

ഒരു വെള്ളിയാഴ്ച ദിവസം. ചേച്ചിയും കൂട്ടുകാരികളും കൂടി മാട്ടുംഗ കൊച്ചു ഗുരുവായൂർ ക്ഷേത്ര ദർശനത്തിന് പോകുവാൻ തീരുമാനിച്ചു. രാവിലെ 6.30 മണിക്ക് മുൻപ് നടക്കുന്ന നിർമ്മാല്യ ദർശനം കാണാൻ പോകാനാണ് ഉദ്ദേശിച്ചിരുന്നത്. നിർമ്മാല്യം ചാർത്തിയ ഭഗവൽദർശനം ഒരു പുണ്യ സായൂജ്യദായകമായി കരുതുന്നു, ഭക്തജനങ്ങൾ.

അമ്മാവന് ജോലിയുള്ള ദിവസമാണ്. അന്ന് അമ്മാവന് വേണ്ടി പ്രാതലിന് ഉപ്പുമാവ് ഉണ്ടാക്കിയാൽ മതിയെന്ന് ചേച്ചി പറഞ്ഞു. രാത്രിയിൽ തന്നെ ഉപ്പുമാവിനുള്ള റവ വറുത്തുവെച്ചു. അത് പ്രിപ്പയർ ചെയ്യേണ്ടുന്ന രീതിയും വിശദമാക്കി തന്നു. അമ്മാവന് രാവിലെ ഒമ്പതര മണിയോടുകൂടി ഓഫീസിലേക്ക് പുറപ്പെട്ടാൽ മതി. അതിനുമുമ്പായി ബാലകൃഷ്ണൻ ഉപ്പുമാവ് തയ്യാറാക്കാൻ ആരംഭിച്ചു.

തക്കാളിപ്പഴം ചേർത്തുണ്ടാക്കിയുള്ള ഉപ്പുമാവാണ്. ടൊമാറ്റോ ചെറുതായി അരിഞ്ഞു, രണ്ട് പച്ചമുളക്, രണ്ട് ചെറിയ ഉള്ളി, അതും മുറിച്ചെടുത്തു. അണ്ടിപ്പരിപ്പും മുന്തിരിങ്ങയും ചേർത്താൽ വളരെ സ്വാദിഷ്ടമായിരിക്കുമെന്ന് ചേച്ചി സൂചിപ്പിച്ചിരുന്നു. കറിവേപ്പില മേമ്പൊടി, തക്കാളി ഒഴികെയുള്ള ചേരുവകൾ വെളിച്ചെണ്ണയിൽ മൂപ്പിച്ച് എടുത്തു, പിന്നെ ഒരു ഗ്ലാസ്സിൽ വെക്കാൻ ആവശ്യമായ വെള്ളം

പാചകം ചെയ്യാനുള്ള ചീനച്ചട്ടിയിൽ തിളപ്പിച്ചു. മുൻകൂട്ടി തയ്യാറാക്കിയ ചേരുവകൾ വെള്ളം തിളച്ചപ്പോൾ ചേർത്തു. ഇനി ഉപ്പിടണം.

ഉപ്പിന്റെ അളവ് വലതുകൈകൊണ്ട് ചേച്ചി കാണിച്ചിരുന്നു. പക്ഷേ, അതത്ര വ്യക്തമായിരുന്നില്ല. ചോദിച്ച് തിട്ടപ്പെടുത്തിയതും ഇല്ല. ബാലകൃഷ്ണന്റെ സാമാന്യബുദ്ധി പ്രവർത്തിച്ചു. 'ഉപ്പു'മാവ് എന്നല്ലേ പേര്. ഉപ്പ് കൂടുതൽ ചേർത്ത് ഉണ്ടാക്കുന്നത് കൊണ്ടായിരിക്കും റവ കൊണ്ട് ഉണ്ടാക്കുന്ന ഈ വിഭവത്തിന് ഉപ്പുമാവ് എന്ന പേരിട്ടിരിക്കുന്നത്. ബാലകൃഷ്ണൻ പിന്നൊന്നും ആലോചിച്ചില്ല. ഒരുപിടി ഉപ്പ് തിളച്ചു മറിയുന്ന വെള്ളത്തിൽ നിക്ഷേപിച്ചു. അതിലേക്ക് വറുത്തു വച്ചിരിക്കുന്ന റവയും ഇട്ട് ഇളക്കി ചേർത്തു. ചേരുവകളുടെ കൂടെ കറിവേപ്പിലയും ചേർത്തിരുന്നു. കളർഫുൾ ഉപ്പുമാവ് റെഡി. കണ്ടാൽ തന്നെ വയറു നിറയും. അത്ര കേമം ആയിരുന്നു, കാഴ്ചയിൽ തന്നെ ഉപ്പുമാവ് വിഭവം അതൊരു ഒന്നൊന്നര വിഭവം തന്നെ.

അമ്മാവൻ കുളിച്ചൊരുങ്ങി റെഡിയായി വന്നു. തന്റെ ആദ്യപാചകത്തിന്റെ കരവിരുതിൽ പാചകം ചെയ്തെടുത്ത ഉപ്പുമാവ് ഒരു പ്ലേറ്റിൽ അമ്മാവന് കഴിക്കുവാൻ വേണ്ടി ഡൈനിങ് ടേബിളിൽ വെച്ചു, കൂടെ ഒരു സ്പൂണും. അനന്തരവന്റെ കരവിരുതിലൊരുക്കിയ 'ഉപ്പു'മാവ് ഒരു സ്പൂൺ കോരി വായിൽ വച്ചു. വായിൽ വെച്ച സാധനവുമായി ഒരക്ഷരം ഉരിയാടാതെ അമ്മാവൻ വാഷ്ബേസിനിലേക്ക് പോയി തുപ്പി. പിന്നെയും കമാന്നൊരക്ഷരം മിണ്ടാതെ അദ്ദേഹം ഓഫീസിലേക്ക് പുറപ്പെട്ടു.

എന്തു പറ്റിയോ, ആവോ? ബാലകൃഷ്ണൻ ഇതികർത്തവ്യതാമൂഢനായി നിന്നു. അല്പം കഴിച്ച് ബാലകൃഷ്ണൻ ടേസ്റ്റ് നോക്കി. ഉഗ്രൻ ഉപ്പുനീരിന്റെ അഭിഷേകം. അളവ് പിഴച്ചു. ഒരു നുള്ള് ആയിരിക്കും ചേച്ചി കാണിച്ചത്. താൻ അത് ഒരു പിടിയാക്കി. അത്രയേ സംഭവിച്ചിട്ടുള്ളൂ. ചേച്ചി വന്നപ്പോൾ അത് കളി പരുവത്തിൽ ആക്കി നോക്കി. അപ്പോഴും ഉപ്പിൽ തോവിച്ച സാധനം തഥൈവ:. വെള്ളം തിളപ്പിച്ച് ഉപ്പുമാവിൽ ഒഴിച്ചാണ് കളി പോലാക്കിയത്. എവിടെ ശരിയാകാൻ ആണ്! ഉപ്പിലിട്ട പോലെ ആകുമോ ഉപ്പിൽ തോവിച്ചത്. പണ്ടാരോ പറഞ്ഞപോലെ, 'ഉപ്പുകളി'കക്കൂസിൽ ഒഴിച്ചു കളഞ്ഞു! ചേച്ചിയും അമ്മാവനും പിന്നെന്നെ ഉപ്പിരിക്കുന്ന ഭാഗത്തേക്ക് എത്തിനോക്കാൻ പോലും അനുവദിച്ചിരുന്നില്ല. അതുകൊണ്ട്

അടുക്കളയിൽ കേറിപ്പോകരുതെന്ന് താക്കീതും ചെയ്തിരുന്നു. അതുകാരണം പാചകത്തിന്റെ എ.ബി.സി.ഡി ഇപ്പോഴും അറിയില്ല. പാലുകാച്ചും ചായ ഉണ്ടാക്കും. തിന്നാൻ ആണെങ്കിലോ, വിരുതനുമാണ്, ഇപ്പോഴും!

7

അമ്മാവി വന്നതോടെ കുഞ്ഞമ്മാവന്റെ സ്വഭാവത്തിലും സാരമായ മാറ്റങ്ങൾ കണ്ടു തുടങ്ങി. താനും കൂടെ താമസിക്കുന്നതിൽ അവർക്കിടെ നീരസമുള്ളതുമായി തോന്നിത്തുടങ്ങി. 'സ്വരം നന്നായിരിക്കെ പാട്ടും നിർത്തുന്നതു' ഭംഗിയായിരിക്കുമെന്ന് ബാലകൃഷ്ണന് തോന്നിത്തുടങ്ങി.

അമ്മാവന്റെ അർദ്ധ സമ്മതത്തോടുകൂടി ബാലകൃഷ്ണൻ ഭാണ്ഡൂപ്പിലേക്ക് താമസം മാറാൻ നിർബന്ധിതനായി. നാട്ടിലുള്ള ചില കൂട്ടുകാർ അവിടെ ബാച്ചിലേഴ്സ് ആയി താമസിക്കുന്ന കാര്യം അമ്മാവനിൽനിന്നും കേട്ടറിഞ്ഞിരുന്നു.

ഞങ്ങൾ നാല് ബാച്ചിലേഴ്സ് ഒന്നിച്ചായിരുന്നു ഒരു മുറിയിൽ കഴിഞ്ഞിരുന്നത്. എല്ലാവരും കൂടി ചേർന്നാണ് ആഹാരം പാകം ചെയ്യുക. ഞങ്ങളിൽ മുതിർന്ന ആളായ യശോധരൻ അണ്ണൻ എല്ലാ കാര്യങ്ങളിലും മുൻകൈ എടുത്തു ചെയ്യുമായിരുന്നു. പാചക കാര്യങ്ങളിൽ പുള്ളിക്കാരൻ സമർഥനായിരുന്നു. ചിലവാക്കുന്ന തുക നാലുപേരും കൂടി തുല്യമായി വീതിച്ചെടുക്കുമായിരുന്നു. വ്യക്തിപരമായ സ്വകാര്യ ആവശ്യങ്ങൾ സ്വന്തം ചിലവിൽ നടത്തേണ്ടതാണ്. വീട്ടു വാടകയും എല്ലാവരും കൂടി ഷെയർ ചെയ്യണം. അതാണ് ബാച്ചിലേഴ്സ് വ്യവസ്ഥകൾ. അത് ഭംഗ്യന്തരേണ നടക്കുന്നു.

ഭാണ്ഡൂപ്പിലെത്തി ബാച്ചിലേഴ്സും ഒത്തുള്ള ജീവിതം വളരെ രസകരവും സന്തോഷപ്രദവും ആയിരുന്നു. അവധിദിവസങ്ങളിൽ എല്ലാവരും കൂടിച്ചേർന്ന് പാട്ടും സംഗീതവും താളവും മേളവും ഒക്കെയായിരുന്നു.

ഒരുദിവസം യശോധരൻ അണ്ണന്റെ ഒരു പരിചയക്കാരൻ ഭരതനാട്യം റിഹേഴ്സലിനു വേണ്ടി തബലയും ഹാർമോണിയവും ഞങ്ങളുടെ റൂമിൽ കൊണ്ടു വച്ചു. തബലയടിച്ചും ഹാർമോണിയവും വായിച്ചും ഞാനും മറ്റൊരു സുഹൃത്തും കൂടി രണ്ടുദിവസം ജോലിക്ക് പോലും പോകാതെ 'സംഗീത കച്ചേരി' നടത്തി അടിച്ചു പൊളിച്ചു. എല്ലാം ഇന്ന് ഓർക്കുമ്പോൾ ബാലകൃഷ്ണന് തമാശ തോന്നുന്നു. ഇനി ഒരിക്കലും തിരിച്ചു കിട്ടാത്ത ദിവസങ്ങൾ.

ഭാണ്ഡൂപ്പിൽ നിന്നും കലീന ഓഫീസിലേക്കുള്ള യാത്ര വളരെ ക്ലേശമായിരുന്നു. ഭാണ്ഡൂപ്പിൽനിന്നും ട്രെയിനിൽ യാത്ര ചെയ്തു കുർളയിൽ ഇറങ്ങണം. അവിടെനിന്നു ബസ്സിൽ കയറി ജോലിസ്ഥലത്ത് കലീനയിൽ എത്തണം. അതുപോലെ തിരിച്ചും വൈകിട്ട് റൂമിലെത്തുവാൻ വളരെ വൈകുമായിരുന്നു. സഹമുറിയന്മാരിൽ (Room mate) ചിലർക്കൊക്കെ അത് ഇഷ്ടപ്പെടാറുണ്ടായിരുന്നില്ല. കാരണം, പാചക കാര്യങ്ങളിൽ പങ്കു ചേരുവാൻ സാധിച്ചിട്ടില്ല.

സ്റ്റാർ മെറ്റൽ ഇൻഡസ്ട്രിയിൽ ജോലി ചെയ്തുകൊണ്ടിരിക്കുന്നതിനിടെ കുറച്ചുകൂടി ഭേദപ്പെട്ട ജോലി ലഭിക്കുന്നതിന് വേണ്ടി പല ഓഫീസുകളിലും അപേക്ഷകൾ അയക്കുന്നുണ്ടായിരുന്നു. വെസ്റ്റേൺ റെയിൽവേയുടെ ലോവർ പരേലിലുള്ള ഒരു എക്സ്പോർട്ട് ഇമ്പോർട്ട് സ്ഥാപനത്തിൽ നിന്നും അഭിമുഖത്തിനുള്ള കോൾ ലെറ്റർ ലഭിച്ചു. ഇന്റർവ്യൂവിൽ അറ്റൻഡ്ചെയ്തു, ഒരു വേക്കൻസിക്ക് വേണ്ടി ധാരാളം ഉദ്യോഗാർത്ഥികൾ അഭിമുഖത്തിന് എത്തിയിരുന്നു ഫൈനൽ റൗണ്ട് ഇന്റർവ്യൂവിൽ താൻ സെലക്ട് ആയി. ജോലിയിൽ പ്രവേശിക്കുവാനുള്ള അപ്പോയിന്മെന്റ് ലെറ്റർ ലഭിച്ചതനുസരിച്ചു കലീനയിലുള്ള ഓഫീസിൽനിന്നും ജോലി റിസൈൻ ചെയ്തു. നിയമന ലെറ്ററിൽ സൂചിപ്പിച്ചിരിക്കുന്ന ദിവസം തന്നെ ലോവർ പരേലിലുള്ള സ്ഥാപനത്തിൽ ജോലിയിൽ പ്രവേശിച്ചു. ആദ്യജോലിയിൽ നിന്നും ലഭിച്ചിരുന്നതിനേക്കാൾ കുറച്ചുകൂടി മെച്ചപ്പെട്ട സാലറി പുതിയ സ്ഥാപനത്തിൽനിന്നും ഓഫർ ചെയിതിട്ടുണ്ട്.

പതുക്കെ പതുക്കെ കയറ്റിയിറക്ക് ഡോക്കുമെന്റേഷൻ കാര്യങ്ങളൊക്കെ കുറച്ചൊക്കെ പഠിച്ചെടുത്തു. സഹപ്രവർത്തകരിൽ

പരിചയസമ്പന്നരായവരുടെ പിന്തുണ ലഭിക്കുകയുണ്ടായി. അതിനാൽ ജോലിയിൽ പ്രാവീണ്യം നേടിയെടുക്കുവാൻ കഴിഞ്ഞു. റെഡിമെയ്ഡ് ഗാർമെന്റ്സ് ആണ് പ്രധാനമായും എക്സ്പോർട്ട് ചെയ്തുകൊണ്ടിരുന്നത്, ജെൻസ് ഷർട്ടും ലേഡീസ് ടോപ്പും അതിൽ ഉൾപ്പെടും.

റെഡിമെയ്ഡ് നിർമ്മാണ വിഭാഗത്തിൽ നാല്പതോളം തയ്യൽക്കാർ ഒരേസമയം ജോലി ചെയ്യുന്നുണ്ട്. രണ്ട് ഷിഫ്റ്റിൽ ജോലി നടക്കുന്നു, രാവിലെ ഏഴു മണി മുതൽ വൈകിട്ട് അഞ്ച് മണി വരെ ഒരു ഷിഫ്റ്റ് പിന്നെ നൈറ്റ് ഷിഫ്റ്റ് നടക്കുന്നുണ്ട്. കട്ടിങ് മാസ്റ്റർ കൂടാതെ ചെക്കിങ് പാക്കിങ് വിഭാഗത്തിലും പത്തു പേരോളം ജോലി ചെയ്യുന്നു. കമ്പനി നിയമപ്രകാരം അവിടെ ജോലി ചെയ്യുന്നവർക്ക് എല്ലാവിധ ആനുകൂല്യങ്ങളും ലഭ്യമായിരുന്നു. എംപ്ലോയ്മെന്റ് ഇൻഷുറൻസ് സ്കീമിൽ മരുന്നുകൾ സൗജന്യമായി കിട്ടുമായിരുന്നു.

സ്ഥാപന ഉടമകൾ പഞ്ചാബികൾ ആയിരുന്നു. അച്ഛരനും മൂന്ന് ആൺമക്കളും പങ്കാളികളായി പ്രവർത്തിക്കുന്നു. ഭരജ്ഗ്പാൽ ആണ് അച്ഛരൻ. ജയ്ദേവ്പാൽ, മഹേന്ദ്രപാൽ ,രാജേന്ദ്രപാൽ എന്ന മൂന്നു മക്കളും വിവിധ സെക്ഷൻ കൈകാര്യം ചെയ്യുന്നു . പ്രൊഡക്ഷൻ മാർക്കറ്റിംഗ് ഫിനാൻസ് എന്നീ വിഭാഗങ്ങൾ രാജേന്ദ്രപാൽ മഹേന്ദ്രപാൽ ജയദേവ്പാൽ എന്നിവർ യഥാക്രമം കൈകാര്യം ചെയ്യുന്നു.

ബാലകൃഷ്ണൻ അടക്കം ഓഫീസിൽ ആറുപേർ ജോലി ചെയ്യുന്നുണ്ട്. ഡോക്കുമെന്റേഷൻ, എക്സ്പോർട്ടിംപോർട്ട്, ലൈസൻസിംഗ്, ഔട്ഡോർ കസ്റ്റം ക്ലീയറിംഗ് സെക്ഷൻ കൂടാതെ ദിവസേനയുള്ള ബാങ്ക് കാര്യങ്ങളും ശ്രദ്ധാപൂർവം ഓഫീസ് സ്റ്റാഫ് നോക്കി നടത്തുന്നു, ഉടമസ്ഥരുടെ നിർദ്ദേശപ്രകാരം.

ഓഫീസിൽ കിട്ടുന്ന ഇടവേളകളിൽ മനസ്സിലുദിക്കുന്ന കഥാസാരങ്ങൾ ബാലകൃഷ്ണൻ പേപ്പറിൽ എഴുതിവയ്ക്കുന്നു. കിട്ടുന്ന അവധി ദിവസങ്ങൾ സാഹിത്യ രചനകൾക്കായി മാറ്റിവെച്ചിരുന്നു. മുറുനാടൻ പ്രസിദ്ധീകരണങ്ങളിൽ കൃഷ്ണന്റെ കഥകൾ പ്രസിദ്ധീകരിച്ചുകൊണ്ടിരുന്നു. അതുപോലെ ഹരിദാസിന്റെ രചനകളും. ഇടയ്ക്കൊക്കെ ഹരിയുമായി ഫോണിൽ ബന്ധപ്പെടുമായിരുന്നു. അവരവർ എഴുതുന്ന കഥകളെ കുറിച്ച്

അഭിപ്രായങ്ങളും ചര്‍ച്ചകളും നടത്തിയിരുന്നു. നല്ല നല്ല കഥകള്‍ രചിക്കുവാന്‍ ആ സാഹിത്യ ചര്‍ച്ചകള്‍ വളരെ ഉപകരിച്ചിരുന്നു, പുതിയ ആശയങ്ങള്‍ മനസ്സില്‍ ഉരുത്തിരിഞ്ഞു വരാറുണ്ടായിരുന്നു, നര്‍മപ്രധാനമായ കഥകള്‍ എഴുതുവാന്‍ ഹരിക്ക് പ്രത്യേകമായ ഭാവനാവൈഭവം ഉണ്ടായിരുന്നു. തന്റെ കഥകളില്‍ മര്‍മ്മപ്രധാ നമായി അനുഭവങ്ങളുടെയും സാങ്കല്പികതയുടെയും സ്വാധീനം വളരെ ഏറെ വന്നുചേരുമായിരുന്നു. കയ്പേറിയ ബാല്യകാലത്തിലൂടെ കടന്നു പോകുന്നുണ്ടായിരുന്ന സംഭവങ്ങളും ചുറ്റുപാടിന്റെ സമ്മര്‍ദ്ദവും എല്ലാം തന്റെ രചനകളില്‍ കടന്നു വരാറുണ്ടായിരുന്നു.

വര്‍ഷങ്ങള്‍ കുറച്ചു കടന്നുപോയി. ബാലകൃഷ്ണന് ഇരുപതിരുപത്തഞ്ച് വയസ്സ് പ്രായമായി. അവനെ വിവാഹം കഴിപ്പിക്കുവാന്‍ വേണ്ടി വീട്ടുകാര്‍ നിര്‍ബന്ധിച്ചു കൊണ്ടിരുന്നു. ഉടനെ ഒരു വിവാഹത്തെക്കുറിച്ച് ചിന്തിക്കുവാനുള്ള സാഹചര്യമല്ലായിരുന്നു അവന്റേത്.

വിവാഹിതനാകുന്നതോടെ ഉത്തരവാദിത്തങ്ങളും ബാധ്യതകളും വര്‍ദ്ധിക്കും. ബാച്ചിലേഴ്സ് ആയി ജീവിച്ചുവരുന്നതിനിടെ, കുടുംബ ജീവിതത്തെക്കുറിച്ച് പെട്ടെന്നൊരു തീരുമാനത്തില്‍ എത്തിച്ചേരുവാന്‍ അസാധ്യമാണ്. വിവാഹത്തിനു മുമ്പായി താമസ സൗകര്യം കണ്ടെത്തണം. സ്വന്തമായി ഒരു വീടെന്നതിനെ കുറിച്ചുള്ള സ്വപ്നം വളരെ വിദൂരമാണ്. അതും ബോംബെയില്‍. ഭാവിയില്‍ സാധിച്ചെന്നു വരായ്കയില്ല. ഇപ്പോഴേ അതിനു വേണ്ടി ശ്രമം തുടങ്ങണം. ശമ്പളത്തിന്റെ ഒരു വിഹിതം അതിനായി മാറ്റിവെച്ചു തുടങ്ങേണ്ടിവരും.

തല്‍ക്കാലം വാടക വീട് തന്നെ ശരണം. ജോലിചെയ്യുന്ന സ്ഥാപനത്തിനടുത്തായി ഒരു വീട് തരപ്പെടുത്താന്‍ സാധിച്ചാല്‍ യാത്രാ ചിലവ് ചുരുക്കാന്‍ കഴിയും. യാത്രാ ക്ലേശവും ഒരു പരിധിവരെ ഒഴിവാക്കാന്‍ കഴിയും.

ബോംബെയില്‍ ഒരു വാടകവീട് എന്ന് പറയുമ്പോള്‍ ഭാരിച്ച ബാധ്യതകളാണ് ഉണ്ടാവുക. സ്വന്തമായി ഉപ്പ് തൊട്ടു കര്‍പ്പൂരം വരെ വാങ്ങേണ്ടിവരും. കുക്കിംഗ് ഗ്യാസും ഗ്യാസ് അടുപ്പും വേണമെന്നുണ്ടെങ്കില്‍ ബോംബെയില്‍ സ്വന്തമായി റേഷന്‍ കാര്‍ഡ് വേണം, കൂടാതെ മറ്റു തിരിച്ചറിയല്‍ രേഖകളും ഉണ്ടായിരിക്കണം. അതൊക്കെ തരപ്പെടുത്തി എടുക്കുന്നതുവരെ മണ്ണെണ്ണ സ്റ്റവ്

തന്നെ ആശ്രയം.

വാടക വീട് എടുത്താലോ പിന്നെ പൊല്ലാപ്പുകളുടെ തുടക്കവും ആണ്. വീട്ടുടമയുടെ ടൈംടേബിൾ അനുസരിച്ചെ ജീവിക്കുവാൻ പറ്റുള്ളൂ. റൂമിൽ ലൈറ്റ് ഉപയോഗിക്കുന്നതിന് ഉടമസമയം നിശ്ചയിക്കും. കുടിവെള്ളം ഉപയോഗിക്കുന്നതിനും കുളിക്കുന്നതിനും നനക്കുന്നതിനും നിയന്ത്രണം. വീട്ടിൽ ഒച്ച വച്ച് സംസാരിക്കുവാൻ പാടില്ല. അല്പം ഒച്ച വെച്ചാൽ അത് ശബ്ദമലിനീകരണം ആകും. വീട്ടുടമയ്ക്കത് അലോസരമാകും. ഇങ്ങനെയൊക്കെയാണെങ്കിലും മാസാമാസം ഉള്ള വാടക നിശ്ചിത ദിവസത്തിനുള്ളിൽ കൊടുത്തിരിക്കണം. അല്പം വൈകിയാൽ, വീട് ഒഴിഞ്ഞു കൊടുക്കണമെന്നുള്ള താക്കീതും. എന്നുവേണ്ട, തൊട്ടതിനും പിടിച്ചതിനും നിയന്ത്രണവും റൂം ഒഴിയണം എന്നുള്ള ഭീഷണിയും.

ഇവിടെ ഒരു മറുനാടൻ മലയാളി അഭിമുഖീകരിക്കേണ്ടിവരുന്ന പ്രശ്നങ്ങൾ ചെറുതൊന്നുമല്ല. അവർ എല്ലാം സഹിക്കുവാൻ നിർബന്ധിതരാകുന്നു.

മിക്കവാറും വാടകവീടുകളിൽ യാതൊരു സുരക്ഷിതത്വവും ഉണ്ടാകാറില്ല. ഉറപ്പില്ലാത്ത പൊളിഞ്ഞ കതകുകളും ജനാലകളും ആയിരിക്കും. കുടുംബസമേതം രാത്രികാലങ്ങളിൽ സ്വസ്ഥമായി ഉറങ്ങുവാൻ കഴിയില്ല. ഇത് ഗ്രാമപ്രദേശങ്ങളിലുള്ള പല വീടുകളുടെയും ദയനീയമായ അവസ്ഥയാണ്. വാടകക്കാരായ മലയാളികളെ പലരീതിയിലും ചൂഷണം ചെയ്യുന്ന ഗ്രാമവാസികൾ. വാടകക്കാരായ പല മലയാളി സുഹൃത്തുക്കളുടെ വീടുകളിലും മോഷണം നടന്നിട്ടുള്ള സംഭവവും ഉണ്ടായിട്ടുണ്ട്. മോഷണ വിവരം പോലീസിൽ പരാതിപ്പെട്ടാൽ ഒരു നിയമപരിരക്ഷയും ഉണ്ടാകാറില്ല. പോലീസും നിയമവും ഒക്കെ ഇവിടെ വെറും പ്രഹസനങ്ങൾ മാത്രമായി എഴുതിത്തള്ളപ്പെടുന്നു .എല്ലാം ആ നാട്ടുകാർക്ക് അനുകൂലമായി നിയമങ്ങൾ വളച്ചൊടിക്കപ്പെടുന്നു.

സാമാന്യം നല്ല വാടക കൊടുക്കാൻ ശേഷിയുള്ളവർക്ക് കെട്ടുറപ്പുള്ള വാടക വീടുകളും ഇവിടെ ലഭ്യമാണ്. കെട്ടിടങ്ങളിൽ പേടി കൂടാതെ സുരക്ഷിതരായി ജീവിക്കുവാൻ സാധിക്കുന്ന ചുറ്റുപാടുകൾ ഉണ്ടാകും. ചെറിയ വരുമാനക്കാരനും വലിയ ശമ്പളം കൈപ്പറ്റുന്നവർക്കും അവരവരുടെ താൽപര്യാനുസരണം

മഹാരാഷ്ട്രയിൽ ജീവിക്കുവാനുള്ള സാഹചര്യം ഉണ്ട് എന്നതാണ് യാഥാർത്ഥ്യവും.

മഹാരാഷ്ട്രയിൽ ജീവിക്കുവാനുള്ള സാഹചര്യം ഉണ്ട് എന്നതാണ് യാഥാർത്ഥ്യവും.

• 47 •

8

ങാ, സുരേഷേ ചായ കുടിക്കുന്നതിനിടയിൽ ഞാൻ ഒത്തിരി ദൂരങ്ങൾ സഞ്ചരിച്ചു. ഗതകാലസ്മരണകളിൽ ഊളിയിട്ടു എന്നൊക്കെ ഈ സാഹിത്യകാരന്മാർ ഒക്കെ പറയാറുണ്ടല്ലോ. അതുപോലെ ഞാനും കുറെ പഴയ കാര്യങ്ങൾ ഓർത്തുപോയി ബാലകൃഷ്ണൻ പറഞ്ഞു.

ഒരു കാര്യം ചെയ്യൂ ബാലകൃഷ്ണൻ സുരേഷിനോട് പറഞ്ഞു. പുതിയ ഡ്രസ്സുകൾ ഒക്കെ ബാത്റൂമിൽ ഇട്ടൊന്ന് കഴുകിയിട് രാവിലത്തേന് ഉണങ്ങി കിടക്കും. ഇസ്തിരി ഇട്ടെടുക്കാം പുതിയ തുണി ആയതുകൊണ്ട് വാഷിംഗ് മെഷീനിൽ ഇടണ്ട. ശരി ബാലനച്ഛാ

സുരേഷ് ബാത്റൂമിലേക്ക് കയറിയപ്പോൾ ഡിറ്റർജെന്റ് പൗഡർ എവിടെയാണ് ഇരിക്കുന്നത് എന്ന് ബാലകൃഷ്ണൻ സുരേഷിന് കാണിച്ചുകൊടുത്തു.

"പാവം പയ്യനാണ്" ഒത്തിരി പ്രാരാബ്ധങ്ങൾ ഉള്ള കുടുംബത്തിലെ കൊച്ചനാണ് ബാലകൃഷ്ണൻ ഭാര്യയോട് പറഞ്ഞു

"ശരിയാ നല്ല വിനയവും പക്വതയും" ഉള്ള കുട്ടിയാണെന്ന് തോന്നും. അവന് നമ്മുടെ സ്ഥാപനത്തിൽ എവിടെയെങ്കിലും നല്ലൊരു ജോലി കൊടുക്കണം. സുലോചന സുരേഷിന് വേണ്ടി ഭർത്താവിനോട് ശിപാർശ ചെയ്തു.

ചെയ്യാമെടോ, ബാലകൃഷ്ണൻ ഭാര്യയോട് പറഞ്ഞു. അവൻ എന്റെ കൂടെ നിന്ന് ഭാഷയൊക്കെ വശമാക്കട്ടെ എന്നിട്ട് വേണ്ടതുപോലെ ചെയ്യാം

തുണി കഴുകിയിട്ട് സുരേഷ് ബാത്റൂമിൽ നിന്ന് ഇറങ്ങി വന്നു.

"ങാ, സുരേഷ്, നിനക്കൊരു ജോലിക്കാര്യത്തിന് വേണ്ടി സുലുക്കുട്ടി എന്നോട് റെക്കമെന്റ് ചെയ്യുകയായിരുന്നു, കേട്ടോ" ബാലകൃഷ്ണൻ

പറഞ്ഞു. "അതിന്റെ ആവശ്യമുണ്ടോ? പല സ്ഥാപനത്തിന്റെയും ഉടമയല്ലേ സുലു. ആ സ്ഥാപനത്തിൽ അല്ലെങ്കിൽ എന്റെ മറ്റേ സ്ഥാപനത്തിൽ അവനൊരു ജോലി കൊടുക്കണമെന്നങ്ങ് ഓർഡർ ചെയ്താൽ പോരേ".

പിന്നെ, ഈ ബാലേട്ടന്റെ ഓരോ ഞായം. "സുലോചന തുടർന്നു" എല്ലാ കാര്യങ്ങളും ചേട്ടൻ അല്ലേ അങ്ങോട്ടു നോക്കി നടത്തുന്നത്. വേണ്ടതുപോലങ്ങോട്ടു ചെയ്താട്ടെ". സുലു അമ്മ ബാലനച്ഛരന്റെ മൊട്ടത്തലക്കിട്ടു ഒരു കിണുക്കു കൊടുത്തിട്ടു ചിരിച്ചു.

'ഓക്കേ മേഡം, അങ്ങനെ ചെയ്യാമേ' ബാലൻ അച്ഛരൻ തമാശയായി തൊഴുതിട്ട്, അങ്ങനെ പറഞ്ഞിട്ട്, രണ്ടുപേരും ചിരിച്ചു. അവരുടെ സ്നേഹസംഭാഷണങ്ങൾ കേട്ടിട്ട് സുരേഷ് ഊറിച്ചിരിച്ചു. പരസ്പര ധാരണയും സ്നേഹവും ബഹുമാനവും ഉള്ള കുടുംബം. നല്ല ചേർച്ചയുള്ള ദമ്പതിമാർ!.

"അത്താഴത്തിനുള്ള നേരമായി, രണ്ടുപേരും കൈ കഴുകിയിട്ട് ഇരുന്നാട്ടെ". ആഹാരം കഴിക്കാൻ ഇരിക്കാൻ പറഞ്ഞിട്ട് സുലു അമ്മ കിച്ചണിലേക്ക് കയറി. ബാലൻ അച്ഛരൻ ഡൈനിങ് ടേബിൾ വൃത്തിയാക്കിയിട്ട് ടേബിളിന്റെ മാറ്റുകൾ നിരത്തിയിട്ടു. "ഏതായാലും മേഡം പറഞ്ഞതല്ലേ, കൈ കഴുകിയേക്കാം" അങ്ങനെ പറഞ്ഞിട്ട് ബാലകൃഷ്ണൻ ഡൈനിങ് ടേബിളിന്റെ സൈഡിൽ ആയിട്ടുള്ള വാഷ് ബേസിനിൽ കൈകഴുകി, സുരേഷും. ബാലകൃഷ്ണൻ അടുക്കളയിലേക്ക് കയറിപ്പോയി, ഭാര്യയോടൊപ്പം കയ്യിൽ ഒരു കറിപ്പാത്രവുമായി മടങ്ങി വന്നു.

വിഭവ സമൃദ്ധമായ ഒരു സദ്യ തന്നെയാണ് സുലു അമ്മ ഒരുക്കിയിരിക്കുന്നത്. മത്സ്യം കറി വെച്ചതും വറുത്തതും, പച്ചക്കറിയുടെ പല ഐറ്റംസ്. കൂടാതെ മോര് കറി, അച്ചാർ, പിന്നെ ഒരു പാത്രത്തിൽ പൈനാപ്പിൾ ചീകി മുറിച്ചു വെച്ചിരിക്കുന്നു.

ഡൈനിങ് ടേബിളിൽ ഒരുക്കിയിരിക്കുന്ന വിവിധയിനം വിഭവങ്ങൾ കണ്ടിട്ട് സുരേഷ് ഒരു നിമിഷം മിഴിച്ചിരുന്നു പോയി. തന്റെ കൊച്ചു വീട്ടിൽ, സ്കൂളിൽ കുട്ടികൾക്ക് പുസ്തകം വയ്ക്കുവാനും എഴുതുവാനും ഉപയോഗിക്കുന്ന മാതിരി ഒരു ഡസ്കുണ്ട്. രണ്ട് പ്ലാസ്റ്റിക് കസേരകളും, എല്ലാവരും കൂടി ഒന്നിച്ചിരുന്ന് ആഹാരം കഴിച്ചിട്ടുള്ള ഓർമ്മയില്ല. അമ്മയും സഹോദരിമാരും അടുക്കളയുടെ

ഒരു മൂലയിൽ താഴെ പായയിട്ടു അതിലൊതുങ്ങിക്കൂടി ഇരുന്നാണ് ആഹാരം കഴിക്കുന്നത്. അച്ഛൻ പലപ്പോഴും ആഹാരത്തിന് വീട്ടിൽ ഉണ്ടാകാറില്ല. തനിക്കുമാത്രം അമ്മ ആഹാരം വിളമ്പിയിട്ട് ഡെസ്കിൽ വെച്ച് തരും.

അമ്മ വിളമ്പിത്തരുന്ന ആഹാരത്തിന് എന്ത് സ്വാദായിരുന്നു. ഇല്ലായ്മയിലും കഷ്ടപ്പാടുകളിലും ഞങ്ങൾ സഹോദരങ്ങൾ ഒരുമയോടെ കഴിഞ്ഞിരുന്നു. അമ്മയുടെ സ്നേഹ സാന്ത്വനത്തിൽ ഞങ്ങൾ മക്കൾ ഊഷ്മളതയോടെ കഴിഞ്ഞുപോയിരുന്നു. ഉള്ളത് കൊണ്ട് ഞങ്ങൾ ഓണം പോലെ കഴിയുവാൻ ശീലിച്ചു.

മൂത്ത ചേച്ചി കല്യാണപ്രായം എത്തി നിൽക്കുകയാണ്. അച്ഛന് അതിലൊന്നും ഒരു ശ്രദ്ധയുമില്ല. ഒരു കല്യാണ ആലോചന വന്നാൽ തന്നെ, അല്പസ്വല്പ സ്ത്രീധനം നൽകാൻ ഉള്ള പാങ്ങ് പോലും വീട്ടിൽ ഇല്ല. നിത്യവൃത്തിക്ക് പോലും കഷ്ടി ആയിട്ടാണ് കാര്യങ്ങൾ നടന്നു പോകുന്നത്. ബാലനച്ഛന്റെ കാരുണ്യത്തിൽ തനിക്ക് ഒരു ജോലിയും ശമ്പളവും ആയാൽ, ആദ്യം ചേച്ചിയുടെ വിവാഹം നടത്തുന്നതിന് വേണ്ടി ഒരു തുക സ്വരുക്കൂട്ടണം. സുരേഷിന്റെ മനസ്സ് നിറയെ ശുഭ പ്രതീക്ഷകളുടെ നാമ്പുകൾ കിളിർത്തു നിറഞ്ഞു.

"സുരേഷ് ആഹാരം കഴിക്ക്", ബാലകൃഷ്ണൻ പറഞ്ഞു, താൻ എന്താ ആലോചിക്കുന്നത്. കഴിക്ക്, സുരേഷ് നാട്ടിലെ ഓർമ്മകളിൽ നിന്നും മടങ്ങിയെത്തി.

"സോറി, നാട്ടിലെ ആഹാര രീതികളെക്കുറിച്ച് ഒന്ന് ഓർത്തുപോയതാണ്." സുരേഷ് ബാലൻ അച്ഛനോട് സഹതാപത്തോടെ പറഞ്ഞു.

"സുരേഷ്, നിന്നെക്കാട്ടിലും ഒത്തിരി കഷ്ടപ്പാടുകൾ നിറഞ്ഞതായിരുന്നു എന്റെ ബാച്ചിലേഴ്സ് ജീവിതം. എല്ലാവരും കൂടി ആഹാരം കഴിക്കുവാൻ ആയി തറയിൽ ചമ്രം പടിഞ്ഞിരിക്കും, ചോറും ഒരു കറിയും ചിലപ്പോൾ സാമ്പാർ മറ്റു ചിലപ്പോൾ ഡാലു കറി, വെള്ളം പോലെ കോരി ഒഴിച്ചു കഴിക്കും. ആഴ്ചയിൽ ഒരിക്കൽ ഞായറാഴ്ച ദിവസം ഒത്താൽ ഒരു മീൻ കറി. ഒരു പാത്രത്തിൽ വിളമ്പും, പലപ്പോഴും വയറു നിറയാറില്ലായിരുന്നു. ഉള്ളതുകൊണ്ട് എല്ലാവരും തൃപ്തരാകുന്നു. അങ്ങനെ ആയിരുന്നു രണ്ടുമൂന്നു വർഷത്തെ ഒറ്റയാൾ ജീവിതം".... ബാലകൃഷ്ണൻ പറഞ്ഞു നിർത്തുന്നതിന്

മുൻപായി ഭാര്യ ഇടപെട്ടു.

"കൊള്ളാം രണ്ടുപേരും കൂടി അവരവരുടെ പൂർവകാല ചരിത്രങ്ങളും പറഞ്ഞു ആഹാരത്തിന്റെ മുൻപിൽ ഇരിക്കുകയായിരുന്നോ, കഴിക്കാതെ" സുലുഅമ്മ ഊണ് കഴിക്കുവാൻ വേണ്ടി ഓർമ്മിപ്പിച്ചു. അവർ വർത്തമാനകാലത്തിലേക്കു തിരിച്ചെത്തി!

"ശരിയെടോ കഴിക്ക്, പിന്നെ സൗകര്യവും സന്ദർഭവും പോലെ നമുക്ക് തുടരാം" ബാലൻ അച്ഛരൻ പിന്നെയും പറഞ്ഞു, എത്രയായാലും വന്ന വഴി നമ്മൾ മറക്കാൻ പാടില്ല പിന്നിട്ട പാതകൾ മറക്കരുത്. നമുക്ക് വഴികാട്ടി ആയിട്ടുള്ളവരെ ഒരിക്കലും മറക്കാൻ പാടില്ല. അങ്ങനെയല്ല ഇന്ന് പലരും, പുതിയ മായക്കാഴ്ചകളിൽ മതിമറന്ന് പഴയതൊക്കെ അവസരോചിതമായി മറക്കുന്നു. അതിനെയാണ് 'പൊങ്ങച്ചം' എന്ന് പറയുന്നത്. ഒരു പഴയ ചൊല്ലുണ്ടല്ലോ, "അല്പൻ അർദ്ധരാത്രിയിൽ കുട പിടിക്കും" എന്ന്. അതാണ് നടക്കുന്നത്. അല്പം എന്തെങ്കിലും ഒക്കെ കണ്ടു കഴിയുമ്പോൾ മതി മറക്കുന്നു, ബാലകൃഷ്ണൻ ചില ചരിത്ര സത്യങ്ങൾ പറഞ്ഞിട്ട് ഊണ് കഴിക്കാൻ തുടങ്ങി.

ഊണ് കഴിച്ചു കഴിഞ്ഞ് പാത്രങ്ങളൊക്കെ കഴുകിവെച്ചു ഡൈനിങ് ടേബിൾ തുടച്ചു വൃത്തിയാക്കിയശേഷം ബാലനച്ഛരനും സുലു അമ്മയും കൂടെ സോഫയിൽ ഇരുന്നു.' ഇരിക്ക് സുരേഷേ' ബാലൻ അച്ഛരൻ പറഞ്ഞു: ഊണ് കഴിച്ചു കഴിഞ്ഞിട്ട് ഉടനെ ഉറങ്ങാൻ കിടക്കരുത്. കുറഞ്ഞത് ഒരു മണിക്കൂറെങ്കിലും കഴിഞ്ഞിട്ടേ കിടക്കാവൂ, സുരേഷ് അടുത്തായി കസേരയിൽ ഇരുന്നു.

"സുരേഷേ, എന്റെ കുഞ്ഞമ്മാവൻ ഞങ്ങളെയൊക്കെ ഒത്തിരി സ്നേഹിച്ചിരുന്നു, ഞങ്ങൾ മൂന്ന് സഹോദരങ്ങളാണ്. എനിക്ക് ഇളയ അനുജൻ രാജുവും പെങ്ങൾ രജനിയും. ഞങ്ങളുടെ ചെറുപ്രായത്തിൽ തന്നെ അച്ഛരൻ അമ്മയെയും ഞങ്ങളെയും ഉപേക്ഷിച്ചു പോയി. നിസ്സാരമായ കുടുംബ വഴക്കായിരുന്നു കാരണം. അന്ന് മൂത്ത അമ്മാവന്മാർ അച്ഛരനെ മർദ്ദിച്ചു. അതിന്റെ ദേഷ്യത്തിനായിരുന്നു അച്ഛരൻ പിണങ്ങിപ്പോയത്. പിന്നീട് തിരിച്ചു വന്നിട്ടില്ല, അച്ഛരൻ മറ്റൊരു വിവാഹം കഴിച്ചെന്നുള്ള യാഥാർഥ്യം കുറച്ചുനാളുകൾ കഴിഞ്ഞപ്പോൾ അറിഞ്ഞിരുന്നു. അതിനെ ഒന്നും ചോദ്യം ചെയ്യുവാനും ചോദിക്കുവാനും ആരും തുനിഞ്ഞിട്ടില്ല. അമ്മാവന്മാരുടെ

സംരക്ഷണയിലായിരുന്നു ഞങ്ങൾ വളർന്നതും പഠിച്ചതും.

കുഞ്ഞമ്മാവൻ ആയിരുന്നു ഞങ്ങളുടെ എല്ലാ കാര്യങ്ങളും നടത്തിയിരുന്നത്. ഞങ്ങളുടെ കുഞ്ഞുപ്രായത്തിൽ കുഞ്ഞമ്മാവൻ ഞങ്ങൾക്ക് കളിപ്പാട്ടങ്ങൾ വാങ്ങി തരുമായിരുന്നു. സ്കൂളിൽ പോകാൻ തുടങ്ങിയ ഞങ്ങൾക്ക് യൂണിഫോറവും പുസ്തകങ്ങളും നോട്ട് ബുക്കുകളും കുഞ്ഞമ്മാവൻ വാങ്ങി തരുമായിരുന്നു. ഓണത്തിന് ഞങ്ങൾക്ക് ഇഷ്ടമുള്ള നിക്കറും ഉടുപ്പും പെങ്ങൾക്ക് ഫ്രോക്കും വാങ്ങിച്ചു തന്നിരുന്നു.

ഞങ്ങളുടെ വീടിനടുത്തുള്ള ചെല്ലപ്പൻ ഡോക്ടറുടെ ക്ലിനിക്കിൽ കുഞ്ഞമ്മാവൻ കമ്പോണ്ടറായി കുറച്ചുനാൾ ജോലി ചെയ്തിരുന്നു. അവിടെ ജോലി ചെയ്തുകൊണ്ടിരുന്നപ്പോഴായിരുന്നു ഞങ്ങളുടെ മൂത്ത അമ്മാവൻ രാധാകൃഷ്ണൻ കുഞ്ഞമ്മാവനെ ബോംബെയ്ക്ക് കൊണ്ടുപോയത്. എംഇഎസിൽ ടെസ്റ്റ് എഴുതി പാസായിട്ടായിരുന്നു ജോലി ലഭിച്ചത്.

എത്രയോ വർഷങ്ങൾ കഴിഞ്ഞ കഥകളും സംഭവങ്ങളും ആണ് ചേട്ടൻ പറഞ്ഞുകൊണ്ടിരിക്കുന്നത്, സുലോചന പറഞ്ഞു: എന്തിനാണ് ഇതൊക്കെ ഇപ്പോഴും ഓർത്തുകൊണ്ടിരിക്കുന്നത്. എന്തിനാണ് മനസ്സ് വിഷമിപ്പിക്കുന്ന അനുഭവങ്ങൾ പറഞ്ഞുകൊണ്ടിരിക്കുന്നത്. "വരൂ ഉറങ്ങാൻ പോകാം" ബാലകൃഷ്ണന്റെ ശ്രദ്ധ തിരിച്ചുവിടാൻ വേണ്ടി സുലുഅമ്മ പറഞ്ഞ.

"ഒന്നും ഒരിക്കലും മറക്കില്ല സുലുക്കുട്ടി" ബാലകൃഷ്ണൻ തുടർന്നു: ഞങ്ങളുടെ കുഞ്ഞമ്മാവനെക്കുറിച്ച് എന്റെ അന്ത്യശ്വാസം വരെ ഞാൻ പറഞ്ഞു കൊണ്ടിരിക്കും. കുഞ്ഞമ്മാവൻ ഇന്ന് ജീവിച്ചിരിക്കുന്നില്ലെങ്കിലും ഈ ജീവിതം കെട്ടിപ്പടുത്തുയർത്തുവാൻ കാരണക്കാരൻ എന്റെ പ്രിയപ്പെട്ട കുഞ്ഞമ്മാവൻ തന്നെയാണ്. ബാലകൃഷ്ണന്റെ കണ്ണുകൾ ചുമന്നു. കണ്ണുനീർത്തുള്ളികൾ കണ്ണുകളിൽ തുളുമ്പി നിന്നു.

ഉറങ്ങുവാൻ കിടന്നപ്പോഴും ബാലകൃഷ്ണന്റെ മനസ്സ് സാന്താക്രൂസ് മിലിട്ടറി ക്യാമ്പിലൂടെ നിർവിഘ്നം സഞ്ചരിച്ചുകൊണ്ടിരിക്കുകയായിരുന്നു.

പട്ടാള ക്യാമ്പിൽ അമ്മാവനോടൊപ്പം കഴിഞ്ഞു കൂടിയ നാളുകൾ വളരെ വിജ്ഞാനപ്രദം ആയിരുന്നു. അതുപോലെ രസകരമായ

അനുഭവവും ഉണ്ടായിട്ടുണ്ട്.

മിലിട്ടറിയിൽ ഉള്ള പല ഉദ്യോഗസ്ഥരുമായി പരിചയപ്പെടുവാൻ അവസരം ഉണ്ടായി. ചില മലയാളി പട്ടാളക്കാരുമായുള്ള അടുപ്പം മൂലം അവരുടെ ക്യാമ്പും കോട്ടേഴ്സും സന്ദർശിക്കുവാൻ സാധിച്ചിട്ടുണ്ട്.

നെടുനീളത്തിൽ ഉണ്ടാക്കിയിരിക്കുന്ന ഓട് മേഞ്ഞ ഒറ്റ നില ബാരക്കുകളാണ് പട്ടാളക്കാരുടെ താമസ സ്ഥലം. പട്ടാളക്കാർ എല്ലാവരും അതിലാണ് കിടന്നുറങ്ങുന്നത്. അവരവരുടെ ബെഡ് റോളുകൾ വരിവരിയായി മടക്കി വച്ചിരിക്കുന്നത് കാണാം. പട്ടാളക്കാരിൽ കൃഷ്ണൻകുട്ടി എന്നൊരു ചെങ്ങന്നൂർകാരൻ ഉണ്ടായിരുന്നു. ആളു നല്ല തമാശക്കാരൻ ആണ്. കുഞ്ഞമ്മാവന് കൃഷ്ണൻകുട്ടിയുമായി നല്ല സുഹൃത്ത് ബന്ധം ഉണ്ടായിരുന്നു. ഇടയ്ക്കൊക്കെ പുള്ളിക്കാരൻ കോട്ടേഴ്സിൽ വരാറുണ്ടായിരുന്നു. രണ്ടുപേരും കൂടി തമാശകൾ ഒക്കെ പറഞ്ഞു പൊട്ടിച്ചിരിക്കും നാലുപേർ ചേർന്ന് ചീട്ടു കളിക്കലും ഉണ്ടായിരുന്നു.

വലിയ വിസ്തൃതമായ സ്ഥലത്താണ് പട്ടാള ക്യാമ്പ്. ഓഫീസുകളും ഓഫീസേഴ്സ് കോട്ടേഴ്സും അതിനുള്ളിൽ തന്നെ. നല്ല പ്രകൃതിരമണീയമായ ഒരു ഗാർഡൻ ആണെന്നേ തോന്നുകയുള്ളൂ ദൂരെ നിന്ന് നോക്കിയാൽ. എല്ലാവിധ ഫലവൃക്ഷങ്ങളും അതിനുള്ളിൽ ഉണ്ട്, പ്ലാവും മാവും ഇടയ്ക്കൊക്കെ തെങ്ങുകളും കാണാം. നല്ല കുളിർമയുള്ള അന്തരീക്ഷമായിരുന്നു അവിടെ.

സാന്താക്രൂസ് എയർപോർട്ട് വർക്ക് ഷോപ്പിന്റെയും പോസ്റ്റ് ഓഫീസിന്റെയും അടുത്തായിട്ടാണ് പട്ടാള ക്യാമ്പിന്റെ മെയിൻ ഗേറ്റ്. അതിലൂടെ ഉള്ളിലേക്ക് പ്രവേശിച്ചാൽ നാലാമത്തെ കോർട്ടേഴ്സിൽ ആയിരുന്നു കുഞ്ഞമ്മാവന്റെ താമസസ്ഥലം. അവിടെ നിന്നും ഏകദേശം മൂന്നു കിലോമീറ്റർ നടന്നാലേ ഇടതുവശത്തുള്ള ചെറിയ രണ്ടാം ഗേറ്റിൽ എത്തുകയുള്ളൂ. അവിടെനിന്നും പുറത്തേക്കിറങ്ങിയാൽ ആണ് കലീന മാർക്കറ്റ്. രണ്ടു ഗേറ്റിലും പ്രധാന ഓഫീസുകളിലും ഇരുപത്തിനാലു മണിക്കൂറും സായുധധാരികളായ പട്ടാളക്കാവൽ സദാസമയവും ഉണ്ട്.

കലീന മാർക്കറ്റിന്റെ തുടക്കത്തിൽ തന്നെ മെയിൻ റോഡിന്റെ ഇരുഭാഗത്തായി കലീന പോസ്റ്റ് ഓഫീസ് സ്ഥിതി ചെയ്യുന്നു. അവിടെനിന്നും മുന്നോട്ടു പോയാൽ റോഡിന്റെ ഇരു സൈഡിലും

ആയി ധാരാളം കടകമ്പോളങ്ങൾ ഉണ്ട്. ടെക്സ്റ്റൈൽ ഷോപ്പുകൾ, പാത്രക്കടകൾ, പലചരക്ക് കടകൾ, ഇലക്ട്രിക് - ഇലക്ട്രോണിക് സാധനങ്ങൾ വിൽക്കപ്പെടുന്ന കടകൾ അങ്ങനെ പലതും. വീട്ടുപകരണങ്ങൾ വിൽക്കപ്പെടുന്ന ഫർണിച്ചർ കടകളും അവിടെയുണ്ട്.

പച്ചക്കറി സാധനങ്ങളും മത്സ്യമാംസങ്ങൾ വിൽക്കപ്പെടുന്നതിനുമായി ഒരു ഏരിയ പ്രത്യേകമായി തിരിച്ചു കൊടുത്തിരിക്കുന്നു. മുംബൈ മുനിസിപ്പാലിറ്റിയുടെ നിയന്ത്രണത്തിലാണ് ഇവയെല്ലാം പ്രവർത്തിക്കുന്നത്.

സാന്താക്രൂസ് റെയിൽവേ സ്റ്റേഷന്റെ പടിഞ്ഞാറ് ഭാഗത്തായി ബെസ്റ്റ് (ബോംബെ ഇലക്ട്രിക് സപ്ലൈ ആൻഡ് ട്രാൻസ്പോർട്ട് കോർപ്പറേഷൻ) ടെർമിനൽ ഉണ്ട്. ഇവിടെ നിന്നും മുംബൈയുടെ വിവിധ ഭാഗങ്ങളിലേക്ക് പുറപ്പെടുന്ന ബസ്സുകൾ ഉണ്ട്. പ്രധാനമായും സാന്താക്രൂസ് - കുർള റൂട്ടിലേക്കാണ് കൂടുതൽ ബസ്സുകൾ സർവീസ് ചെയ്യുന്നത്. ഒറ്റനില ബസുകളും ഇരു നില ബസുകളും ഈ ലൈനിലും ഓടുന്നുണ്ട്. സാന്താക്രൂസ് - കുർള ബസ് വാക്കോള മാർക്കറ്റ് വഴി മിലിട്ടറി ക്യാമ്പിന് വെളിയിലൂടെ ചുറ്റി കലീന മാർക്കറ്റും എയർ ഇന്ത്യ കോളനിയും താണ്ടി കുർള റെയിൽവേ സ്റ്റേഷന്റെ പടിഞ്ഞാറുഭാഗത്ത് എത്തുന്നു. ഒരു റെയിൽവേ സ്റ്റേഷന് അടുത്ത് നിന്നും പുറപ്പെട്ടു മറ്റൊരു റെയിൽവേ സ്റ്റേഷന് അടുത്തെത്തുന്ന ബസ് നിശ്ചിത ഇടവേളകളിൽ സർവീസ് നടത്തുന്നു. സമയനിഷ്ഠയുടെ കാര്യത്തിൽ കൃത്യത പാലിക്കുന്നു. യാത്രക്കാരുടെ സൗകര്യാർത്ഥം മിക്കവാറും എല്ലാ റെയിൽവേ സ്റ്റേഷന് അടുത്തേക്കും 'ബസ്റ്റു ബസ്സുകൾ സർവീസ് നടത്തുന്നുണ്ട് വെസ്റ്റേൺ റെയിൽവേയും സെൻട്രൽ റെയിൽവേയും തമ്മിൽ ഈ ബസ് സർവീസുകൾ ബന്ധിപ്പിക്കുന്നു.

ഭാണ്ഡൂപ്പിൽ നിന്നും ട്രെയിൻ മാർഗ്ഗം കുർളയിൽ വന്നിറങ്ങി അവിടെ നിന്നും ബസ്സിൽ കലീനയിലുള്ള ഓഫീസിലേക്കും വൈകിട്ട് തിരിച്ചു ഭാണ്ഡൂപ്പിലേക്കും കുറച്ചുനാൾ യാത്ര ചെയ്ത കാര്യം ബാലകൃഷ്ണൻ ഓർക്കുകയായിരുന്നു.

മുംബൈയിലെ ട്രെയിൻ യാത്ര തികച്ചും ഒരു ഞാണിൻമേൽകളിയാണ്. വെറും 30 സെക്കൻഡ് മാത്രമാണ് ഓരോ സ്റ്റോപ്പിലും ട്രെയിൻ നിർത്തുക, ഈ സമയത്തിനുള്ളിൽ അകത്തുള്ള യാത്രക്കാർ ഇറങ്ങുകയും പുറത്തുള്ളവർ കയറുകയും വേണം, ഈ വ്യഗ്രതയ്ക്കിടയിൽ കാലൊന്നുവഴുതിയാൽ നിലം പതിക്കുക എന്നുള്ളത് ഉറപ്പാണ്. ചിലപ്പോൾ പ്ലാറ്റ്ഫോമിൽ അല്ലെങ്കിൽ പ്ലാറ്റ്ഫോമിനും വണ്ടിക്കും ഇടയിലുള്ള ട്രാക്കിലേക്ക് ആയിരിക്കും വീഴുക. മരിക്കുവാൻ സമയമായിട്ടില്ലാത്തവർ രക്ഷപ്പെട്ടെന്ന് ഇരിക്കാം. അല്ലാത്തവർ ട്രെയിനിന്റെ ഉരുക്കുചക്രങ്ങൾക്കിടയിൽ ചതഞ്ഞരഞ്ഞ് യാത്രയാകുന്നു. മുംബൈയിൽ ദിനംപ്രതി ട്രെയിൻ അപകടത്തിൽപ്പെട്ട് പലരും മരിക്കുന്നു. രാവിലെ കൃത്യസമയത്തിന് ജോലിസ്ഥലത്ത് എത്താനുള്ള തിടുക്കത്തിൽ ഈ അഭ്യാസം സർക്കസുകാരന്റെ ഞാൺമേൽ കളി തന്നെയാണ്. വളരെ സൂക്ഷിച്ചില്ലെങ്കിൽ അപകടം ഉറപ്പാണ്, തികഞ്ഞ ഒരു അഭ്യാസിക്ക് നിർഭയം യാത്ര ചെയ്യാം!.

ട്രെയിൻ യാത്രയ്ക്കിടയിൽ പല സംഭവങ്ങളും തനിക്കുണ്ടായിട്ടുണ്ട് അതിൽ ഒരു അനുഭവം ബാലകൃഷ്ണൻ ഓർക്കുകയായിരുന്നു.

സമയം രാവിലെ എട്ടര മണി. താനേ റെയിൽവേ സ്റ്റേഷൻ അവിടെ നിന്നും ബോംബെ വി. ടി (വിക്ടോറിയ ടെർമിനൽ) ഇപ്പോൾ

പേര് മാറ്റി സി. എസ്. ടി (ഛത്രപതി ശിവാജി ടെർമിനൽ) യിലേക്കുള്ള യാത്ര. വി. ടി യിൽ നിന്നും താന വരെയുള്ള ട്രെയിൻ അത് തിരിച്ച് വി. ടി ക്ക് പുറപ്പെടും. വി. ടി യിൽ നിന്നും വന്ന യാത്രക്കാർ ഇറങ്ങുന്നതിനോടൊപ്പം ഇവിടെയുള്ള യാത്രക്കാർ ഉന്തി തള്ളി കയറാൻ ശ്രമിക്കും, ഇങ്ങനെ ചെയ്യുന്നതിനിടെ വണ്ടിയിൽ നിന്നും ഞെങ്ങി ഞെരുങ്ങി ഇറങ്ങിവന്ന ആരുടെയോ ബ്രീഫ്കേസ് മൂക്കിന്റെ പാത്തിക്കു ശക്തിയായി ഇടിച്ചു. ഇടിയുടെ ആഘാതത്തിൽ മൂക്കിൽ നിന്നും രക്തം ഒഴുകാൻ തുടങ്ങി. കയ്യിൽ ഉണ്ടായിരുന്ന കർച്ചീഫ് കൊണ്ട് മൂക്കു പൊത്തി. കർച്ചീഫ് ചോരയിൽ കുതിർന്നു, ഇരിപ്പിടം കിട്ടിയതുമില്ല, കാണാൻ കൊള്ളാവുന്ന ഒരു മൂക്ക് ഉണ്ടായിരുന്നതിന്റെ ഷേപ്പും മാറി. ചോര ഒലിക്കുന്നത് കണ്ട ഒരു യാത്രക്കാരൻ അലിവ് തോന്നിയിട്ട് ബാലകൃഷ്ണന് ഇരിക്കാൻ ഇടം നൽകി.

ബാലകൃഷ്ണൻ അന്ന് രാത്രി പേടിച്ചലറി.

"ബാലേട്ടാ" സുലോചന ഞെട്ടി ഉണർന്നു. ബാലേട്ടാ എന്താ എന്തുണ്ടായി അവർ വല്ലാതെ പരിഭ്രമിച്ചു ഭർത്താവിനെ തട്ടി ഉണർത്തി.

"ഓ, ഹേണ്. ആരാ എന്താ" ഉറക്കപ്പിച്ചിൽ ബാലകൃഷ്ണൻ എന്തൊക്കെയോ പുലമ്പി. "ഞാൻ ട്രെയി............ൻ......... വീ................ണു" അന്ധാളിപ്പോടെ ബാലകൃഷ്ണൻ എഴുന്നേറ്റ് ഇരുന്നു.

"അന്നേരെ ഞാൻ പറഞ്ഞില്ലേ വേണ്ടാത്ത പഴയ സംഭവങ്ങളൊന്നും ഓർക്കണ്ടാന്ന് എന്നിട്ട് കേട്ടോ." സുലോചന തുടർന്നു "ഏതായാലും കൊന്നത്തെങ്ങന്നു വീഴാഞ്ഞത് ഭാഗ്യമായി അല്ലെങ്കിൽ ഈ വയസ്സുകാലത്ത് "നടുവൊടിഞ്ഞേനെ" സുലോചന ഭർത്താവിനെ കളിയാക്കി.

"ഒന്ന് പോടീ നിനക്ക് അങ്ങനെ പറയാം" ബാലകൃഷ്ണൻ ഭാര്യയുടെ മുഖത്തേക്ക് നോക്കി ജാല്യത ഉള്ളിൽ ഒതുക്കി, മുറിയുടെ വാതിൽ തുറന്നു ഹാൾറൂമിലേക്ക് ഇറങ്ങി. ഭാര്യയും പിന്നാലെ ഇറങ്ങിച്ചെന്നു.

ബാലനച്ഛന്റെയും സുലു അമ്മയുടെയും ശബ്ദം കേട്ട് അടുത്ത മുറിയിൽ കിടന്നുറങ്ങിയിരുന്ന സുരേഷ് ഉണർന്ന് പുറത്തുവന്നു.

ഹാൾറൂമിലേക്ക് വന്ന സുരേഷ് ചോദിച്ചു "രണ്ടുപേരും എന്താ പരിഭ്രാന്തരായിരിക്കുന്നത് എന്താ ബാലനച്ഛരാ? എന്തുണ്ടായി സുലു അമ്മേ? രണ്ടുപേരുടെയും ഒച്ച കേട്ടു."

"ഒന്നും പറയണ്ട എന്റെ കുഞ്ഞേ" സുലു അമ്മ പറഞ്ഞു തുടങ്ങി.

"ബാലേട്ടൻ ട്രെയിനിൽ നിന്നും വീണെടാ." പറഞ്ഞുകഴിഞ്ഞ് സുലു അമ്മ ചിരിച്ചു,

സുരേഷിന് ഒന്നും മനസ്സിലായില്ല

"വീട്ടിൽ കിടന്നുറങ്ങുകയല്ലായിരുന്നോ ബാലനച്ഛരൻ പിന്നെങ്ങനെയാണ് ട്രെയിനിൽ നിന്നും വീഴുന്നത് ഇതെന്തൊരത്ഭുതം! ഉറക്കത്തിൽ നിന്നും എഴുന്നേറ്റ് ട്രെയിൻ കയറാൻ പോയോ" ആശ്ചര്യത്തോടെ സുരേഷ് ചോദിച്ചു.

"ഞാടാ. സ്വപ്നത്തിലാ വീഴ്ച സംഭവിച്ചത്, അതുകൊണ്ട് രക്ഷപ്പെട്ടു." സുലു അമ്മ രസാവഹമായി ഊറിച്ചിരിച്ചു.

"നിങ്ങൾ രണ്ടുപേരും കൂടി പഴയ കഥകളൊക്കെ പറയുമ്പോൾ ഞാൻ പറയാറില്ലേ എന്നിട്ട് കേൾക്കാറുണ്ടോ." സുലോചന രണ്ടുപേരെയും ഉഴിഞ്ഞു നോക്കി.

"ഞാ, സാരമില്ല സുരേഷേ" ബാലൻ അച്ഛരൻ തുടർന്നു: ട്രെയിൻയാത്ര ചെയ്യുന്നതായി ഞാനൊരു സ്വപ്നം കണ്ടു. അന്നേരം ഞാനൊന്നു വീണതായി തോന്നി, അത്രതന്നെ. അതിനാ സുലുക്കുട്ടി എന്നെ കളിയാക്കുന്നത്.

"ശരി ബാലനച്ഛരാ ഇനിമുതൽ കഥപറച്ചിൽ നമുക്കങ്ങ് നിർത്തിയാലോ? അപ്പോൾ ചിലപ്പോൾ ഈ ദുർസ്വപ്നങ്ങൾ കാണുന്നതങ്ങു മാറുമായിരിക്കും" സുരേഷ് ഒരു പോംവഴി പറഞ്ഞു. ബാലൻ അച്ഛരന്റെ അടുത്ത് ഇത് ഫലിക്കുമോ ആവോ? പഴയ സംഭവങ്ങൾ അയവിറക്കിയില്ലെങ്കിൽ പുള്ളിക്കാരന് ഉറക്കം വരില്ല അതാ ശീലം.

പറ്റില്ല, മോനെ "ബാലാനച്ഛരൻ പറഞ്ഞു:" എത്ര ശ്രമിച്ചിട്ടും പഴയതൊന്നും മറക്കുവാൻ സാധിക്കുന്നില്ല. സ്വപ്നം കാണാൻ കഴിയുന്നതും ഒരനുഗ്രഹമല്ലേ സുരേഷേ?

'സ്വപ്നങ്ങളേ സ്വപ്നങ്ങളേ നിങ്ങൾ സ്വർഗ്ഗകുമാരികളല്ലോ
നിങ്ങളീ ഭൂമിയിൽ ഇല്ലായിരുന്നെങ്കിൽ നിശ്ചലം ശൂന്യമീ ലോകം'

ഈ പാട്ടു കേട്ടിട്ടില്ലേ? മനുഷ്യനല്ലേ സ്വപ്നം കാണാൻ കഴിവുള്ള ഒരേയൊരു ജീവി. ശാസ്ത്രജ്ഞന്മാർ സ്വപ്നം കാണുന്നതുകൊണ്ടല്ലേ ഈ ലോകം തന്നെ നിലനിൽക്കുന്നത്, പുരോഗതിയിലേക്ക് കുതിക്കുന്നത്? വളരുന്നത്. സ്വപ്നങ്ങളില്ലെങ്കിൽ ഈ ലോകം ചലനരഹിതമായി പോകില്ലേ! നിശ്ചലമാകില്ലേ!

സാധാരണക്കാരനായ നമ്മളൊക്കെ സ്വപ്നം കാണുന്നതുകൊണ്ടല്ലേ ഇങ്ങനെയൊക്കെയങ്ങു ജീവിച്ചു പോകുന്നത്.

സ്വപ്നങ്ങളില്ലാത്ത മനസ്സ് ശൂന്യമായിരിക്കും. അവിടെ കനിവും കരുണയും കാരുണ്യവും ഉണ്ടാകുമോ? സ്വപ്നം കാണുവാൻ കഴിയാത്ത മനസ്സ് ഉപ്പ് കയറിയ കണ്ടത്തിലെ വിളവുപോലെ ശുഷ്ക്കിച്ചതായിരിക്കും! ബാലനച്ചൻ, സ്വപ്നങ്ങളും സ്വപ്നങ്ങളുടെ ഉപകഥകളുംപറഞ്ഞു വാചാലനായി.

വെളുപ്പാൻകാലത്തു മൂന്നര മണിക്കാണ് സ്വപ്നം കണ്ടുണർന്നത്. പിന്നെ സ്വപ്നപുരാണവും അതിനെ ചുറ്റിപ്പറ്റിയുള്ള ഉപകഥകളും താളവും മേളവും പാട്ടും സംഗീതവുമൊക്കെ ആയപ്പോഴേക്കും, രാവിലത്തെ ബെഡ് കോഫിക്കുള്ള നേരമായി. ഉറക്കം മുഴുക്കാത്തതിലുള്ള പരിഭവവുമായി, പിറുപിറുത്തുകൊണ്ട് സുലുഅമ്മ കുളിമുറിയിലേക്ക് കയറിപ്പോയി.

കുളി കഴിഞ്ഞു ഡ്രെസ്സൊക്കെ മാറി വന്നു. ഭഗവാന്റെ പടത്തിനു മുൻപിൽ ദീപം തെളിച്ചു. സാമ്പ്രാണിത്തിരി കൊളുത്തി തൊഴുതു നിന്നു. അപ്പോഴേക്കും ബാലനച്ചരനും പ്രഭാതകൃത്യങ്ങളൊക്കെ കഴിഞ്ഞെത്തി, ഭഗവാന്റെ മുൻപിൽ കൈകൂപ്പി നിന്നു. ചന്ദനം ചാലിച്ചു നെറ്റിയിൽ പുരട്ടി. ഭാര്യയുടെ നെറ്റിത്തടത്തിലും ബാലനച്ചൻ കുറിതൊട്ടുകൊടുത്തു. ഭഗവൽ സന്നിധിയിൽ തൊഴുതുനിന്നപ്പോൾ മനം കുളിർത്തു.

സുലോചന ചായ തയ്യാറാക്കി കൊണ്ട് വന്നു. സുരേഷും അപ്പോഴേക്കും റെഡിയായി വന്നെത്തി. മൂന്നുപേരും നിശ്ശബ്ദരായിരുന്നു ചായ കുടിച്ചു.

"സുലുക്കുട്ടിക്ക് ഉറക്കച്ചടവ് മാറിയിട്ടില്ലേ" ഭാര്യയെ ചൊടിപ്പിക്കുവാനായി ബാലകൃഷ്ണൻ പറഞ്ഞു.

"ഇടക്കൊക്കെ ഇങ്ങനെ ട്രെയിൻ ആക്സിഡന്റ് ഉണ്ടാക്കാതിരുന്നാൽ മതി" സുലു പറഞ്ഞു: എനിക്ക് തുടർച്ചയായി

നടുവിന് വേദനയുണ്ടാകുന്നുണ്ട്. ഇപ്പോഴാണ് മനസ്സിലായത്, സ്വപ്നത്തിൽ നടുവിനിട്ടു ചവിട്ടുന്നതാണെന്നുള്ള സത്യം.

"ശ്ശോ, തന്നെ ഞാൻ ചവിട്ടുകയോ? അസംഭവ്യം." ബാലകൃഷ്ണൻ പറഞ്ഞുനിറുത്തുന്നതിനു മുൻപ് സുലോചന പറഞ്ഞു: പിന്നേ, ഉറക്കത്തിലല്ലേ സംഭവ്യവും അസംഭവ്യവും അറിയുന്നത്. ഏതായാലും ഞാനില്ലിനി കൂടെ കിടക്കുവാൻ. എന്ന് പറഞ്ഞുകൊണ്ടവർ അടുക്കളയിലേക്ക് നടക്കുന്നതിനിടെ പറഞ്ഞു: "ഞാൻ ദോശ ഉണ്ടാക്കാം"

കാപ്പികുടി കഴിഞ്ഞു. ബാലകൃഷ്ണനും സുരേഷും കൂടി കടയിലേക്ക് പോകുവാൻ തയ്യാറായി. സുരേഷ് പാന്റ്സും ഷർട്ടും ഇട്ടൊരുങ്ങി. "നീ ആളങ്ങു കുട്ടപ്പനായല്ലോടാ, കൊള്ളാം". സുരേഷ് ഒരുങ്ങി വന്നപ്പോൾ ബാലകൃഷ്ണൻ പറഞ്ഞു. മനസ്സുനിറഞ്ഞ സന്തോഷത്തോടെ സുരേഷ് ചിരിച്ചു. "ഇപ്പം നീ മറുനാടൻ മലയാളിയായി" സുലോചനയും സന്തോഷത്തോടെ പറഞ്ഞു.

ബാലനച്ഛന്റെയും സുലു അമ്മയുടെയും മുഖത്ത് നിറഞ്ഞ സന്തോഷം, ആത്മാർത്ഥതയോടെ സുരേഷ് തിരിച്ചറിഞ്ഞു. നിങ്ങളുടെ സ്നേഹത്തിനു അളവുകോലില്ല! സുരേഷ് മനസ്സിലോർത്തു.

മണി എട്ടര ആയി. ഒൻപതുമണിക്ക് കട തുറക്കേണ്ടതാണ്. ബാലേട്ടൻ ഉടനെ പുറപ്പെടുമെന്നറിയാവുന്ന ഭാര്യ പറഞ്ഞു: "ഞാനും കൂടി വരുന്നുണ്ട്. മാർക്കറ്റിൽ നിന്നും കുറച്ചു വീട്ടു സാധനങ്ങൾ വാങ്ങണം."

"അതിനായിട്ടെന്തിനാ സുലുക്കുട്ടി വരുന്നത്. ഞങ്ങൾ ലഞ്ചിനു വരുമ്പോൾ വാങ്ങിക്കൊണ്ടുവന്നാൽ പോരെ."

"ഫ്രിഡ്ജിൽ മീനും ഇറച്ചിയും ഒന്നുമില്ല. അതിത്തിരി വാങ്ങണം. പച്ചക്കറിയും വേണം" സുലോചന പറഞ്ഞു.

"ഓ, ശരി എന്നാൽ ഒരുങ്ങിവാ. വേണ്ടുന്നതൊക്ക വീട്ടമ്മ തന്നെ തെരെഞ്ഞെടുത്തു വാങ്ങാമല്ലോ" ബാലകൃഷ്ണൻ പറഞ്ഞു. സുരേഷിനെയും കൂട്ടി വീട്ടിലേക്കു വരാം. അവനിപ്പം കടയിലേക്ക് വരാനുള്ള വഴി അറിയാം. സുലുവിനെ വീട്ടിലാക്കിയിട്ട് അവൻ തിരികെ വന്നോളും. അപ്പോഴേക്കും ഞാൻ പോയി കട തുറക്കാം."

മൂന്നുപേരും കൂടി ഒരുങ്ങിയിറങ്ങി. വീടിനും കടയ്ക്കും മധ്യേയാണ് മാർക്കറ്റ്. പച്ചക്കറി സാധനങ്ങളും മത്സ്യവും മാംസവുമെല്ലാം

ഒരിടത്തുതന്നെ കിട്ടും. അതിനാൽ ഒത്തിരിയൊന്നും ചുറ്റിത്തിരിയേണ്ട ആവശ്യമില്ല. പത്തുപതിനഞ്ചു മിനിട്ടിനുള്ളിൽ അവശ്യസാധനങ്ങളൊക്കെ വാങ്ങി.

സുലുഅമ്മയെ വീട്ടിലെത്തിച്ചിട്ട് സുരേഷ് കടയിലെത്തി. ബാലകൃഷ്ണൻ ബീഡി തെറുക്കുവാൻ തുടങ്ങിയിരുന്നു. ബാനർജി എന്ന കസ്റ്റമർ ബീഡി വാങ്ങുവാൻ എത്തിയിട്ടുണ്ട്. രണ്ടു പേരും കൂടി ഹിന്ദിയിൽ എന്തൊക്കെയോ കുശലങ്ങൾ പറയുകയും ചിരിക്കുകയും ചെയ്യുന്നുണ്ട്. ഇന്നലത്തെ ട്രെയിൻ ആക്സിഡന്റിനെ കുറിച്ചായിരിക്കും സംസാരിക്കുന്നതെന്ന് സുരേഷ് ഊഹിച്ചു. കടയിൽ വരുന്ന കസ്റ്റമേഴ്സിനോടൊക്കെ വളരെ നല്ല രീതിയിലാണ് സംസാരിക്കുന്നതും ഇടപെടുന്നതും. അതാണ് ബിസിനസ്സ് നാക്കെന്നു പറയുന്നത്! അതേതായാലും ബാലനച്ഛരന് ആ തന്ത്രം നല്ല വശമാണ്. നല്ല പെരുമാറ്റവും സഹകരണവും കസ്റ്റമറെ കടയിലേക്ക് ആകർഷിക്കപ്പെടും. ഏതു ബിസിനസ്സായാലും, അതാണ് അതിന്റെ ഒരു രസതന്ത്രം.

ബീഡിയും വാങ്ങി ബാനർജി പോയിക്കഴിഞ്ഞപ്പോൾ ബാലനച്ഛരൻ കഥകളുടെ ചുരുളഴിക്കുവാൻ തുടങ്ങി.

"സുരേഷേ നമ്മളെല്ലാം ഇന്നൊരു സ്വപ്നലോകത്തല്ലേ ജീവിക്കുന്നത്"സുരേഷിന്റെ ഊഹം തെറ്റിയില്ല. ബാലനച്ഛരൻ തുടർന്നു:

"ഇതെല്ലാം ഒരു സ്വപ്നമല്ലേ? ഓരോ പ്രഭാതവും, സൂര്യകിരണങ്ങൾ വാരിവിതറി ഉദിച്ചുയരുന്നു. അരുണാഭമായ ചെമ്മാനം കാട്ടി പടിഞ്ഞാറൻ ചക്രവാളത്തിൽ സൂര്യബിംബം എരിഞ്ഞമരുന്നു. ഓരോ ശ്വാസനിശ്വാസവും ഈശ്വരൻ നൽകുന്ന വരദാനമല്ലേ! ശ്വാസോച്ഛ്വാസം നിലച്ചാൽ ഹൃദയം പ്രവർത്തനം നിർത്തും. അതിനെ ഹൃദയസ്തംഭനം എന്ന് പറയുന്നു. പിന്നെ നമ്മൾ ശവം.

ഇതൊന്നുമറിയാതെ മനുഷ്യൻ മായക്കാഴ്ചകളിൽ മതിമറന്ന് അഹങ്കരിച്ചു ജീവിക്കുന്നു. മനുഷ്യ ജീവിതത്തിന്റെ വഴിത്താരയിൽ സ്വപ്നസുരഭിലമായ നിമിഷങ്ങൾ കൺചിമ്മി മറയുന്നു.

എല്ലാ മനുഷ്യരും, ഒരു തരത്തിൽ അല്ലെങ്കിൽ മറ്റൊരു തരത്തിൽ സ്വപ്നം കാണാൻ വിധിക്കപ്പെട്ടവരല്ലേ? ചിലരുടെ സ്വപ്നങ്ങൾ യാഥാർഥ്യമാകാറുണ്ടെന്ന് പറയപ്പെടുന്നു. ചിലരുടെ സ്വപ്നങ്ങൾ

പാഴ്കിനാവാകുന്നു. കവി പാടിയതുപോലെ, എല്ലാ സ്വപ്നങ്ങളും ഫലിച്ചാൽ പിന്നെ ഈശ്വരനെന്തു കാര്യം. മനുഷ്യൻ ഈശ്വരനെ മറക്കുന്നു.

കടയിൽ രണ്ടു പെൺകുട്ടികൾ വന്നു. ബാലകൃഷ്ണൻ വർത്തമാനത്തിലേക്ക് തിരിച്ചെത്തി. പെൺകുട്ടികൾ ആവശ്യപ്പെട്ട ബുക്കും പെൻസിലും ഗുഡ് ഡേ ബിസ്കറ്റും പൊതിഞ്ഞു നൽകി. കുട്ടികൾ കടയിൽ എത്തിയാലും അവരോടും നല്ല വർത്തമാനം പറഞ്ഞു സന്തോഷിപ്പിക്കും. ബീഡിയും സിഗരറ്റും കൂടാതെ ഒട്ടുമിക്ക സ്റ്റേഷനറി സാധനങ്ങളും ബാലകൃഷ്ണന്റെ മാടക്കടയിൽ ഉണ്ട്. നോട്ട് ബുക്കുകൾ, പെൻസിലുകൾ, ബോൾ പെൻ, ഇങ്കുപെൻ, മഷിക്കുപ്പികൾ, സ്കൂൾ കുട്ടികൾക്ക് ആവശ്യമായ മിക്കവാറും എല്ലാ ക്ലാസ്സുകളിലെ പാഠപുസ്തകങ്ങളും കടയിൽ ലഭ്യമാണ്. കൂടാതെ ഹിന്ദിയിലും ഇംഗ്ലീഷിലും ഉള്ള ചിത്രകഥാ പുസ്തകങ്ങളും ഇവിടെ കിട്ടും. കുട്ടികൾ കറുമുറ കൊറിക്കുന്ന പൊട്ടറ്റോ ബേഫറുകളും ചിപ്സുകളും ലെയ്സുകളും കിട്ടും

കടകമ്പോളങ്ങളിലേക്ക് ആവശ്യമുള്ള സാധനസാമഗ്രികൾ നിറച്ച ടെമ്പോ വാനുകളും ലോറികളും മിക്കവാറും ദിവസങ്ങളിൽ എത്താറുണ്ട്. ആഴ്ചയിൽ നിശ്ചിത ദിവസങ്ങളിൽ വണ്ടി വരും. അപ്പോൾ കടയിൽ വേണ്ടുന്നതായ സാധനങ്ങൾ നിറയ്ക്കുന്നു.

10

"സുരേഷേ".. ഇങ്ങനെയുള്ള വിളി കേട്ടാൽ സുരേഷിന് അറിയാം, ബാലനച്ചൻ പഴയതോ പുതിയതോ ആയ കഥ പറയാനുള്ള പുറപ്പാടാണെന്ന്.

'എടോ, എന്റെ വിവാഹം നടന്നത് പോലും സ്വപ്നതുല്യമായ ഒരു നിമിഷത്തിൽ ആയിരുന്നു', എന്ന് പറഞ്ഞാൽ എല്ലാം അപ്രതീക്ഷിതമായിരുന്നു. അവിചാരിതമായിരുന്നു.

നാട്ടിൽ നിന്നും ഇളയച്ഛന്റെ കമ്പിസന്ദേശം വന്നു. ഇളയച്ഛന്റെ പേര് സുരേന്ദ്രൻ എന്നാണ്. ആള് നാട്ടിലെ ചെറിയൊരു പ്രമാണിയാണ്.

"സ്റ്റാർട്ടിമ്മീഡിയറ്റിലി മാരേജ് അറേഞ്ച്ഡ്" വേഗം പുറപ്പെട്ടു ചെല്ലാൻ. കല്യാണം ശരിയാക്കി വെച്ചേക്കുകയാണെന്ന്.

ഇവിടെ ഒരു താമസ സൗകര്യം ഒപ്പിക്കാൻ വേണ്ടി നെട്ടോട്ടം ഓടുന്നതിനിടെയാണ് ഇളയച്ഛന്റെ ടെലഗ്രാം. കല്യാണം കഴിക്കാൻ തിടുക്കത്തിൽ ചെന്നെത്തണം പോലും. തന്നെ കല്യാണം കഴിപ്പിക്കാൻ വേണ്ടി ബന്ധുക്കളങ്ങ് 'മുട്ടി' നിൽക്കുകയാണെന്ന് ബാലകൃഷ്ണന് തോന്നി.

"ഇളയച്ഛരനോടൊന്നടങ്ങച്ഛരാ", ബാലകൃഷ്ണൻ സാവകാശത്തിൽ കത്തെഴുതി. ഞാൻ ഇവിടെ അക്കോമഡേഷൻ നോക്കിക്കൊണ്ടിരിക്കുകയാണ്. ഇപ്പോൾ ബാച്ചിലേഴ്സിനൊപ്പം ആണ് താമസം. കല്യാണം കഴിച്ചാൽ അത് സാധ്യമല്ലല്ലോ. ഒരു വാടക വീട് ശരിയാക്കിയിട്ട് ഞാൻ വന്നെത്തിക്കൊള്ളാം. ചുരുക്കം ചില വരികളിൽ ബാലകൃഷ്ണൻ ഇളയച്ഛന് എഴുതി അർജന്റ് തപാലിൽ പോസ്റ്റ് ചെയ്തു.

ഒരു പത്തു ദിവസം കഴിഞ്ഞപ്പോൾ, എന്റെ കത്തിന് ഇളയച്ഛരന്റെ മറുപടി എത്തി.

"എടാ മോനെ ബാല്വൂ, പെണ്ണ് കെട്ടിയാൽ ഗൾഫിലുള്ള പെണ്ണിന്റെ ആങ്ങള നിന്നെ ദുബായിൽ കൊണ്ടുപോകും. അതോടെ നിന്റെ ഭാവി സുരക്ഷിതമാകും. നിങ്ങൾക്കും നിങ്ങൾക്കുണ്ടാകാൻ പോകുന്ന കുഞ്ഞുങ്ങൾക്കും പിന്നെ പരമാനന്ദമായി ജീവിക്കാം. നാലുപേരുടെ മുമ്പിൽ ഗൾഫുകാരൻ എന്ന പേരുണ്ടാകും. ബോംബെയിൽ കിടന്നു തെണ്ടി ത്തിരിയാതെ നാട്ടിൽ പേരും പെരുമയുമായി തെളിഞ്ഞു നടക്കാം. വലിയ ബംഗ്ലാവും കാറും വാങ്ങി വിലസി നടക്കാം."

ഇളയച്ഛരന്റെ ദീർഘവീക്ഷണം എത്ര മഹത്തരം. പെണ്ണിനെ കെട്ടി നിർത്തിയിട്ട് ഞാനങ്ങ് ഗൾഫിൽ പോകണം. ഇളയച്ഛരന് പറയാൻ പറ്റിയ ഒരു തമാശയെ, പെണ്ണു നാട്ടിലും ഞാൻ ഗൾഫിലും. പിള്ളേരഞ്ചാറ് ഉണ്ടാകും!

ബാലകൃഷ്ണൻ ഉള്ളിൽ ഓർത്തു: കാത്തുകാത്തിരുന്നു പെണ്ണ് കെട്ടിയിട്ട് ഞാനങ്ങ് ദുബായിൽ പോകണം. കൊള്ളാം. എന്നാൽ പിന്നെ, പെണ്ണിന്റെ ആങ്ങളമാരോടു വിസ അയച്ചു തരുവാൻ പറയുക. ആദ്യം ഗൾഫിൽ പോകാം. സ്വർണ്ണഖനിയിൽ ചെന്ന് പണം സമ്പാദിച്ചു വരിക. പിന്നെ കല്യാണം. അതല്ലേ അതിന്റെ ഒരു ശരി. അതല്ലേ ഭംഗി. കാശുകാരനായി ഞെളിഞ്ഞു വന്നിട്ട് അടിപൊളി കല്യാണം. ഭാര്യയോടൊപ്പം പിന്നെ അടിപൊളി ജീവിതം!

വാടകവീട് അന്വേഷണം ബാലകൃഷ്ണൻ ഗൗരവമായി കൈക്കൊണ്ടു. വീട് തരപ്പെടുത്തിയിട്ട് ചിന്തിക്കാം, പെണ്ണ് കെട്ടണോ ദുബായിൽ പോണോ എന്ന കാര്യം.

ദാദറിൽ നിന്നും റോഡ് മാർഗ്ഗം ബാന്ദ്രക്ക് പോകുന്ന വഴിയിൽ മാഹിമിലാണ് മദർ മേരിയുടെ ചർച്ച്, ചർച്ചിനടുത്താണ് മാഹിം പോലീസ് കോർട്ടേഴ്സ് അവിടെ ധാരാളം ആൾക്കാർ വാടകയ്ക്ക് താമസിക്കുന്നുണ്ട്.

തന്റെ ബാല്യകാലം മുതലുള്ള ഉറ്റ സുഹൃത്താണ് വിജേഷ്. അടുത്തിടെയാണവൻ വിവാഹിതനായത്. ഭാര്യാസമേതം മാഹിമിലാണ് താമസം. അവരുടെ ക്ഷണം സ്വീകരിച്ച് ഒരു പ്രാവശ്യം താനവിടെ പോയിട്ടുണ്ട്. അന്നൊരു സമ്മാനപ്പൊതിയും പുതുദമ്പതികൾക്ക് കൊണ്ടു കൊടുത്തിരുന്നു.

ഒരു ബെഡ്റൂമും ഹാളും അടുക്കളയും ഉള്ള സെൽഫ് കണ്ടൈൻഡ് വീടാ. ഏതായാലും വാടക വീടിനായി വിജേഷുമായി ബന്ധപ്പെടുവാൻ ബാലകൃഷ്ണൻ തീരുമാനിച്ചുറച്ചു.

ഇപ്പോൾ ഭാണ്ഡൂപ്പിലാണ് താമസം. അവിടെനിന്ന് ജോലിസ്ഥലത്ത് എത്താൻ എടുക്കുന്നതിന്റെ പകുതി സമയം മതി മാഹിമിൽ നിന്നും ഓഫീസിൽ എത്തിച്ചേരാൻ. ഗൗരവമായി തന്നെ ബാലകൃഷ്ണൻ ആ വഴിക്ക്ചിന്തിച്ചുതുടങ്ങി.

പക്ഷേ, സ്വന്തമായി ഒരു വാടകവീടു തേടിപ്പിടിക്കുന്നതിലൂടെ ചെലവുകൾ വർദ്ധിക്കും. വീട്ടിൽ ആവശ്യത്തിനുള്ള സാധനസാമഗ്രികളെല്ലാം സംഘടിപ്പിക്കണം, വിലക്കു വാങ്ങേണ്ടി വരും. വീടിന് അഡ്വാൻസ് നല്കണം. എല്ലാത്തിനും കൂടി നല്ലൊരു തുക വേണ്ടി വരും. ഇരുപത് - ഇരുപത്തിയഞ്ചായിരം രൂപയെങ്കിലും വേണം, എത്ര കുറഞ്ഞാലും.

ജോലി ചെയ്യുന്ന സ്ഥാപനത്തിൽ നിന്നും അഡ്വാൻസായി കുറച്ചു പണം ആവശ്യപ്പെട്ടാൽ ലഭിക്കുമോ? ശമ്പളത്തിൽ നിന്നും മാസത്തവണകളായി അടച്ചു തീർക്കാമായിരുന്നു. പക്ഷേ, പുതുതായി ജോലിയിൽ പ്രവേശിച്ച താനതാവശ്യപ്പെടുന്നത് ഉചിത മാണോ? ബാലകൃഷ്ണൻ ചിന്താക്കുഴപ്പത്തിലായി.

ഏതായാലും ആദ്യം വിജേഷിനെത്തന്നെ നേരിൽ കാണാൻ തീരുമാനിച്ചു. അവൻ വിചാരിച്ചാൽ തന്നെ സഹായിക്കുവാൻ സാധിക്കുമോ? ആവശ്യക്കാരന് ഔചിത്യത്തിന്റെ ആവശ്യമില്ലല്ലോ?! വിജേഷ് ഹോട്ടൽ ലൈനിലാണ്. നല്ലനിലയിൽ ബിസ്സിനസ്സ് ഓടുന്നുണ്ടെന്നാണ് അറിയാൻ കഴിഞ്ഞത്.

'സന്മനസ്സുള്ളവന് സമാധാനം' എന്ന ആപ്തവാക്യം ഓർത്തു. ജീവിച്ചുതീർത്ത ഇത്രയും നാളും ആർക്കും ഒരുതരത്തിലുള്ള തിന്മകളും ചെയ്തിട്ടില്ലെന്നുള്ളതാണ് ബോധ്യം. വിജേഷിനോടും വ്യക്തിപരമായി, നല്ലതല്ലാത്തതൊന്നും ചെയ്തിട്ടില്ല. വിജേഷാണെങ്കിൽ നല്ലൊരു മനസ്സിനുടമയുമാണ്! അവന്റെ ബിസിനസ്സ്തുടക്കത്തിൽ താനവനെ സഹായിച്ചിട്ടുമുണ്ട്.

'പല വാതിലുകൾ മുട്ടുക. ഏതെങ്കിലും ഒരു വാതിൽ തുറക്കും.' അങ്ങനെയാണല്ലോ പഴമക്കാർ പറയാറുള്ളത്. പഴഞ്ചൊല്ലിൽ പതിരില്ലല്ലോ!. ജോലി ചെയ്യുന്ന സ്ഥാപനത്തിലെ സീനിയർ

സുഹൃത്തുക്കളുമായി വാടകവീടിന്റെ വിഷയം സംസാരിച്ചിരുന്നു. അവരുടെ ഫ്രണ്ട് സർക്കിലിലും അന്വേഷിച്ചു നോക്കാമെന്നുള്ള ഉറപ്പും നല്കിയിട്ടുണ്ട്. ഓഫീസിൽ നിന്നും അല്പം അഡ്വാൻസു കിട്ടുവാനുള്ള സാധ്യതയെക്കുറിച്ചും അവരുമായി ചർച്ച ചെയ്തിരുന്നു.

സ്ഥാപന ഉടമകൾ നല്ലവരാണ്. അത്യാവശ്യ ഘട്ടങ്ങളിൽ സീനിയർ സ്റ്റാഫിലുള്ള ചിലരെ അവർ സാമ്പത്തികമായി സഹായിച്ചിട്ടുള്ളതായി സൂചിപ്പിച്ചു.

ബാലകൃഷ്ണന്റെ ജോലിയിൽ ബോസ്സൻമാർക്ക് നല്ല അഭിപ്രായമാണുള്ളത്. എക്സ്പോർട്ട് ഡോക്കുമെന്റേഷനിൽ താങ്കൾ പെട്ടെന്നു തന്നെ പിക്കപ് ചെയ്തെടുത്തെന്നുള്ള കാര്യത്തിലും ബോസ്സൻമാർക്ക് നല്ല മതിപ്പാണുള്ളത്. ഒരു പക്ഷേ താങ്കളെ അവർ സഹായിക്കും.

ബാലകൃഷ്ണന്ന് ഇപ്പോൾ കുറച്ചുകൂടി ശുഭാപ്തി വിശ്വാസം വന്നു തുടങ്ങി. താൻ ജോലിയിൽ പ്രവേശിച്ചിട്ടിപ്പോൾ ആറുമാസം കഴിഞ്ഞതേയുള്ളൂ. ഉടൻ തന്നെ കൺഫോർമേഷൻ ലറ്റർ ലഭിക്കുമെന്ന് വിശ്വസിക്കുന്നു! ജോലിയിൽ സ്ഥിരപ്പെടുത്തുന്നതിനോടൊപ്പം ശമ്പളത്തിലും സാരമായ ഇൻക്രിമെന്റുണ്ടാകുവാനുള്ള സാധ്യതയുമുണ്ട്. എല്ലാമെല്ലാം നല്ലതിനുള്ള സൂചനകളാവാം. ബാലകൃഷ്ണന്റെ മനസ്സിൽ സൽച്ചിന്തകളുടെ പൂനാമ്പുകൾ വിടർന്നു തുടങ്ങി!

പോസിറ്റീവായി ചിന്തിച്ചുതുടങ്ങിയാൽ സംഭവിക്കുന്നവയെല്ലാം പോസിറ്റീവാകാനാണു സാധ്യത! ചിന്താഗതി നല്ലതായിരുന്നാൽ സംഭവിക്കുന്നതും നല്ലതായിരിക്കും. ജീവിതത്തിൽ ശുഭപ്രതീക്ഷകൾ വെച്ചുപുലർത്തിയാലെ ആശിച്ച കാര്യങ്ങൾക്കും ശുഭസാക്ഷാത്കാരം സംഭവിക്കൂ എന്നാണല്ലോ അനുഭവസ്ഥരായ വ്യക്തികൾ പറയപ്പെടുന്നത്.

ആഴ്ചയിൽ അഞ്ചര ദിവസമാണ് ഓഫീസ് പ്രവർത്തനം. ശനിയാഴ്ച ഹാഫ്ഡേയും ഞായറാഴ്ച അവധിയും. വരുന്ന ഞായറാഴ്ച, വിജേഷിനെ കാണുവാൻ മാഹിമിൽ പോകണം. ആ വിവരത്തിനു വിജേഷിന് പോസ്റ്റ്കാർഡയച്ചിട്ടുണ്ട്.

1968 - 69 കാലഘട്ടം. മൊബൈൽ ഫോൺ പ്രാബല്യത്തിൽ വന്നിട്ടില്ലാത്ത സമയം. ലാൻഡ് ഫോൺ സൗകര്യവും വളരെ വിരളം.

ഒട്ടുമിക്ക ഓഫീസുകളിലും ചില ഉന്നത വ്യക്തികളുടെ വീടുകളിലും മാത്രം. അന്നൊക്കെ ഒരു ലാൻഡ് ലൈൻ ഫോണിന് വേണ്ടി അപേക്ഷകൾ നൽകി പത്തുവർഷത്തോളം മുൻഗണനയനുസരിച്ച് കാത്തിരിക്കണമായിരുന്നു. ഇന്നത് പറഞ്ഞാൽ പുതുതലമുറ വിശ്വസിക്കില്ല!

മെല്ലെ മെല്ലെ ആ അവസ്ഥകളൊക്കെ മാറി. ഇന്ന് ചവറുപോലെ ലാൻഡ് ലൈൻ ഫോണുകളും മൊബൈൽ ഫോണുകളും സുലഭം.

എന്തിനു പറയുന്നു, ഭിക്ഷക്കാരെന്നൊക്കെ നമ്മൾ പുച്ഛരത്തോടെ പറയുന്ന അവരൊക്കെ കോടീശ്വരന്മാരാണ്. അവരുടെയൊക്കെ കൈയിൽ മൊബൈലും വീട്ടിൽ ലാൻഡ് ലൈൻ ഫോണുകളുമിന്നുണ്ട്.

ഓട്ടോറിക്ഷയിൽ ഒരിക്കൽ യാത്രചെയ്യുന്ന അവസരത്തിൽ, ഓട്ടോ ഡ്രൈവർ പറഞ്ഞ ഒരു സംഭവം ഓർക്കുന്നു. താനയിൽ "കൽവ" എന്ന ഒരു ഗ്രാമമുണ്ട്. അവിടെ റോഡരികിൽ ഒരു ഭിക്ഷക്കാരിത്തള്ള പാർത്തിരുന്നു. കണ്ണുകളൊക്കെ കുഴിയിലാണ്ട് കവിളൊട്ടിയ ഒരു വൃദ്ധ. റോഡരികിൽ ചുള്ളിക്കമ്പുകളും പ്ലാസ്റ്റിക് ഷീറ്റുകളും വലിച്ചു കെട്ടി അതിലാണ് താമസം. വെയിലിലും തണുപ്പിലും കാറ്റിലും മഴയിലുമെല്ലാം ആ കൊച്ചു കൂരയിൽ കഴിച്ചു കൂട്ടിയിരുന്നു, ആ വൃദ്ധ. അവർ ആരോഗ്യം ക്ഷയിച്ചവശയായി, ഒരു നാൾ ആ കൂരയ്ക്കുള്ളിൽ തന്നെ മരിച്ചു. ചലനമറ്റ് കൂരയ്ക്കുള്ളിൽ കിടന്ന അവരെ വഴിപോക്കരിൽ ആരോ ശ്രദ്ധിച്ചു. ആ മനുഷ്യൻ ഇടയ്ക്കൊക്കെ ഭിക്ഷാപാത്രത്തിൽ ചില്ലറത്തുട്ടുകൾ ഇട്ടുകൊടുക്കാറുണ്ടായിരുന്നു. അയാൾ വിവരമറിയിച്ചതിനനുസരിച്ച് പോലീസ് സ്ഥലത്തെത്തി. 'ഭിക്ഷക്കാരിയുടെ പ്ലാസ്റ്റിക് മാളിക' പരിശോധിച്ചു. രണ്ടു മൂന്നു പ്ലാസ്റ്റിക് കവറുകളിലാക്കി നാണയത്തുട്ടുകൾ. പോലീസും നാട്ടുകാരും ചേർന്ന് അവ എണ്ണി. ഒരു ലക്ഷത്തിലേറെ രൂപയുടെ നാണയങ്ങൾ. കൂടാതെ, അടുത്തുള്ള ഒരു ബാങ്കിലെ പാസ്സ്ബുക്കും കണ്ടു കിട്ടി. നാട്ടിലുള്ള മകന്റെ പേരിൽ പതിനാലു ലക്ഷത്തിഅറുപതിനായിരം രൂപയുടെ നിക്ഷേപവും. പിച്ചക്കാരെന്നു പറഞ്ഞ് നമ്മളൊക്കെ, പുറം കാലുകൊണ്ട് തട്ടിയെറിയുന്നവരുടെ സമ്പാദ്യം ഇമ്മാതിരിയാണെന്നറിയുമ്പോൾ, മൂക്കത്ത് വിരൽവെച്ചുപോകും. നേരാവണ്ണം ഭക്ഷണം പോലും കഴിക്കാതെ,

'പിച്ച' തെണ്ടി കിട്ടുന്ന ചില്ലറത്തുട്ടുകൾ ശേഖരിച്ചു വെയ്ക്കുന്നു. കേരളത്തിൽ ഭിക്ഷതെണ്ടുന്നവർക്കും ഏജന്റുമാരുണ്ട്. പിച്ചച്ചട്ടിയിൽ അവർ കയ്യിട്ടു വാരുന്നു.

മുൻകൂട്ടി അറിയിച്ചതുപോലെ, ബാലകൃഷ്ണൻ വിജേഷിനെ കാണാൻ പുറപ്പെട്ടു. രാവിലെ പത്തുമണിക്ക് മുൻപ് അയാൾ മാഹിമിലെത്തി. പ്രസിദ്ധമായ മാഹിം ചർച്ചിൽ കയറി. മദർ മേരിയുടെ പള്ളിയാണ്. മെഴുകുതിരിയും പൂമാലയുമാണവിടെ നേർച്ച. ജാതി- മത ഭേദമന്യേ എല്ലാ മതസ്ഥരും ഇവിടെയെത്തി നേർച്ച നല്കി പ്രാർത്ഥിക്കുന്നു. അമ്മയുടെ നിസീമമായ അനുഗ്രഹം എല്ലാവരിലും ചൊരിയുന്നു.   അമ്മയുടെ   അത്ഭുതസിദ്ധികൾ അനുഭവിച്ചറിഞ്ഞവരേറെയുണ്ട്.

എന്റെ ബന്ധത്തിലുള്ള ഒരു ദമ്പതികൾക്ക് ഒരാൺകുഞ്ഞു പിറന്നു. ആ കുഞ്ഞിന്റെ കാൽപ്പാദം സാധാരണനിലയിലുള്ളതുപോലെ ആയിരുന്നില്ല. അല്പം വൈകല്യം ഉണ്ടായിരുന്നു. ഡോക്ടറുടെ നിർദ്ദേശപ്രകാരം   ചികിത്സ   തുടങ്ങി.   മദർമേരിയിൽ വിശ്വാസമുള്ളവരാണ് ദമ്പതികൾ. ചികിത്സ തുടങ്ങുന്നതിനോടൊപ്പം, അവർ പള്ളിയിൽ പോയി തുടങ്ങി. പതിനൊന്നു ബുധനാഴ്ച പള്ളിയിലെത്തി മെഴുകുതിരി കത്തിച്ച് തിരുസന്നിധിയിൽ അവർ അകമഴിഞ്ഞു പ്രാർത്ഥിച്ചുകൊണ്ടിരുന്നു. അത്ഭുതമെന്നു പറയട്ടെ, ഡോക്ടർ   നല്കിയ   മരുന്നുകളുടെ   പ്രതിപ്രവർത്തനമോ മദർമേരിയുടെ ദിവ്യ ശക്തിയോ, എന്തുമാകട്ടെ, ആ കുഞ്ഞിന്റെ പാദത്തിന്റെ അപാകതകളൊക്കെ ഭേദമായി, സാധാരണ നിലയിൽ ചലനയോഗ്യമായി മാറി!

ഉണ്ണിയേശുവിനെ മാറോടണച്ചു നില്ക്കുന്ന വാത്സല്യമയിയായ അമ്മ മേരി എല്ലാ ഭക്തജനങ്ങളിലും അനുഗ്രഹം ചൊരിയുന്നു. ദൈവങ്ങൾക്ക്   ജാതി- മത- ദേശ- ഭാഷാ ഭേദമില്ലല്ലോ! സമദൃഷ്ടിയോടെ   എല്ലാമനുഷ്യരെയും   കാത്തനുഗ്രഹിക്കുന്നു. അതിന്റെ   ദൃഷ്ടാന്തങ്ങളിലൊന്നായിരുന്നല്ലോ   ഹിന്ദുവായ   ഒരു പിഞ്ചുകുഞ്ഞിൽ പ്രകടമായത്. ആ പിഞ്ചോമനയ്ക്ക് ചലന ശേഷി പ്രധാനം ചെയ്തനുഗ്രഹിച്ചത് !

പള്ളിയിൽ പ്രാർത്ഥിച്ച ശേഷം, ഏതാണ്ട് പത്തുമണിയോടെ ബാലകൃഷ്ണൻ വിജേഷ് പി. കെ. യുടെ വീട്ടിലെത്തി.

11

"ഹലോ, മിസ്റ്റർ കവി, വരണം, വരണം, സ്വാഗതം! കവിയും കഥാകൃത്തുമായ കൃഷ്ണനെ സഹർഷം അഭിവാദ്യം ചെയ്തുകൊണ്ട് പി. കെ സ്വീകരിച്ചു. തന്റെ സുഹൃത്ത് ബാലകൃഷ്ണൻ കവിതയും കഥകളും എഴുതാൻ തുടങ്ങിയതിൽ വിജേഷ് അഭിമാനിക്കുന്നു. കൃഷ്ണൻ എന്ന തൂലികാനാമത്തിൽ എഴുതാറുള്ള എല്ലാ രചനകളും വിജേഷ് ആവേശത്തോടെ വായിക്കാറുണ്ട്. അന്നുമുതൽ 'കവി' എന്നാണ് വിജേഷ് ബാലകൃഷ്ണനെ സംബോധന ചെയ്യാറുള്ളതും പ്രോത്സാഹിപ്പിക്കുന്നതും. മനസ്സിൽ കലർപ്പില്ലാത്ത സ്നേഹം കാത്തുസൂക്ഷിക്കുന്ന ഒരു വ്യക്തിക്കു മാത്രമേ മറ്റുള്ളവന്റെ ഏതു പ്രവർത്തനത്തെയും പ്രോത്സാഹിപ്പിക്കുവാൻ സാധിക്കുകയുള്ളൂ?!

"വരൂ, ബാലേട്ടാ" അടുക്കളയിൽ നിന്നും ഇറങ്ങി വന്ന വിജേഷിന്റെ സഹധർമ്മിണി അഞ്ജലിയും ഒരു നല്ല വീട്ടമ്മയുടെ ധർമ്മം സ്നേഹത്തോടെ അറിയിച്ചു.

കയ്യിൽ കരുതിയിരുന്ന ഫ്രൂട്ട്സിന്റെ പൊതി ബാലകൃഷ്ണൻ അഞ്ജലിയുടെ കയ്യിൽ കൊടുത്തു. പൊതി കയ്യിൽ വാങ്ങിയിട്ട്, ബാലകൃഷ്ണനെ കസേരയിൽ ഉപവിഷ്ടനാകാനായി ക്ഷണിച്ചു. വിജേഷും ബാലകൃഷ്ണനും അടുത്തടുത്ത കസേരകളിൽ ഇരുന്നു.

വിജേഷും ബാലകൃഷ്ണനും കൂടി അവരുടെ ബാല്യകാല കുസൃതി സംഭവങ്ങളിലേയ്ക്കൂളിയിട്ടു.

ആറേഴ് വയസ്സുള്ളപ്പോൾ ബാലകൃഷ്ണനും വിജേഷും കുട്ടിയും കോലും കളിച്ചതും കുഴിയണ്ടി കളിച്ചതും എല്ലാം അവർ കൗതുകത്തോടെ ഓർത്തു. കള്ളനും പോലീസും കളിച്ചു. വിജേഷ് മറിഞ്ഞുവീണു മുട്ടുപൊട്ടി ചോരയൊലിച്ചു. സംഭവം പറയുന്നതിനിടെ

കൈലി മുണ്ട് പൊക്കി കാലിലെ മുറിപ്പാടുണങ്ങിയ പാട് വിജേഷു കാണിച്ചു. താനാണവനെ ഉരുട്ടിയിട്ടത് എന്ന് പറഞ്ഞ് അച്ഛരൻ എന്നെ തല്ലി. തങ്കപ്പനമ്മാവന്റെ പറമ്പിൽ കയറി മാങ്ങ കട്ട് പറിച്ചതിന്നും രണ്ടുപേർക്കും അടി കിട്ടിയിരുന്നു. വിജേഷിന്റെ ഇളയ അമ്മാവനാണു തങ്കപ്പനമ്മാവൻ. നാൽപത്തിയഞ്ചമ്പതു വയസ്സു കാണും. വിവാഹിതനും രണ്ടു പെൺമക്കളുടെ അച്ഛരനുമാണ്. ആളൊരു ശുണ്ഠിക്കാരനുമാണ്, കൃഷിപ്പണിയാണ്. കോഴി വളർത്തലും താറാവ് കൃഷിയുമെക്കെ കൂടെ കൊണ്ടു നടക്കുന്നു.

അന്നത്തെ ചെറുപ്രായത്തിൽ കാട്ടിക്കൂട്ടിയ പല കുരുത്തക്കേടുകളെക്കുറിച്ചും കൂട്ടുകാർ രണ്ടുപേരും കൂടി പറഞ്ഞു രസിച്ചു. അന്നത്തെ കുട്ടിയും കോലും കളിയെയാണല്ലോ ഇന്നത്തെ ഇന്റർനാഷണൽ ഗയിമായ ക്രിക്കറ്റ് കളിയാക്കി മാറ്റിയിരിക്കുന്നത്.

"നല്ല, തീരെ കുരുത്തക്കേടുകളൊന്നും ഇല്ലാതിരുന്ന പാവം കുട്ടികൾ, അല്ലോ"

ഞങ്ങൾ കളി തമാശകൾ പറയുന്നത് അഞ്ജലി അടുക്കളയിൽ നിന്നും കേൾക്കുന്നുണ്ടായിരുന്നു. ചായയുമായി ഇറങ്ങി വന്ന അവൾ ഞങ്ങളെ കളിയാക്കിക്കൊണ്ട് പറഞ്ഞിട്ട് ചിരിച്ചു.

പിന്നെയുമുണ്ടഞ്ജലീ രസകരമായ പല സംഭവങ്ങളും, ചായ കുടിച്ചുകൊണ്ടിരിക്കുന്നതിനിടെ ബാലകൃഷ്ണൻ പറഞ്ഞു തുടങ്ങി.

"തങ്കപ്പനമ്മാവൻ കോഴിയെം താറാവിനെം വളർത്തുന്നുണ്ടല്ലോ. ഒരു ദിവസം പള്ളിക്കൂടത്തിൽ പോകുന്ന വഴി ഞാനതിലെ ചുറ്റിക്കറങ്ങി. ഒരു കുട്ട മൂടിവെച്ചിരിക്കുന്നത് കണ്ടു. കുട്ടക്കീഴിൽ കോഴി കുറുകുന്നത് കേട്ടു. മുട്ടയിട്ടിട്ടു കോഴി കുറുകുന്നതെന്നു മനസ്സിലായി. ഞാൻ പതിയെ കുട്ട പൊക്കി. ഉദ്ദേശം ശരിയായിരുന്നു. കുട്ടക്കീഴിൽ മുട്ട. അമ്മാവൻ അടുത്തൊന്നും ഇല്ലെന്നുറപ്പുവരുത്തി. മുട്ട എടുത്ത് കൗശലപൂർവ്വം വള്ളി നിക്കറിന്റെ പോക്കറ്റിൽ നിക്ഷേപിച്ചു. ഒന്നും സംഭവിച്ചിട്ടില്ലാത്ത മട്ടിൽ മുന്നോട്ട് നടന്നു. അപ്രതീക്ഷിതം എന്ന് പറയട്ടെ, തങ്കപ്പനമ്മാവൻ എടുത്തു നിർത്തിയത് പോലെ രംഗത്തെത്തി.

കുട്ടക്കീഴിൽ കോഴിയില്ല, കുട്ട തുറന്നുകിടക്കുന്നു. മുട്ടയില്ല. ബാലകൃഷ്ണൻ നടന്നു നീങ്ങുന്നത് അമ്മാവൻ കണ്ടു.

"നിൽക്കെടാ അവിടെ" മെല്ലെ മുമ്പോട്ട് നടന്നു നീങ്ങുന്നതിനിടെ അമ്മാവന്റെ ആക്രോശം. ഒന്നും സംഭവിച്ചിട്ടില്ലാത്തമാതിരി നിരപരാധിയായി, ബ്രേക്കിട്ടമാതിരി ഞാൻ നിന്നു.

"മൊട്ട എന്തിയേടാ" അമ്മാവൻ ഗർജ്ജിച്ചു.

"എനിക്കറിയത്തില്ല" ബാലകൃഷ്ണൻ പറഞ്ഞു. അവൻ ഇട്ടിരിക്കുന്ന അരക്കയ്യൻ ഉടുപ്പ് വള്ളി നിക്കറിന്റെ മുകളിലേയ്ക്ക് കഴിയുന്നത്ര താഴേക്ക് വലിച്ച് ഇറക്കി. പോക്കറ്റിൽ കിടക്കുന്ന മുട്ട മറയ്ക്കാനായി ഒരു വിഫലശ്രമം നടത്തി നോക്കി. എത്താത്തതായ ഉടുപ്പ് എങ്ങനെ മുട്ട കിടക്കുന്ന പോക്കറ്റ് മറക്കുവാനാണ്. വള്ളി നിക്കറിന്റെ പോക്കറ്റിൽ കിടന്നു മുട്ട ഞെരിപിരി കൂട്ടുന്നുണ്ട്. മുട്ടയെ ഒതുക്കി മറയ്ക്കുവാൻ ബാലു വിഫലശ്രമം നടത്തി.

അമ്മാവൻ കയ്യിൽ കിട്ടിയ ഒരു ചെറ്റ കോലുകയ്യിലെടുത്ത് ചുഴറ്റി. മുഴച്ചിരുന്ന പോക്കറ്റിൽ തന്നെ അടി വീണു. മുട്ട പൊട്ടി. കാൽവണ്ണയിലൂടെ മുട്ടയുടെ മഞ്ഞയും വെള്ളയും കലർന്ന മെഴുക് താഴേയ്ക്കൊലിച്ചിറങ്ങി ബാലകൃഷ്ണൻ പോക്കറ്റിൽ കയ്യിട്ടു മുട്ടക്കരു നക്കി. മുട്ട നീ എടുത്തിട്ടില്ലെന്നു പറഞ്ഞില്ലേടാ, ഇതെന്താടാ പിന്നെ ഒഴുകുന്നത്?" അമ്മാവൻ ദേഷ്യത്തോടെ ചോദിച്ചു.

പലതവണ മുട്ട നഷ്ടപ്പെട്ടിട്ടുണ്ട് ബാലു ആണ് മുട്ട കട്ടോണ്ട് പോകാറുള്ളതെന്ന് ഇപ്പോൾ ബോധ്യപ്പെട്ടു.

"അയ്യോ, എനിക്കറിയത്തില്ല. ചെലപ്പം കോഴി എന്റെ നിക്കർ അവിടങ്ങാണം കിടന്നപ്പോൾ അതിൽ മുട്ട ഇട്ടതായിരിക്കും." ബാലകൃഷ്ണൻ അരിശം മൂത്തുനിന്ന അമ്മാവന്റെ സമക്ഷം വലിയ ഒരു തമാശ പൊട്ടിച്ചു. പിന്നവനവിടെ നിന്നില്ല. മുട്ടയൊലിക്കുന്ന നിക്കറുമായി ഓടി രക്ഷപ്പെട്ടു.

മുട്ട പൊട്ടിപ്പോയതിനാൽ അവനു വലിയ സങ്കടം തോന്നി. മുട്ട വിറ്റ് കിട്ടുന്ന പൈസയ്ക്ക് കൂട്ടുകാരുമൊത്ത് എന്തെങ്കിലുമൊക്കെ 'കൊതി തീറ്റ'തിന്നാമെന്ന് ബാലു മനക്കോട്ട കെട്ടിയതായിരുന്നു. അത് നടക്കാതെ പോയതിൽ വിഷമം സഹിക്കാൻ കഴിഞ്ഞില്ല.

ഇങ്ങനെ പറഞ്ഞാൽ ഒടുങ്ങാത്ത എത്രയെത്ര സംഭവങ്ങൾ. പഴയ കഥകൾ കേട്ടുനിന്ന അഞ്ജലി മൂക്കത്ത് വിരൽവെച്ചുനിന്നൂറിച്ചിരിച്ചു. "ഷേ, ഒലിച്ചിറങ്ങിയ മുട്ടപ്പശ നക്കിത്തിന്നു പോലും" അഞ്ജലിയുടെ മുഖത്ത് ഉളുപ്പ് പ്രകടമായി ബാലകൃഷ്ണൻ പിന്നെയും പറയാൻ

തുടങ്ങി: "വിജേഷിനറിയാമല്ലോ, തോപ്പിൽ സുധാകരന് വയറ്റിളക്കവും ഛർദ്ദിയും ഉണ്ടായ സംഭവം."

"അത് വയറ്റിൽ പിടിക്കാത്ത വല്ലതും തിന്നുകാണും." അഞ്ജലി ഇടയ്ക്ക് കയറി പറഞ്ഞു.

"ശരിയാണ് അമ്മാവൻ ബോംബെയിൽ നിന്നും വന്നപ്പോൾ മിൽക്ക് പൗഡർ കൊണ്ടുവന്നു പാലിനു പകരം ചൂടുവെള്ളത്തിൽ കലക്കി ചായ ഉണ്ടാക്കാൻ വേണ്ടി. അതിൽ അല്പം ഞാൻ മോഷ്ടിച്ചു പേപ്പറിൽ പൊതിഞ്ഞു സ്കൂളിൽ കൊണ്ടുപോയി. കൂട്ടുകാർക്കൊക്കെ അല്പം കൊടുത്തു. സുധാകരനും കൊടുത്തു. സുധാകരന് മാത്രം വയറ്റിൽ പിടിച്ചില്ല അവൻ ഛർദ്ദിക്കുകയും വയറിളകുകയും ചെയ്തു. സംഭവം സീരിയസ് ആയി രണ്ടുമൂന്ന് ദിവസം സുധാകരൻ വയറിളകി തൂറി.

എന്നെ കസ്റ്റഡിയിലെടുത്തു. എന്നെ പ്രതിക്കൂട്ടിൽ കയറ്റി. ഞാനേതോ മയക്കുപൊടി കൊടുത്ത് തന്റെ മോനെ കൊല്ലാൻ ശ്രമിച്ചതാണെന്നു പറഞ്ഞ് അവന്റെ അമ്മ ഞങ്ങളുടെ വീട്ടിലെത്തി. വീട്ടുകാർ എന്നെ ചോദ്യം ചെയ്തു. പാൽപ്പൊടി മോഷ്ടിച്ച കഥ പുറത്തായി. അന്നും എനിക്ക് അടി കിട്ടി. കയ്യിൽ കിട്ടുന്നതെന്തും കൂട്ടുകാർക്കൊപ്പം പങ്കുവെച്ച് കഴിക്കണമെന്നുള്ള ആത്മാർത്ഥതയ്ക്ക് കിട്ടുന്ന ശിക്ഷ!

"വികൃതികൾ പലതും കാട്ടിയിട്ടുണ്ട്. കുഴിയണ്ടി കളിക്കുന്നതിനു വേണ്ടിയിട്ട് കശുവണ്ടി മോഷ്ടിച്ച ഒരു സംഭവവും ഉണ്ടായിട്ടുണ്ട്. അതിനു പിന്നിലെ കഥയ്ക്ക് കള്ളൻ എന്നൊരു ദുഷ്പേരും എനിക്ക് ചാർത്തി തന്നിട്ടുണ്ട്." ബാലകൃഷ്ണൻ പറഞ്ഞു.

"കള്ളനോ, അതെങ്ങനെ"? അഞ്ജലി ആശ്ചര്യത്തോടെ ചോദിച്ചു.

"അതൊരു നീണ്ട സംഭവമാണ് അഞ്ജലീ" ബാലകൃഷ്ണൻ അഞ്ചാം ക്ലാസിൽ പഠിക്കുന്ന കാലം. ഞങ്ങളുടെ വീട്ടിൽ നിന്നും അഞ്ച് കിലോമീറ്റർ വടക്ക് വേലം ചിറയിലാണ് വലിയമ്മ താമസിക്കുന്നത്. ശാർങ്ൻ അണ്ണൻ വലിയമ്മയുടെ ഏകമകനാണ്. സ്കൂളവധി ദിവസങ്ങളിൽ ചിലപ്പോഴൊക്കെ ഞാൻ അവിടെ പോകാറുണ്ടായിരുന്നു. വലിയമ്മ സ്വാദിഷ്ടമായ ഭക്ഷണം ഉണ്ടാക്കി തരും. അതിന്റെ രുചി ഓർത്തിട്ടാണവിടെ പോകാൻ ഇഷ്ടപ്പെട്ടിരുന്നത്.

ഒരു ഉച്ചനേരത്ത് ഞാൻ അവിടെ ചെന്നു. വീട്ടിൽ ആരുമില്ല. (അഞ്ച് കിലോമീറ്റർ ദൂരെയാണ് വീട് എങ്കിലും പുഞ്ചപ്പാടത്തിന്റെ വരമ്പിലൂടെ കുറുക്കു വഴിയുണ്ട്. അപ്പോൾ ഒരു മൂന്നു കിലോമീറ്ററെ വരൂ) കതകു പൂട്ടിയിട്ടില്ല. കെട്ടുറപ്പില്ലാത്ത വീടാണ്. മുറിയിൽ കയറി ഭക്ഷണം ഒന്നുമില്ല. പാത്രങ്ങളൊക്കെ കഴുകി കമഴ്ത്തി വെച്ചിരിക്കുന്നു. മുറിയിൽ ആകെ ഒന്നു പരാതി. പൂട്ടില്ലാത്ത തടിമേശ കണ്ടു. അതിന്റെ വലിപ്പു തുറന്നു നോക്കി. അതിൽ കുറച്ച് കശുവണ്ടി. കുറച്ചു വാരി വള്ളി നിക്കറിന്റെ പോക്കറ്റിൽ ഇട്ടു. വീണ്ടും പരതി. ഒരു രൂപ അതിൽ നിന്നും കിട്ടി. അതും പോക്കറ്റിൽ ഇട്ടു കൊതി തീറ്റ വല്ലതും തിന്നാമെന്നു മനസ്സിൽ കരുതി. പൂക്കുഞ്ഞു കാക്കയുടെ ചായക്കടയിലെ ബോണ്ട ഒത്തിരി ഇഷ്ടമാണ്.

വെഗ്രതയിൽ നടക്കുന്നതിനിടെ വലിയമ്മ അകലെ നിന്നും വരുന്നത് കണ്ടു. കയ്യിൽ ഭാരമുള്ളതെന്തോ തൂക്കി പിടിച്ചിട്ടുണ്ട്. വലിയമ്മയുടെ കണ്ണിൽ പെടാതെ മറുകണ്ടം ചാടി നടന്നു. എന്നിരുന്നിട്ടും അവരെന്നെ കണ്ടു 'ബാലകൃഷ്ണോ' എന്നു നീട്ടി വിളിക്കുന്നത് കേട്ടു. കേട്ടിട്ടും കേട്ട ഭാവം നടിക്കാതെ നടന്നകന്നു. താനെന്തോ അപരാധം ചെയ്തിട്ടാണ് വരുന്നതെന്ന ഒരു തോന്നൽ അവന്റെ ഉള്ളിൽ തോന്നി. അമ്മയുടെ മുമ്പിൽ പെട്ടാൽ കള്ളി പുറത്താകുമെന്ന ഭയം. അവൻ നിന്നില്ല. എങ്ങിവലിഞ്ഞു അവൻ ശീഘ്രം വീട്ടിലേക്ക് വെച്ച് പിടിച്ചു.

വീട്ടിലേക്ക് പോകുന്ന വഴി പൂക്കുഞ്ഞിന്റെ ചായക്കടയിൽ നിന്നും ഒരു ബോണ്ട വാങ്ങി. ഒരു രൂപ നോട്ട് കൊടുത്തു. കുറച്ചു നാണയത്തുട്ടുകൾ അയാൾ ബാക്കി തന്നു. എണ്ണി നോക്കി. പതിനഞ്ചു തുട്ടുകൾ ഉണ്ട്. അവൻ അതിശയപ്പെട്ടു. അയ്യോ, ഒരു രൂപ എന്ന് പറഞ്ഞാൽ ഇത്രയുണ്ടോ? ചില്ലറ പോക്കറ്റിൽ ഇട്ടു ബോണ്ടയും കടിച്ചു തിന്നാസ്വദിച്ചു കൊണ്ട് വീട്ടിലെത്തി.

ഇത്രയും നേരം എവിടെ പോയിരുന്നു എന്ന് ചോദിച്ചു അമ്മ ദേഷ്യപ്പെട്ടു. കൂട്ടുകാരോടൊപ്പം കളിക്കുകയായിരുന്നെന്നു കളവു പറഞ്ഞ് രക്ഷപ്പെട്ടു. അമ്മ ചോറ് വിളമ്പി തന്നു മീൻകറിയും ഉണ്ടായിരുന്നു.

വൈകിട്ട് അഞ്ചുമണി, കാതുള്ള ചോറ്റുപാത്രം എടുത്തു തന്നിട്ട് അമ്മ പറഞ്ഞു:

"മോൻ സാംബന്റെ ചായക്കടയിൽ പോയി ചായയ്ക്കുള്ള പാല് വാങ്ങിക്കൊണ്ടു വാ". സാംബൻ മാമന്റെ കട കവലയിലാണ് അമ്മ കാണാതെ പോക്കറ്റിൽ ഉണ്ടായിരുന്ന 15 നാണയത്തുട്ടുകൾ അടുക്കളയ്ക്ക് പിന്നിൽ മണ്ണിൽ ഒരു കുഴി ഉണ്ടാക്കി അതിൽ നിക്ഷേപിച്ചു. കുഴി മൂടി അടയാളത്തിനായി ഒരു ചെറിയ കമ്പും നാട്ടിവെച്ചു. ഒന്നും സംഭവിച്ചിട്ടില്ലാത്ത മട്ടിൽ കവലയിൽ പാലു വാങ്ങാൻ പോയി. കവലയിൽ എത്തിയപ്പോൾ ശാർങൻ അണ്ണനെ അവിടെ കണ്ടു. അവൻ വെട്ടപ്പെട്ടില്ല. ശാർങൻ അണ്ണൻ വീട്ടിൽ രൂപയുടെ കാര്യം പറയുമോ? ബാലകൃഷ്ണനു വേവലാതിയായി. അവന്റെ ഉള്ളൊന്നു കാളി. വീട്ടിലെത്തി പാലും പാത്രവും അമ്മയെ ഏൽപ്പിച്ചു തലവേദനയാണെന്ന് പറഞ്ഞിട്ട് മുറിയിൽ പോയി കിടന്നു. കണ്ണടച്ച് വെറുതെ കിടന്നു.

വെറുതെ കിടന്നപ്പോൾ ബാലകൃഷ്ണൻ ഓർത്തു; ഇനി 15 അണയുണ്ട്, ആരുമറിയാതെ പൂക്കുഞ്ഞു കാക്കായുടെ കടയിൽ പോയി ബോണ്ടാ വാങ്ങി, കൊതി തീരുവോളം തിന്നണം! എങ്കിലും അവന്റെ ഉള്ളിൽ അങ്കലാപ്പ് തുടങ്ങി. ജെട്ടിയിൽ ചെല്ലപ്പൻ ഡോക്ടറുടെ കമ്പോണ്ടറായി കുഞ്ഞമ്മാവൻ ജോലി ചെയ്യുന്നു. ശാർങനണ്ണൻ രൂപക്കാര്യം അമ്മാവനോട് പറയുമോ? അമ്മാവനറിഞ്ഞാൽ കസ്റ്റഡിയിലെടുത്തു അമ്മാവൻ ചോദ്യം ചെയ്യും. താൻ പിടിക്കപ്പെടും.

ബാലകൃഷ്ണന്റെ മനസ്സുനിറയെ സമ്മിശ്ര ചിന്തകൾ ഉടലെടുത്തു. ഇല്ലാത്ത തലവേദന ഇപ്പോൾ അവനെ അലട്ടിത്തുടങ്ങി. തലയ്ക്കു വല്ലാത്ത പെരുപ്പനുഭവപ്പെട്ടു തുടങ്ങി. തലക്കനം കൂടിക്കൂടി തല നിലക്കുനിൽക്കാതെയായി.

ബാലകൃഷ്ണന്റെ ഊഹം തെറ്റിയില്ല. മനസ്സിൽ നിനച്ചതു സംഭവിച്ചു. ശാർങൻ അണ്ണനും അമ്മാവനും കൂടി വീട്ടിൽ എത്തിയിരിക്കുന്നു. പുറത്തു ഒച്ചയനക്കം കേട്ടു.

"ബാലകൃഷ്ണൻ എന്ത്യേ കുഞ്ഞമ്മേ" ശാർങനണ്ണനാണ് ചോദിച്ചത്. ഉറക്കം നടിച്ചുകിടന്ന ബാലകൃഷ്ണനത് കേട്ടു, അവനൊന്നു ഞെട്ടി.

"തലവേദനയാണെന്നു പറഞ്ഞു അവൻ അകത്തു കിടക്കുന്നു" അമ്മ പറഞ്ഞു.

"അവനു തലവേദന ഉണ്ടാകാൻ തക്ക കാരണം ഉണ്ട്. കുഞ്ഞമ്മ ഒന്നും അറിഞ്ഞു കാണില്ല അല്ലെ."

"ഇറങ്ങിവാടാ ഇവിടെ ഇപ്പം നിന്റെ തലവേദന മാറ്റിത്തരാം."അമ്മാവന്റെ ആക്രോശം അവൻകേട്ടു. ബാലകൃഷ്ണനന് കുഞ്ഞമ്മാവനെ പേടിയാണ്. അതുപോലെ സ്നേഹബഹുമാനവും.

ബാലകൃഷ്ണൻ ഒരു കുറ്റവാളിയെപ്പോലെ മുറിയിൽ നിന്നും ഇറങ്ങി വന്നു. അമ്മയും അണ്ണനും അമ്മാവനും മുറ്റത്തു നിൽക്കുന്നുണ്ടായിരുന്നു. തലകുമ്പിട്ടുകൊണ്ട് അവർക്കുമുമ്പിൽ അവൻ നിശബ്ദനായി നിന്നു.

അമ്മാവന്റെ കയ്യിൽ വടി കരുതിയിട്ടുണ്ട്. താനെന്തോ വലിയ കുറ്റമാണ് ചെയ്തിരിക്കുന്നതെന്ന ചിന്ത അവന്റെ ഉള്ളിലുണ്ടായി. ഒരു രൂപക്ക് ഇത്ര മൂല്യമുണ്ടോ? അവനാലോചിച്ചു.

"എവിടെടാ രൂപ" അമ്മാവൻ ദേഷ്യത്തോടെ കണ്ണുരുട്ടി.

അണത്തുട്ടുകൾ കുഴിച്ചിട്ട ഭാഗത്തേക്ക് ബാലു നടന്നു. അവനു പിന്നാലെ മറ്റുള്ളവരും അനുഗമിച്ചു. മണ്ണ് തോണ്ടിമാറ്റി ചില്ലറത്തുട്ടുകൾ എണ്ണിപ്പെറുക്കി പുറത്തെടുത്തു. അവന്റെ ചെയ്തികൾ മൂവരും നിശ്ചലരായി നോക്കി നിന്നു. കുഴിയിൽ നിന്നും മാന്തി എടുത്ത തുട്ടുകൾ അമ്മാവന്റെ നേർക്കുനീട്ടി.

"എത്രയുണ്ടെടാ" തൊണ്ടിമുതൽ കണ്ടെടുക്കുവാൻ നിൽക്കുന്ന പോലീസുകാരനെപ്പോലെ അമ്മാവൻ അന്വേഷിച്ചു.

"പതിനഞ്ചെണ്ണം ഉണ്ട്" ബാലകൃഷ്ണൻ പറഞ്ഞു.

ഒരെണ്ണം എവിടെ എന്ന അമ്മാവന്റെ കഠോര ശബ്ദം കേട്ടപ്പോൾ, രാവിലെ കൊതിയോടെ ആസ്വദിച്ചു തിന്ന ബോണ്ടയുടെ സ്വാദ് മുഴുവൻ അവന്റെ നാവിൻ തുമ്പിൽ നിന്നും ഉമിനീരിനോടൊപ്പം തൊണ്ടയിൽനിന്നും ഊർന്നിറങ്ങി. ഒരെണ്ണത്തിന് ബോണ്ട തിന്നെന്നവൻ സമ്മതിച്ചു.

"ഇനി മോട്ടിക്കുമോടാ" അമ്മാവൻ അടിക്കാനായി വടി ഓങ്ങി. തന്റെ ദേഹത്ത് അടി വീഴുമെന്നു കരുതി അവൻ വിറച്ചുപോയി.

"വേണ്ട അമ്മാവാ, അവനെ അടിക്കണ്ടാ" ശാർങ്ഗൻ തടസ്സം പിടിച്ചതുകൊണ്ട് അവനടി കിട്ടിയില്ല.

"ഇല്ല ഞാൻ മോട്ടിച്ചില്ല, ഇനി അങ്ങനെ ചെയ്യത്തില്ല" ബാലകൃഷ്ണൻ വിറച്ചു വിറച്ചു പറഞ്ഞൊപ്പിച്ചു.

"എങ്ങനെ ചെയ്യത്തില്ലന്നാ" അമ്മാവൻ പിന്നെയും ചോദിച്ചു. ഇനി കള്ളംചെയ്യില്ലെന്നുറപ്പ് പറഞ്ഞതോടെ അവനെ ശിക്ഷയിൽ നിന്നും നിരുപാധികം ഒഴിവാക്കി. ഇനി മേലിൽ തെറ്റ് ചെയ്യില്ലെന്ന് അവൻ സമ്മതിച്ചു. ഇനി ഇങ്ങനെ വല്ലതും സംഭവിച്ചാൽ അവനെ കൊന്നുകളയുമെന്നും അമ്മാവൻ താക്കീതു നൽകി.

"മോനേ നിനക്കറിയാമോ" ശാർങനണ്ണൻ പറഞ്ഞു: ഒരു രൂപ എന്ന് പറഞ്ഞാൽ പതിനാറണയാണ്. അഞ്ചാറംഗങ്ങളുള്ള ഒരു കുടുംബത്തിന് ഒരു ദിവസത്തെ ചിലവിന് അതുമതി. പത്തണ കൊടുത്താൽ ഒരു പക്ക (ഒരു കിലോ) അരി കിട്ടും. ഒരു രൂപ കൊടുത്താൽ ഇഷ്ടംപോലെ പച്ചക്കറിസാധനങ്ങൾ കിട്ടും. അരയണക്ക് വട്ടി നിറയെ മൽസ്യം കിട്ടും.

"ഇതാ, ഈ ഒരണ കൂടി മോൻ വെച്ചോ. ഒരു ബോണ്ട കൂടി വാങ്ങി കഴിച്ചോ, കേട്ടോ" ശാർങൻ ഒരണകൂടി അവന്റെ കൊച്ചുകൈവെള്ളയിൽ വച്ചുകൊടുത്തു.

ഇനി മേലിൽ വലിയമ്മച്ചിയുടെ വീട്ടിൽ പൊയ്പോകരുതെന്നു അമ്മയും അവനു താക്കീതു കൊടുത്തു.

അസംഭവ്യമായി ഒന്നും സംഭവിക്കാതെ കുറെ നാളുകൾ കടന്നു പോയി. കഴിഞ്ഞ സംഭവങ്ങളെല്ലാം ബാലുവിന്റെ പിഞ്ചുമനസ്സിൽ നിന്നും മാഞ്ഞുപോയ്.

12

ബാലുവിന്റെ കുഞ്ഞമ്മ കുടുംബവീട്ടിൽ നിന്നും അല്പ അകലെയാണ് താമസം. ചിറ്റപ്പനു (ഇളയച്ഛൻ) ആലപ്പുഴയാണ് ജോലി. മാസത്തിൽ രണ്ടുമൂന്നു തവണയേ വീട്ടിൽ എത്താറുള്ളൂ. കുഞ്ഞമ്മക്ക് കൂട്ടുകിടക്കാനായി ബാലു രാത്രിയിൽ അവിടെ പോകും. അവിടെ ഒരു കൊച്ചനിയനുമുണ്ട്. ഞങ്ങൾ കളിചിരി പറഞ്ഞു കളിക്കും. കുഞ്ഞമ്മ രണ്ടാമതും ഗർഭിണിയാണ്. കുറച്ചു ദിവസങ്ങൾ കഴിഞ്ഞപ്പോൾ കുഞ്ഞമ്മ ഒരു കുഞ്ഞുവാവയെ പ്രസവിച്ചു. ചിറ്റപ്പൻ ആലപ്പുഴ നിന്നു വന്നു. വീട്ടിൽ സന്തോഷവും ആഘോഷവും ഒക്കെ ആയിരുന്നു. ഒരാഴ്ച കഴിഞ്ഞു ചിറ്റപ്പൻ പോയി.

ഒരു ദിവസം ബാലകൃഷ്ണൻ കുഞ്ഞമ്മവീട്ടിൽചെന്നപ്പോൾ അവനെ ഒരരഞ്ഞാണം കാണിച്ചു. ചിറ്റപ്പൻ കൊണ്ടുവന്നതാണ്, കുഞ്ഞുവാവക്ക് ഇരുപത്തിയെട്ടിന് കെട്ടാൻ വേണ്ടിയാണ്.

"ഹായ് നല്ല ചന്തമുള്ള അരഞ്ഞാണം" അരഞ്ഞാണം തിരിച്ചും മറിച്ചും നോക്കിയിട്ട് ബാലു പറഞ്ഞു. ബാലു തന്റെ അരയിൽ തടവിനോക്കി. അവന്റെ അരയിൽ ഇപ്പോൾ അരഞ്ഞാണത്തിന്റെ സ്ഥാനത്തു കറുപ്പ് ചരടാനുള്ളത്.

അരഞ്ഞാണത്തിന്റെ ഭംഗി ആസ്വദിച്ചിട്ടവനത് കുഞ്ഞമ്മയെ ഏൽപ്പിച്ചു. കുഞ്ഞമ്മ അത് വാങ്ങി എവിടെയോ ഭദ്രമായി സൂക്ഷിച്ചു വെച്ചു, ഇരുപത്തിയെട്ടിന് കുഞ്ഞുവാവക്കണിയുവാൻ.

ഇരുപത്തിയെട്ടുകെട്ടിന്റെ ദിവസം വന്നെത്തി. ബന്ധുക്കളും സ്വന്തക്കാരുമൊക്കെ വന്നു തുടങ്ങി. കുഞ്ഞിനെ കണ്ടുവന്നവരൊക്കെ താലോലിച്ചു. ചിലരൊക്കെ സമ്മാനപ്പൊതി നൽകി.

ചരടുകെട്ടിന്റെ മുഹൂർത്തമായി. അരഞ്ഞാണം കാണാനില്ല. പലയിടത്തും തിരഞ്ഞു, പെട്ടികളൊക്കെ അരിച്ചുപെറുക്കി. അരഞ്ഞാണം കിട്ടിയില്ല.

കുഞ്ഞമ്മ വലിയവായിലെ കരയാൻ തുടങ്ങി. അവർ ബാലുവിന്റെ പുറത്തു കുറ്റം ആരോപിച്ചു. അന്ന് അവൻ ഒരു രൂപ മോഷ്ടിച്ചപ്പോൾ ശിക്ഷിച്ചില്ല, വെറുതെവിട്ടു. ഇപ്പം എന്റെ കുഞ്ഞിന്റെ അരഞ്ഞാണം അവൻ കട്ടോണ്ടുപോയിരിക്കുന്നു. ഞാനിതെങ്ങനെ സഹിക്കും കുഞ്ഞമ്മ, നിർദോഷിയായ ബാലകൃഷ്ണനെ തെറ്റിധരിച്ചിരിക്കുന്നു. അരഞ്ഞാണം അവൻ അപഹരിച്ചതാണെന്നു പറയുന്നു.

കുഞ്ഞമ്മാവന്റെ സമക്ഷം പരാതിയെത്തി. പഴയതുപോലെ കുഞ്ഞമ്മാവൻ രംഗത്തെത്തി. കൊച്ചു ബാലുവിനെ അമ്മാവൻ കസ്റ്റഡിയിൽ എടുത്തു അവനെ അടിക്കുവാൻ വേണ്ടി ചുന്താണി ചെത്തിയൊരുക്കി. അമ്മാവൻ നിരപരാധിയായ തന്നെ ക്രൂരമായി പ്രഹരിക്കുമെന്ന് അവനു ബോധ്യമായി. അമ്മാവൻ ചോദിക്കുന്നതിനു മുമ്പായി അവൻ കരഞ്ഞു കൊണ്ട് പറഞ്ഞു:

" അരഞ്ഞാണം ഞാനെടുത്തിട്ടില്ല അമ്മാവാ അരഞ്ഞാണം കണ്ടിട്ട് ഞാൻ കുഞ്ഞമ്മയുടെ കയ്യിൽ കൊടുത്തു. അമ്മാവൻ എന്നെ തല്ലല്ലേ എനിക്ക് പേടിയാകുന്നു." ബാലു കേണു പറഞ്ഞു.

"മിണ്ടിപ്പോകരുത് കള്ളം പറയാനും കള്ളം ചെയ്യാനും പഠിച്ചിരിക്കുന്നു." മാമൻ അവനെ തെങ്ങിൻ മൂട്ടിൽ കെട്ടി അടിക്കുവാൻ തുടങ്ങി.

"പറയെടാ, ആർക്കാണ് നീ അരഞ്ഞാണം വിറ്റത്. എത്ര കാശിനു ബോണ്ട തിന്നു. ബാക്കി പണം എവിടെ കുഴിച്ചിട്ടു." അദ്ദേഹം അവനെ പ്രഹരിച്ചുകൊണ്ടിരുന്നു.

"അമ്മാവാ എന്നെ ഇങ്ങനെ തല്ലല്ലേ അരഞ്ഞാണം ഞാൻ എടുത്തിട്ടില്ല." അവന്റെ ആവലാതികൾ ഒന്നും അമ്മാവൻ ചെവിക്കൊണ്ടില്ല.

കള്ളൻ എന്ന് പറഞ്ഞു ബാലുവിനെ കുഞ്ഞമ്മ അധിക്ഷേപിച്ചുകൊണ്ടിരുന്നു. ആങ്ങളയെ അവർ അരിശം കൊള്ളിച്ചുകൊണ്ടിരുന്നു.

"അവൻ എടുത്തില്ലെന്നു പറയുന്നില്ലേ. ആ കൊച്ചു കുഞ്ഞിനെ ഇങ്ങനെ തല്ലി ചതയ്ക്കാതെടാ": മുത്തശ്ശി ഇടപെട്ടു മകനെ ശകാരിച്ചു.

"ഇങ്ങനെ എന്റെ കുഞ്ഞിനെ കൊല്ലാക്കൊല ചെയ്യാതെടാ" ബാലകൃഷ്ണന്റെ പെറ്റമ്മ ഗൗരിയമ്മയും കരയാൻ തുടങ്ങി, കുഞ്ഞിനെ ഇങ്ങനെ തല്ലെരുതെന്ന് വിലക്കി.

ഏതായാലും ഞാനൊന്ന് പോയി നോക്കിയിട്ട് വരട്ടെ എന്നു പറഞ്ഞുകൊണ്ട് മുത്തശ്ശി കുഞ്ഞമ്മയുടെ വീട്ടിലേക്ക് എങ്ങി വലിഞ്ഞു നടന്നു. ഗൗരിയമ്മയും അമ്മയോടൊപ്പം നടന്നു. ബാലുവിനോടുള്ള അരിശം മൂത്തിട്ട് പിറുപിറുത്തു നിന്ന കുഞ്ഞമ്മയും അമ്മയ്ക്കും ചേച്ചിക്കും ഒപ്പം വീട്ടിലേക്ക് പോയി.

വീടെല്ലാം ഒരുവട്ടം കൂടി അരിച്ചുപെറുക്കി. അരഞ്ഞാണം കണ്ടുകിട്ടിയില്ല. ഒടുവിൽ കയറിൽ ചുരുട്ടി തൂക്കിയിട്ടിരുന്ന തഴപ്പായ് മുത്തശ്ശി വലിച്ചു എടുത്തു തറയിൽ കുത്തി കുടഞ്ഞു. അതാ പായയുടെ ചുരുളിൽ നിന്നും അരഞ്ഞാണം നിലത്ത് വീണു കിലുങ്ങി.

എല്ലാം നോക്കിക്കൊണ്ടു നിന്നിരുന്ന മകളുടെ (കുഞ്ഞമ്മയുടെ) കരണക്കുറ്റിക്ക് മുത്തശ്ശി ഒരു കീറുവെച്ചു കൊടുത്തു. മുത്തശ്ശിയും അമ്മയും കരഞ്ഞുകൊണ്ട് വീട്ടിലേക്ക് മടങ്ങി. അപ്പോഴും പാവം ബാലകൃഷ്ണനെ അമ്മാവൻ പൊതിരെ തല്ലി ക്കൊണ്ടിരിക്കുകയായിരുന്നു. "സത്യം സമ്മതിക്കുന്നത് വരെ നിന്നെ ഞാൻ തല്ലിക്കൊല്ലും". അമ്മാവൻ അത് പറയുന്നത് കേട്ട് കൊണ്ടാണ് മുത്തശ്ശി കയറിവന്നത്. സത്യം ദേണ്ടാ കിടക്കുന്നു. അരഞ്ഞാണം അവന്റെ മുഖത്തേക്ക് വലിച്ചെറിഞ്ഞു. വലിയമ്മച്ചി സകല ശക്തിയുമെടുത്ത് മകന്റെ ചെക്കിട്ടത്തിട്ടൊരടി വെച്ചു കൊടുത്തു.

"അഴിച്ചു വിടടാ എന്റെ കുഞ്ഞിനെ" ഏങ്ങിക്കരയുന്നതിനിടെ മുത്തശ്ശി ആക്രോശിച്ചു. അമ്മാവൻ ജീവച്ഛവമായിപ്പോയി. ഇതികർത്തവ്യതമൂഢനായി അയാൾ തരിച്ചുനിന്നുപോയി.

ബാലകൃഷ്ണന്റെ കെട്ടഴിച്ചു. അവനെ മാറോടണച്ചു വാരിപ്പുണർന്നു. അമ്മാവന്റെ കണ്ണുകളിൽ നിന്നും അശ്രുധാര അണപൊട്ടിയൊഴുകി. ഇതികർത്തവ്യതാമൂഢനായി അദ്ദേഹം തരിച്ചുനിന്നുപോയി.

നിരപരാധിയായ ഒരു വ്യക്തിയെ ഇല്ലാത്ത കുറ്റം തെളിയിക്കുവാൻ വേണ്ടി പോലീസുകാർ ചെയ്യുന്ന നിഷ്ഠൂര കൃത്യമല്ലേ ഇവിടെയും അരങ്ങേറിയത്. ആയിരം കുറ്റവാളികൾ രക്ഷപ്പെട്ടാലും ഒരു നിരപരാധി ശിക്ഷിക്കപ്പെടുവാൻ പാടില്ല!.

എന്റെ പൊന്നു മോനെ ഈ കുഞ്ഞമ്മയായിട്ട് തല്ലി ചതപ്പിച്ചു. ഈ പാപിയോട് പൊറുക്കുമോനെ." ബാലുവിനെ മാറോടാണച്ച് അവരും പൊട്ടിക്കരഞ്ഞു.

എല്ലാവരുടെയും കയ്യിൽ നിന്നും ബാലു കുതറി ഓടി. മുറിക്കകത്ത് കയറി തറയിൽ കിടന്നവൻ പുളഞ്ഞു. ഞെരിപിരികൊണ്ടു. അവന്റെ പിഞ്ചുമേനി ആസകലം ചെഞ്ചോര നിറമായി. മുറിപ്പാടുകളിൽ അവൻ കൈവിരലോടിച്ചു.

ബാലു ഏങ്ങിയേങ്ങി കരഞ്ഞുകൊണ്ടിരുന്നു. എപ്പോഴോ അവൻ മയങ്ങിപ്പോയി. മയക്കത്തിലും ഏങ്ങലടി കേൾക്കാമായിരുന്നു. മുത്തശ്ശിയും അമ്മയും കുഞ്ഞമ്മയും അവന്റെ അരികിലിരുന്ന് പതം പെറുക്കി കരഞ്ഞു കൊണ്ടിരുന്നു. അവന്റെ മൃദു മേനിയിൽ ഗൗരിയമ്മ തഴുകിക്കൊണ്ടിരുന്നു. ബാലു പറഞ്ഞു നിർത്തി.

"എന്റെ കവീ വല്ലാത്ത ഒരു കദന കഥ. ഒരു സിനിമയ്ക്ക് പറ്റിയ കഥ. വിജേഷ് വളരെ സങ്കടത്തോടെ സുഹൃത്തിന്റെ തോളിൽ തട്ടി. ബാലുവിന്റെ മിഴികൾ ഇപ്പോഴും നിറഞ്ഞു തുളുമ്പി.

"വല്ലാത്ത ഒരു അനുഭവമല്ലോ, അണ്ണാ. അഞ്ജലി തുടർന്നു. കുറ്റം ചെയ്തിട്ടില്ലെന്ന് കരഞ്ഞു പറഞ്ഞിട്ടും അമ്മാവൻ അതൊന്നും ചെവി കൊണ്ടില്ലല്ലോ. കഷ്ടമായിപ്പോയി" അതു പറയുമ്പോൾ അഞ്ജലിയുടെ മിഴിക്കോണിൽ കണ്ണുനീർത്തുള്ളി പൊടിഞ്ഞുനിന്നു.

ആ സംഭവത്തിനുശേഷം കുഞ്ഞമ്മാവനെന്നോടു വലിയ സ്നേഹമായിരുന്നു. ജീവിതത്തിൽ ഒരു നല്ല പാഠമാണ് അതിൽ നിന്നും ഉൾക്കൊള്ളുവാൻ സാധിച്ചത്.

ഒരു നേരത്തെ വിശപ്പ് അടക്കുവാൻ വേണ്ടി മനുഷ്യൻ എത്രയേറെ ബുദ്ധിമുട്ടുന്നു. സ്വന്തം കുടുംബം അല്ലലില്ലാതെ കഴിഞ്ഞു പോകണം എന്ന് ഓരോ കുടുംബനാഥനും ആഗ്രഹിക്കുന്നുണ്ട്. കുടുംബസ്നേഹമുള്ളവർ അതാശിക്കുന്നു. സ്വന്തം വിയർപ്പ് ചോരയാക്കി ഉണ്ടാക്കുന്ന അദ്ധ്വാനത്തിൽനിന്നും ഒരു രൂപ പോലും നഷ്ടപ്പെടുമ്പോൾ ഉണ്ടാകുന്ന വേവലാതിയും വെപ്രാളവുമാണ് ആ സംഭവത്തിലൂടെ മനസ്സിലാക്കുവാൻ കഴിയുന്നത്.

ഒരു വീട്ടിലെ ഒരു ദിവസത്തെ അഷ്ടിക്കുള്ള പണമാണന്നു നഷ്ടമായത്. അത് തേടിപ്പിടിച്ച് കണ്ടെത്താനായിരുന്നു ശാർങ്ഗൻ എന്ന ആ വ്യക്തി ഇറങ്ങി പുറപ്പെട്ടത്. അതിനയാൾ ആരുടെ സഹായവും

അഭ്യർത്ഥിച്ചെന്നിരിക്കും..

"ശരിയാണ് ബാലു" വിജേഷ് തുടർന്നു: ആ ഒരു അനുഭവത്തിലൂടെ താനൊത്തിരി തിരിച്ചറിവുള്ളവനായി തീർന്നിട്ടുണ്ട് എന്ന് ഇപ്പോൾ എനിക്ക് ബോധ്യമായിരിക്കുന്നു.

"അതേ, പീക്കേ, പലരുടെ ജീവിതത്തിലും തിക്താനുഭവങ്ങൾ ഉണ്ടാകാറുണ്ട്. അതിനെ തിരിച്ചറിഞ്ഞു, സമചിത്തതയോടെ ജീവിക്കുമ്പോഴേ യഥാർത്ഥത്തിൽ ഒരു നല്ല മനുഷ്യൻ ജന്മം എടുക്കുകയയുള്ളൂ. ജീവിത വഴിയിലെ തെറ്റും ശരിയും തിരിച്ചറിയുകയയുള്ളൂ.

"കവിയുടെ ജീവിതത്തിലും അതുതന്നെയാണ് സംഭവിച്ചിരിക്കുന്നത്. താങ്കളുടെ നിഷ്കളങ്കമായ പെരുമാറ്റം അതാണ് സൂചിപ്പിക്കുന്നത്". പീക്കേ വളരെ കാര്യഗൗരവത്തോടെ പറഞ്ഞു. അദ്ദേഹത്തിന്റെ വാക്കുകളിൽ സഹതാപം നിറഞ്ഞിരുന്നു.

"താങ്കൾ രാവിലെ പ്രാതൽ വല്ലതും കഴിച്ചിട്ടാണോ പുറപ്പെട്ടത്." ബാലുവിന്റെ വിശപ്പിനെക്കുറിച്ച് വിജേഷ് അന്വേഷിച്ചു, സ്നേഹത്തോടെ.

"ബ്രഡും മുട്ടയാംപ്ലേറ്റും കട്ടൻചായയും കഴിച്ചു. ഇപ്പോൾ വിശപ്പ് നഹി ഹൈ". ബാലകൃഷ്ണൻ വെറുതെ പറഞ്ഞു.

"അല്ല വിശപ്പുണ്ടെന്നെനിക്കറിയാം" വിജേഷ് പറഞ്ഞു. ചീനീം മീനും കൂടി ഒരടിയടിക്കാം", പഴയ ഒരുഫലിതത്തിന്റെ കാര്യം ഓർത്തിട്ട് കൂട്ടുകാർ രണ്ടുപേരും കൂടി ആർത്തു ചിരിച്ചു. കുലുങ്ങിക്കുലുങ്ങി ചിരിച്ചു.

അഞ്ജലി മിഴിച്ചു നിന്നു. എന്നിട്ട് പറഞ്ഞു "ഇവിടെ മീൻ കറിയുണ്ട്. പക്ഷേ ചീനി ഇല്ലല്ലോ".

"എന്റെ അൻജൂ നാട്ടിലുള്ള ഒരു കാരണവർ പറഞ്ഞ ഫലിതമാണ്". "ഫലിതമോ എന്നാൽ അതൊന്നു കേൾക്കട്ടെ" അഞ്ജലി പറഞ്ഞു.

പറമ്പിൽ ജോലി ചെയ്യുന്ന ചോതിരനു ഉച്ചയ്ക്ക് ഒരു മണി കഴിഞ്ഞപ്പോൾ വിശപ്പ് കയറി. വിശക്കുന്നുണ്ടെന്ന് പറയുന്നതിന് പകരം കുടിക്കാനല്പ വെള്ളം കിട്ടിയാൽ കൊള്ളാമായിരുന്നു എന്ന് പറഞ്ഞു. മുന്തയിൽ വെള്ളവുമായി വീട്ടുടമ പമ്മൻ വന്നു. പത്മനാഭൻ എന്നാണ് മുഴുവൻ പേര്. നാട്ടുകാർ പമ്മൻ എന്ന് ചുരുക്കി വിളിക്കുമെന്നേയുള്ളൂ. ചോതിരനു വെള്ളം കൈമാറിയിട്ട് പറഞ്ഞു:

"വിശപ്പുണ്ടെന്ന് എനിക്കറിയാം നീ തെങ്ങിന് കിളക്ക്. നമുക്ക് ചീനിയും മീനും കൂടി ഒരടിയടിക്കാം. സാധനം അടുക്കളയിൽ റെഡിയായിക്കൊണ്ടിരിക്കുന്നെടാ ചോതിരാ."

ചോതിരനിൽ നിന്നും ഈ സംഭവം പുറംലോകം അറിഞ്ഞു. നാട്ടുകാർ ആ ഡയലോഗ് അങ്ങേറ്റെടുത്തു. അങ്ങനെ പമ്മൻ കാരണവരുടെ വായ്മൊഴി നാട്ടിൽ പ്രചുര പ്രചാരത്തിലായി. അവരതങ്ങ് ഫലിതോക്തിയിലാക്കി അവതരിപ്പിച്ചു തുടങ്ങി. "വിശപ്പ് തോന്നുന്നുണ്ടെന്നെനിക്കറിയാം, ചീനീം മീനും കൂടി ഒരു അടിയടിക്കാം"!

"കൊള്ളാം നല്ല തമാശ" കഥാകഥനം കേട്ട് അഞ്ജലി പൊട്ടിച്ചിരിച്ചു.

"വിജേഷേ" ബാലകൃഷ്ണൻ വിഷയത്തിലേക്ക് വന്നു.

"വീടിന്റെ കാര്യം"

വീടിന്റെ കാര്യം താൻ പറഞ്ഞിട്ടുണ്ടെന്നും തന്റെ വാക്കിനുറപ്പുണ്ടെന്നും വിജേഷ് പറഞ്ഞു. വിജേഷിന്റെ വാക്ക് കേട്ടപ്പോൾ ബാലകൃഷ്ണന്റെ മനസ്സിൽ പ്രതീക്ഷയുടെ ഒരു പുതുകിരണം നാമ്പെടുത്തു. ഊണ് കഴിഞ്ഞിട്ട്, ഉച്ച തിരിഞ്ഞിട്ടു വീട് കാണാൻ പോകാമെന്ന് വിജേഷു പറഞ്ഞു.

"ശരി പീക്കേവി" പ്രതീക്ഷയോടെ ബാലകൃഷ്ണൻ പ്രതിവചിച്ചു. വിജേഷ് കുറച്ചു വർഷങ്ങളായി മാഹിമിൽ താമസിക്കുന്നതാണ്. ഫിഷർമെൻ കോളനിയും പോലീസ് കോട്ടേഴ്സും മഹാരാഷ്ട്ര ഹൗസിങ്ബോർഡിന്റെയും സംയുക്ത കോളനികളാവിടെയുള്ളത്. വിജേഷിനിവിടെ ധാരാളം സുഹൃത്ബന്ധങ്ങളുണ്ട്.

അടുക്കളയിൽ അഞ്ജലി ഉച്ചഭക്ഷണം തയ്യാറാക്കുന്നതിരക്കിലാണ്. "കവി, ഞാൻ അകത്തൊന്നുനോക്കട്ടെ" പീക്കെ അടുക്കളയിൽ ഭാര്യയുടെ അടുത്തേക്ക് പോയി. ബാലകൃഷ്ണൻ സിറ്റൗട്ടിലേക്ക് ഇറങ്ങി ചുറ്റുപാടുകൾ വീക്ഷിച്ചു.

മാഹിം പോലീസ് കോട്ടേഴ്സ് റെയിൽവേ ട്രാക്കിനോട് ചേർന്നാണ് സ്ഥിതി ചെയ്യുന്നത്. വെസ്റ്റേൻ റെയിൽവേയുടെ സ്റ്റാർട്ടിങ് പോയിന്റായ ചർച്ച് ഗേറ്റിൽ നിന്ന് പുറപ്പെടുന്ന തീവണ്ടി മാഹിം റെയിൽവേ സ്റ്റേഷൻ പിന്നിട്ടു ബാന്ദ്രാ റെയിൽവേ സ്റ്റേഷനിലേക്ക് പോകുന്നു. ഈ രണ്ടു സ്റ്റേഷനും മധ്യത്തായിട്ടാണ് പോലീസ് കോട്ടേഴ്സ് പണിചെയ്യപ്പെട്ടിരിക്കുന്നത്. പോലീസ്

കോട്ടേഴ്സിനടുത്തായി മത്സ്യബന്ധന തൊഴിലാളികളുടെ (ഫിഷർമെൻ കോട്ടേഴ്സ്) കോളനിയുമുണ്ട്. ബോംബെ ഹൗസിംഗ് ബോർഡാണ് ഈ രണ്ടു കോളനികളും നിർമ്മിച്ചിരിക്കുന്നത്. മാഹിം പള്ളിക്കടുത്തായിട്ടാണ് രണ്ടു കോളനികളും. മാഹിം പള്ളികടന്ന് ബാന്ദ്രാ ഭാഗത്തേക്ക് പോകുന്ന റോഡിലൂടെ പത്തുമിനിറ്റ് നടന്നാൽ റോഡിന്റെ വലത്വശത്തായിട്ടാണ് കോളനികൾ സ്ഥിതിചെയ്യുന്നത്.

കോളനി നിവാസികൾക്കാവശ്യമായ എല്ലാ സജ്ജീകരണങ്ങളും ബോംബെ നഗരസഭ ഇവിടെ ഒരുക്കിയിട്ടുണ്ട്. ഇരുപത്തിനാല് മണിക്കൂറും കുടിവെള്ളം ലഭ്യമാണ്. അതുപോലെ ഇലക്ട്രിസിറ്റിയും. കടകമ്പോളങ്ങളും പച്ചക്കറി - മത്സ്യ മാർക്കറ്റും തൊട്ടടുത്ത് തന്നെയുണ്ട്. വൈദ്യസഹായവും, പ്രഗൽഭരായ ഡോക്ടർമാരും ഇവിടെ ക്ലിനിക് നടത്തുന്നത്.

കോളനിയിൽ നിന്നും വളരെ അകലെയല്ലാതെ സ്കൂളുകളും കോളേജുകളും ഉണ്ട്. ബാദൽ, ബിജലി, ബർക്ക എന്നു പേരുകളുള്ള മൂന്നു സിനിമാ തിയേറ്ററുകളും മാഹിമിൽ സിനിമാ പ്രദർശനം നടത്തുന്നുണ്ട്.

പൊതുവേ നോക്കിയാൽ, കോളനി നിവാസികളെ സംബന്ധിച്ച് എല്ലാ സൗകര്യങ്ങളും ഇവിടെയുണ്ടെന്നുള്ളതു കൂടാതെ ഗതാഗത സൗകര്യത്തിന്റെ കാര്യത്തിലും ഇവിടത്തുകാർ ഭാഗ്യവാന്മാരാണ്.

മാഹിം റെയിൽവേ സ്റ്റേഷൻ കോളനിക്കടുത്തുതന്നെയാണ്. മാഹിം ചർച്ചിനടുത്തായി ബി. ഈ. എസ്. ടി (ബോംബെ ഇലക്ട്രിക് സപ്ലൈ ആൻഡ് ട്രാൻസ്പോർട്ട് കോർപ്പറേഷൻ) യുടെ ബസ് ഡിപ്പോയുമുണ്ട്. ഇവിടെ നിന്നും മുംബൈയുടെ വിവിധ ഭാഗങ്ങളിലേക്ക് പുറപ്പെടുന്ന ബസ് സർവീസുകളുണ്ട്. ട്രെയിൻ മാർഗ്ഗമായാലും ബസ്മാർഗ്ഗ മായാലും എവിടേയ്ക്കും ഇവിടെ നിന്ന് സുഗമമായി യാത്ര ചെയ്യാമെന്ന പ്രത്യേകതയുമുണ്ട്.

13

"കൃഷ്ണൻ", സിറ്റൗട്ടിൽ നിന്നിരുന്ന ബാലകൃഷ്ണന്റെ ശ്രദ്ധയെ പീക്കേവി അകത്തുനിന്നും ക്ഷണിച്ചു. "വിശപ്പുണ്ടെന്നറിയാം. മീൻകറിയും കൂട്ടി നമുക്കൊരടി അടിക്കാം. വരൂ, മീൻകറിയും ചീനിയും ആണ് പഥ്യം. പക്ഷേ ചീനിയില്ലെടോ."

ചെറിയ ഒരു ഡൈനിങ് ടേബിളിൽ പലതരത്തിലുള്ള പാത്രങ്ങളിലായി ആഹാര സാധനങ്ങൾ നിരത്തിയിരിക്കുന്നു. രണ്ടു ഗ്ലാസ്സുകളിലായി കുടിവെള്ളവും ഒഴിച്ചു വെച്ചിരിക്കുന്നു. അതുപോലെ തന്നെ ഭക്ഷണം കഴിക്കുന്നതിനുള്ള പ്ലേറ്റുകളും.

"വാ ബാലകൃഷ്ണാ." വിജേഷ് വിളിച്ചു. "ഏതായാലും കൈ ഒന്ന് കഴുകാം". കിച്ചന്റെ സൈഡിലുള്ള വാഷ്ബേസ്സിനിലേക്കു നടന്നിട്ടു പറഞ്ഞു.

"രാവിലെ ഞാൻ കൈ കഴുകിയിട്ടാണ് ഇറങ്ങിയത്. ഏതായാലും നിങ്ങൾക്ക് വേണ്ടി ഒന്നൂടെ കഴുകിയേക്കാം." ബാലകൃഷ്ണൻ വിജേഷിനെ പിൻതാങ്ങി കൊണ്ട് പറഞ്ഞു. "രണ്ടുപേരും കൈ കഴുകിയില്ലെങ്കിലും എനിക്ക് വിരോധമില്ല" അഞ്ജലി പറഞ്ഞു.

"മീൻ കറി ഉഗ്രൻ" ആഹാരം കഴിക്കുന്നതിടെ ബാലകൃഷ്ണൻ പറഞ്ഞു. "അതുപോലെ തന്നെ അവിയലും സാമ്പാറും." അഞ്ജലിക്ക് നന്നായി പാചകം അറിയാം അല്ലേ."

"ഒത്താലങ്ങു ഒക്കുമെടാ" വിജേഷ് പറഞ്ഞിട്ട് ചിരിച്ചു.

"ശരി, വിജേഷേട്ടനാ എന്നെ നളപാചകം പഠിപ്പിച്ചത്. പിന്നെ എന്റെ കൈപ്പുണ്യം കൊണ്ടാ ഇത്തിരി രുചി വരുന്നത്." അഞ്ജലി അങ്ങനെ പറഞ്ഞു ചിരിച്ചു.

"ഓ, ശരിയാണേ, സമ്മതിച്ചിരിക്കുന്നു വിജേഷ് ഭാര്യ പറഞ്ഞതിനോട് യോജിപ്പ് പ്രകടിപ്പിച്ചു. "ഏതായാലും സംഭവം ടേസ്റ്റിയാണ്" ബാലകൃഷ്ണൻ പറഞ്ഞു.

"വെണ്ടക്കായ് തോരൻ ഞാനാണുണ്ടാക്കിയത്"വിജേഷ് പറഞ്ഞു." അപാര രുചി അല്ലേ."

"തീരെ ശരിയായില്ല" ബാലകൃഷ്ണൻ തമാശ രൂപത്തിൽ പറഞ്ഞു: ഉപ്പ് ഇത്തിരി കൂടിപ്പോയി.

"ഹേയ്, ഹേയ്, കവി ഏതായാലും കഴിക്കു മോനെ കഴി." പീക്കെ പറഞ്ഞു. "ഇപ്പം നള പാചകം എങ്ങനെയുണ്ട്" അഞ്ജലി ബാലകൃഷ്ണൻ പറഞ്ഞതിനെ പിൻതാങ്ങി.

എല്ലാവരയയും കൂടി ചിരിച്ചു രസിച്ചു ആഹാരം കഴിച്ചു. മൂന്നുപേരും കൂടി പിന്നെ സിറ്റൗട്ടിൽ ഇരുന്നു നാട്ടുവിശേഷങ്ങളിൽ മുഴുകി.

"കവി, നിന്റെ പുതിയ ഓഫീസ്സും ജോലിയുമൊക്കെ എങ്ങനെ പോകുന്നുണ്ട്." പീക്കേവി അന്വേഷിച്ചു.

"നന്നായിട്ട് പോകുന്നു. എക്സ്പോർട്ട് ഇമ്പോർട്ടല്ലേ, ജോലിഭാരം അല്പം കൂടുതലുണ്ട്. ഓരോ ഷിപ്പിന്റെയും - സീഫ്രൈറ്റായാലും എയർ ഫ്രൈറ്റായാലും നിശ്ചിത സമയത്തിനുള്ളിൽ പേപ്പറുകൾ തയ്യാറാക്കി കസ്റ്റം ക്ലിയർ ചെയ്തെടുക്കണം." ബാലകൃഷ്ണൻ പറഞ്ഞു: സഹപ്രവർത്തകരുടെ നല്ല സഹകരണമുള്ളതുകൊണ്ട് സ്മൂത്തായി കാര്യങ്ങൾ മുന്നോട്ടുപോകുന്നുണ്ട്. പക്ഷേ, വൈകിട്ട് ഓഫീസിൽ നിന്നും ഇറങ്ങാൻ സാധാരണ വൈകും. വീട്ടിലെത്തുമ്പോൾ രാത്രിയാകും. ഒമ്പതരപത്താകും."

"താങ്കളുടെ ഹോട്ടൽ ലൈൻ നല്ല നിലവാരത്തിൽ പ്രവർത്തിക്കുന്നുണ്ടല്ലോ" ബാലകൃഷ്ണൻ ചോദിച്ചു. വിജേഷിന്റെ ഹോട്ടലുകൾ ലാഭകമായി പ്രവർത്തിക്കുന്നുണ്ടെന്നു കേൾക്കുവാൻ ബാലകൃഷ്ണൻ ആത്മാർത്ഥമായി ആഗ്രഹിക്കുന്നു.

"ഹോട്ടലുകൾ പ്രോഫിറ്റബിളായി മുന്നോട്ടു പോകുന്നുണ്ട് കവി. 'കസ്റ്റമർസാറ്റിസ്ഫാക്ഷൻ ഈസ് അവർ മോട്ടോ' എന്നുപറയാറില്ലേ." ഭക്ഷണം കഴിച്ചാൽ തൃപ്തിയാവണം എന്ന പ്രതീക്ഷയുമായി വരുന്നവർക്ക് നല്ല രുചികരമായ ആഹാരവും സർവ് ചെയ്യുന്നുണ്ട്. ആയതിനാൽ എവരിതിങ്ങിസ് ഓക്കേ' വിജേഷിന്റെ തൃപ്തികരമായ മറുപടി കേട്ടു ബാലകൃഷ്ണന്റെ മനസ്സ് നിറഞ്ഞു.

സംസാരിച്ചിരുന്നു സമയം പോയതറിഞ്ഞില്ല. മണി മൂന്നരയായി. വീടിനെക്കുറിച്ചുള്ള ചിന്ത ബാലകൃഷ്ണന്റെ മനസ്സിനെ വേവലാതിപ്പെടുത്തിത്തുടങ്ങി.

"വീട് ഒന്നു നോക്കാൻ പോകണ്ടേ" ബാലകൃഷ്ണൻ പീക്കേയെ ഓർമ്മപ്പെടുത്തി.

"താൻ സമാധാനപ്പെടടോ. കവിക്ക് വീട് കിട്ടിയാൽ പോരെ പീക്കേ പറഞ്ഞു. ഞാനല്ലേ ഉറപ്പു തന്നിരിക്കുന്നത്."

"ഞാൻ ചായ ഇടാം. ചായ കുടിച്ചിട്ട് പോയിട്ട് വാ" അഞ്ജലി ചായ തയ്യാറാക്കാനായി കിച്ചണിലേക്ക് കയറിപ്പോയി.

ചായകുടി കഴിഞ്ഞ് വിജേഷും ബാലകൃഷ്ണനും കൂടി വീടു കാണാനായി ഇറങ്ങാൻ തുടങ്ങിയപ്പോൾ വിജേഷ് ഭാര്യയോട് വിളിച്ചുപറഞ്ഞു: "അഞ്ജലീ നീ ആ താക്കോലിങ്ങെടുത്തേ" അഞ്ജലി ചാവി എടുത്തുകൊണ്ടുവന്നു ഭർത്താവിന്റെ കയ്യിൽ കൊടുത്തു.

ബാലകൃഷ്ണൻ നോക്കി നിന്നു, ഒന്നും മനസ്സിലാകാതെ. ഇനി വിജേഷിന് എസ്റ്റേറ്റ് ഏജന്റ് പണി വല്ലതും ഉണ്ടോ? ഡിപ്പോസിറ്റ് കൂടാതെ ഇനിയിപ്പോൾ ഏജന്റ് ഫീസും കൊടുക്കേണ്ടി വരുമോ, ആവോ? ബാലകൃഷ്ണൻ വല്ലാത്ത ചിന്താക്കുഴപ്പത്തിലായി. എങ്ങനെ പണം കണ്ടെത്തും.

വാടോ, കവീ: പീക്കെ ഇറങ്ങി. ബാലകൃഷ്ണൻ പിന്നാലെ ചെന്നു. മനസ്സിൽ തോന്നിയ പിരിമുറുക്കത്തിനിടയിൽ അയവ് കിട്ടിയാലോ എന്ന കരുതി, ബാലകൃഷ്ണൻ വളരെ സൗമ്യമായി തിരക്കി. "പീക്കേ, താങ്കൾ, എസ്റ്റേറ്റ് ഏജന്റ് ബിസിനസും തുടങ്ങിയോ"?

"താൻ വാടോ, അതൊക്കെ വീട് കണ്ടിട്ട് ഇഷ്ടപ്പെടുകയാണെങ്കിൽ പറയാം. ഏജന്റ് കാര്യമൊക്കെ പിന്നീട് തീരുമാനിക്കാം." വിജേഷ് എങ്ങുമെങ്ങും മുട്ടാതെ ഒരു മറുപടി പറഞ്ഞൊഴിഞ്ഞു.

വിജേഷ് താമസിക്കുന്ന ബിൽഡിങ്ങും കഴിഞ്ഞ് മൂന്നാമത്തെ ബിൽഡിങ്ങിന്റെ മൂന്നാമത്തെ നിലയിൽ ഞങ്ങളെത്തി. സ്റ്റെയർകെയ്സിന്റെ വലതു ഭാഗത്തുള്ള രണ്ടാമത്തെ മുറി തുറന്നു. വിജേഷിന്റെ റൂമുപോലെ വൺ ബീ. എച്ച്. കെ (ഒരു ബഡ് റൂം ഹാളും അടുക്കളയും) തന്നെ. കിടക്ക മുറിയിൽ ഒരു കട്ടിലും അടുക്കളയിൽ അത്യാവശ്യം വേണ്ടുന്ന കുറച്ചു പാത്രങ്ങളും ഉണ്ട്. സ്റ്റൗവും ചോറും കറിയും വയ്ക്കുവാനുള്ള ഒന്ന് രണ്ടു ചരുവങ്ങൾ വാങ്ങിയാലും

തൽക്കാലം മതിയാകും. സാവകാശം മറ്റു വേണ്ടുന്നവ വാങ്ങിയാൽ മതി. ബാലകൃഷ്ണൻ മനസ്സിൽ ഭാവി പദ്ധതി തയ്യാറാക്കി.

"വീടെങ്ങനെയുണ്ട്, ഇഷ്ടപ്പെട്ടോ", വിജേഷ് ചോദിച്ചു.

"ധാരാളം" ബാലകൃഷ്ണൻ പറഞ്ഞു: "ഇതുതന്നെ ധാരാളം"

"ലൈറ്റും ഫാനും ഒക്കെ ഞാൻ ഫിറ്റ് ചെയ്തിട്ടുണ്ട്." വിജേഷ് തുടർന്നു:

"കവി ഇതെല്ലാം മെയിന്റെയിൻ ചെയ്തു താമസിച്ചാൽ മതി. ഒരു കട്ടിലും അല്ലറ ചില്ലറ പാത്രങ്ങളും ഇവിടെ ഉണ്ട്. താങ്കൾക്ക് വേണമെന്നുണ്ടെങ്കിൽ അവയൊക്കെ ഉപയോഗിക്കാം. എല്ലാം പഴക്കമില്ലാത്തവയാണ്."

അവർ വിജേഷിന്റെ ഫ്ലാറ്റിലേക്ക് മടങ്ങിയെത്തി. രണ്ടാം നിലയിലാണ് വിജേഷും ഭാര്യയും താമസിക്കുന്നത്. എല്ലാ ബിൽഡിങ്ങുകളും നാല് നിലകളുള്ളതാണ്. ഓരോ നിലയിലും എട്ടു ഫ്ലാറ്റുകൾ വീതമാണ് ഉള്ളത്. ബാൽക്കണി നെടു നീളത്തിലുള്ളതാണ്. (ഇതാണ് സിറ്റൗട്ടായി ഉപയോഗിക്കുന്നത്) മധ്യഭാഗത്ത് കൂടിയാണ് കോവണിപ്പടികൾ. ലിഫ്റ്റില്ല. അതിന്റെ ആവശ്യമില്ല ചെറിയ സ്റ്റെപ്പുകൾ ആണ്. നടന്നു കയറാം

"പീക്കേ, താങ്കൾ വാടകയും അഡ്വാൻസും എത്രയാണെന്നുള്ളതു പറഞ്ഞില്ലല്ലോ. വീട് ഉടമ എന്തെങ്കിലും പറഞ്ഞിട്ടുണ്ടാകുമല്ലോ." അറിയാനുള്ള ആകാംക്ഷയോടെ ബാലകൃഷ്ണൻ ചോദിച്ചു.

"താങ്കളുടെ കയ്യിൽ ഡിപ്പോസിറ്റ് കൊടുക്കുവാൻ ആയി എത്ര രൂപ കരുതിയിട്ടുണ്ട്. നല്ലൊരു എമൗണ്ട് വേണ്ടിവരും" വിജേഷ് പറഞ്ഞു.

"പീകെ എന്നെ സഹായിക്കണം. ആ പ്രതീക്ഷയിലാണ് ഞാൻ താങ്കളെ കാണാൻ എത്തിയത്." ബാലകൃഷ്ണൻ തന്റെ നിരപരാധിത്വം സൂചിപ്പിച്ചു. വിജേഷ് കയ്യൊഴിഞ്ഞാൽപ്പിന്നെ തന്റെ അവസ്ഥ പരുങ്ങലിലാകും."

"കവീ", വിജേഷ് ബാലകൃഷ്ണനെ സൂക്ഷിച്ചൊന്ന് നോക്കി. "എടോ, മാന്യനായ ഒരു വ്യക്തിക്കല്ലാതെ ആ മുറി വാടകയ്ക്ക് കൊടുക്കുകയില്ലെന്നാണ് പറഞ്ഞിരിക്കുന്നത്. അപ്പോഴാണ് താങ്കളുടെ കാർഡുകിട്ടിയതും താങ്കൾ വന്നതും."

"വിജേഷേ, താങ്കളിപ്പോഴും വിഷയത്തിലേക്ക് വന്നിട്ടില്ല". ബാലകൃഷ്ണൻ പറഞ്ഞു വീട്ടുടമ വാടകയും അച്ചാരത്തുകയും

പറഞ്ഞിട്ടുണ്ടായിരിക്കുമല്ലോ, ഇല്ലേ?"

"മി. കൃഷ്ണൻ, ഇനി പറയട്ടെ." പീക്കേ നിർത്തി എന്നിട്ട് എല്ലാം കേട്ടുകൊണ്ട് നിൽക്കുകയായിരുന്ന ഭാര്യയെ നോക്കി ചോദിച്ചു. എത്ര രൂപയാണ് വാടകയെന്നു പറഞ്ഞിരിക്കുന്നത്?

"ബാലേട്ടനെയിട്ടു തീ തീറ്റിക്കാതെ, എത്രയാണെന്ന് വെച്ചാൽ അങ്ങ് പറ" ഞാൻ ഇത്തിരി കട്ടൻ ചായ ഉണ്ടാക്കാം എന്ന് പറഞ്ഞുകൊണ്ട് അഞ്ജലി അടുക്കളയിലേക്ക് കയറിപ്പോയി.

"ബാലകൃഷ്ണാ" പീക്കേ പറഞ്ഞു: നീ പേടിക്കണ്ടടാ. ആ വീട് അഞ്ജലിയുടെ പേരിൽ ഈയ്യിടെ വാങ്ങിയതാണ്. നീ ഒരു മാന്യനായ എഴുത്തുകാരൻ ആയതുകൊണ്ട് നിനക്കാണത് വിധിച്ചിരിക്കുന്നത്. താനെനിക്ക് അഡ്വാൻസായി ഒരു രൂപപോലും തരണ്ട. നീ അങ്ങു വന്ന് താമസിക്ക്. മാസന്തോറുമുള്ള വാടക മാത്രം അടച്ചാൽ മതി. തനിക്ക് താങ്ങാനാവുന്ന ഒരു വാടക ഞാൻ പിന്നെ പറയാം. എന്താ അങ്ങനെ പോരെ.? നിനക്ക് സന്തോഷമായയോ അതോ ബുദ്ധിമുട്ടുണ്ടോ?! ബാലകൃഷ്ണൻ കസേരയിൽ നിന്നും എഴുന്നേറ്റു തന്റെ ആത്മാർത്ഥ സുഹൃത്തിനെ കെട്ടിപ്പുണർന്നു.

"താങ്കളുടെ മനസ്സിലെ നന്മയാണ് തന്റെ ജീവിതത്തെ പ്രകാശപൂർണ്ണമാക്കിയിരിക്കുന്നത്! വിജേഷേ, നിന്നോടു നന്ദി പ്രകടിപ്പിക്കുവാൻ എനിക്ക് വാക്കുകൾ ഇല്ലെടോ" ബാലകൃഷ്ണന്റെ മിഴി കോണിൽ സന്തോഷത്തിന്റെ അശ്രുതുള്ളകൾ പൊടിഞ്ഞു. വിജേഷതു കണ്ടു. വിരൽതുമ്പിനാൽ വിജേഷ് അത് തുടച്ചു മാറ്റി! മനസ്സിൽ നന്മ കാത്തുസൂക്ഷിക്കുന്നവരെ ഈശ്വരൻ തുണയ്ക്കും എന്നതിന്റെ ഉത്തമ ഉദാഹരണമാണ് വിജേഷ്. പി. കെ എന്ന വ്യക്തി!

14

വെറും കയ്യോടെ ബോംബെയിൽ എത്തപ്പെടുന്നവരെ ജാതിമത വർണ്ണ ഭാഷാ ഭേദമില്ലാതെ ഇരു കരങ്ങളും നീട്ടി ഈ മഹാനഗരം സ്വീകരിക്കുന്നു. വിധി എന്ന അദൃശ്യശക്തി അവരെ പല വഴികളിലൂടെ കൂട്ടിക്കൊണ്ടുപോകുന്നു. മനസ്സിൽ നന്മയുള്ളവരെ നല്ല വഴികളിലൂടെ ഉന്നതങ്ങളിലെത്തിച്ചെന്നിരിക്കും. തിന്മയും കുത്സിതചിന്തകളും വക്രബുദ്ധികളും ഉള്ളവർ ഇവിടെ അന്ധകാരത്തിൽ ഉഴലുന്നു. കരകയറാൻ ആവാതെ ആഴക്കയങ്ങളിൽ കൈകാലിട്ടടിക്കുന്നു. തീരത്തെത്തിയാൽ രക്ഷപ്പെട്ടെന്നിരിക്കും! തീരമണയാതെ ചിലപ്പോൾ മുങ്ങിത്താണെന്നും ഇരിക്കും.

"കവി, തന്റെ സൗകര്യം പോലെ എപ്പം വേണമെങ്കിലും താമസിക്കാനായി വരാം." വിജേഷ് പറഞ്ഞു.

"എനിക്കുവേണ്ടി ഒരു കല്യാണക്കാര്യം നാട്ടിൽ നിന്നും അറിയിച്ചിട്ടുണ്ട്." ബാലകൃഷ്ണൻ വിജേഷിനോട് പറഞ്ഞു. "വീട് ശരിയാവട്ടെന്ന് നാട്ടിൽ അറിയിച്ചിരുന്നു."

"ആള് കൊള്ളാമല്ലോ താൻ പോയി എത്രയും പെട്ടെന്ന് പെണ്ണു കെട്ടിക്കൊണ്ടുവാ ഇവിടെ അഞ്ജലിക്ക് ഒരു കൂട്ട് ആകുമല്ലോ. പീക്കേ പറഞ്ഞു. ശരിയാ ഞാൻ ഒരു കൂട്ട് ഇല്ലാതെ തനിച്ചിരുന്നു ബോറടിക്കുവാ" അഞ്ജലിയും പറഞ്ഞു. ബാലേട്ടന്റെ പെണ്ണ് എത്തിയാൽ എനിക്ക് ആശ്വാസമായിരിക്കും!

"ഞാ, ബാലകൃഷ്ണാ ഒരു കാര്യം പറയണമായിരുന്നു." മുഴുപ്പിക്കാതെ പീക്കേ നിർത്തി.

"പറയൂ പീക്കെ എന്തായാലും പറയൂ. താങ്കൾ പറയുന്നതെന്തും ഞാൻ അംഗീകരിക്കും" എനിക്കത് സ്വീകാര്യമായിരിക്കും.

ബാലകൃഷ്ണൻ അറിയിച്ചു.

"കവീ, താങ്കളെ എനിക്ക് വിശ്വാസമാണ് എങ്കിലും ഒരു ഉറപ്പിനായി നമുക്ക് ഒരു റെന്റ് എഗ്രിമെന്റുണ്ടാക്കണം. നാളെ താങ്കൾക്കും അത് ഉപകാരപ്പെടും. കമ്പനിയിൽനിന്നും റെന്റലവൻസിനു സാധ്യതയുണ്ടെങ്കിൽ ഈ വാടക ചീട്ടുപകരിക്കും." വിജേഷ് പറഞ്ഞു.

"താങ്കളുടെ നല്ല നിർദ്ദേശങ്ങൾക്ക് ഒത്തിരി നന്ദി. അടുത്താഴ്ച ഞാൻ വരാം. എഗ്രിമെന്റ് സൈൻ ചെയ്തു തന്നതിനുശേഷമേ ഞാൻ താമസിക്കാൻ വരികയുള്ളൂ. അതുപോരെ" ബാലകൃഷ്ണൻ അയാളുടെ അഭിപ്രായം അറിയിച്ചു. സാധാരണ അങ്ങനെയാണല്ലോ കണ്ടുവരുന്നത്!

"അങ്ങനെയല്ല അടുത്ത ആഴ്ച താങ്കൾ താമസിക്കാനായി വന്നോളൂ. ഭാണ്ഡൂപ്പിൽ എന്തെങ്കിലും സാധനങ്ങളൊക്കെ എടുക്കാൻ ഉണ്ടെങ്കിൽ എടുത്തുകൊണ്ടു വന്നോളൂ. വാടക ചീട്ട് ഞാൻ തയ്യാറാക്കി വയ്ക്കാം. താങ്കൾ വന്നിട്ട് ഒരൊപ്പിട്ടാൽ മതി." പീക്കേ പറഞ്ഞു.

"ഓക്കെ വിജേഷ്. അങ്ങനെ ആയിക്കൊള്ളട്ടെ" ബാലകൃഷ്ണൻ സമ്മതം അറിയിച്ചു. "വാടകചീട്ടിൽ വാടക എത്രയാണെന്ന് കൂടി സൂചിപ്പിക്കണം"

ബാലകൃഷ്ണൻ മനസ്സമാധാനത്തോടെയും സന്തോഷത്തോടെയും കൂടി ഭാണ്ഡൂപ്പിലേക്ക് മടങ്ങി. സഹമുറി (റൂം മേറ്റ്സ്) യന്മാരോടും കാര്യങ്ങളൊക്കെ പറഞ്ഞു. താൻ അവരെയൊക്കെ പിരിഞ്ഞു പോരുന്നതിൽ അവർക്ക് ഉള്ള മനപ്രയാസം അവരറിയിച്ചു. യശോധരയണ്ണൻ അനുഗ്രഹിച്ചു. ദൂരയാത്രയും ട്രെയിൻയാത്രയും ഒഴിവാക്കാമല്ലോ? മാഹിമിൽ നിന്നും ബസ് മാർഗ്ഗം ലോവർ പരേലിലെത്താം. അതേതായാലും നല്ലത് തന്നെ എന്ന് യശോധരണ്ണൻ നിർദ്ദേശിച്ചു. കൂടാതെ വിജേഷ് നല്ലവനാണെന്നും ബാലകൃഷ്ണന് വേണ്ടുന്ന സഹായസഹകരണങ്ങൾ അവനിൽ നിന്നും പ്രതീക്ഷിക്കാമെന്നും അഭിപ്രായപ്പെട്ടു.

ബാലകൃഷ്ണൻ മാഹിമിലേക്ക് താമസം മാറി. ഓഫീസിൽ പോയി തുടങ്ങി. ആദ്യ ഒന്ന് രണ്ട് ദിവസം ബസ്സിൽ യാത്ര ചെയ്തു. റോഡ് മാർഗ്ഗമുള്ള യാത്ര കൂടുതൽ സമയമെടുക്കും. രാവിലെയുള്ള തിരക്കു കാരണം ട്രാഫിക്കിൽ വാഹനങ്ങൾ മണിക്കൂറുകളോളം

കുടുങ്ങിക്കിടക്കാറാണ് പതിവ്. സമയം ലാഭിക്കുവാൻ ട്രെയിൻ യാത്ര തന്നെയാണ് അഭികാമ്യം. യാത്രാക്ഷീണവും അനുഭവപ്പെടില്ല. ബാലകൃഷ്ണൻ മാഹിം റെയിൽവേ സ്റ്റേഷനിൽ നിന്നും ട്രെയിൻ യാത്ര ചെയ്യാൻ തുടങ്ങി. ബസ്സിൽ പോകുമ്പോൾ ഒരു മണിക്കൂറോളം എടുക്കുന്നു. അത് ട്രെയിൻ മാർഗ്ഗം വെറും ഇരുപതു മിനിട്ടു മതി. നാല് സ്റ്റോപ്പുകൾ കഴിഞ്ഞ് അഞ്ചാമത്തെ സ്റ്റോപ്പ് ആണ് ലോവർ പരേൽ. മാഹിം, മാട്ടുംഗ, ദാദർ, എൽഫിൻസ്റ്റൻ, പരേൽ. റെയിൽവേ സ്റ്റേഷനിൽ നിന്നും ഏകദേശം പത്ത് മിനിറ്റ് കാൽനടയായി ഓഫീസിൽ എത്താം. ബാലകൃഷ്ണൻ മാഹിം മുതൽ പരേൽ വരെയുള്ള മന്ത്‌ലി സീസൺ ടിക്കറ്റ് എടുത്തു.

ഓഫീസിൽ നിന്നും മിക്കവാറും ഒരാഴ്ചയ്ക്കകം ജോലിയിൽ സ്ഥിരപ്പെടുത്തിക്കൊണ്ടുള്ള കൺഫെർമേഷൻ ലെറ്റർകിട്ടാനുള്ള സാധ്യതയുണ്ട്. അതിനു ശേഷം നാട്ടിലെത്തുമെന്നുള്ള വിവരത്തിനു കത്തെഴുതി.

ബാലകൃഷ്ണൻ നാട്ടിലെത്തി. പെണ്ണുവീട്ടിൽ പോയി. ഓച്ചിറ ക്ഷേത്രത്തിനു പടിഞ്ഞാറു ഭാഗത്തായി പുതുപ്പള്ളിയിലാണ് പെണ്ണിന്റെ വീട്. കാരണവന്മാരോടൊപ്പമാണ് പോയത്. പോകുന്ന വഴി ഓച്ചിറ ക്ഷേത്രത്തിൽ ഇറങ്ങി.

ഓച്ചിറ ക്ഷേത്രത്തിന്റെ പ്രധാന പ്രവേശന കവാടത്തിൽ ശിവഭഗവാനാണ് പ്രതിഷ്ഠ. ക്ഷേത്രത്തിലേയ്ക്കു കയറിയാൽ മറ്റുപ്രതിഷ്ഠകളൊന്നുമില്ല. അമ്പലമില്ലാതെ മൂന്നു ആൽത്തറകളിലായിട്ടാണു പരബ്രഹ്മമൂർത്തി വാണരുളുന്നത്. ആദ്യ ആൽത്തറയിൽ ഗണപതി വിഗ്രഹം. രണ്ടാമത്തെ ആൽത്തറയിൽ ശിവപാർവ്വതി സങ്കൽപ്പത്തിൽ പൂജനടത്തുന്നു. കിഴക്കു ശിവഭഗവാനും പടിഞ്ഞാറു ദർശനമായി പാർവ്വതി ദേവിയെയും സങ്കൽപ്പിച്ച് ആരാധന നടക്കുന്നു.

രണ്ടാമത്തെ ആൽത്തറയിൽ പലലോഹത്തകിടുകളിൽ തീർത്ത ആൾരൂപങ്ങൾ നേർച്ചയായി സമർപ്പിക്കാൻ സൗകര്യമുണ്ട്. അംഗവൈകല്യങ്ങൾ സംഭവിച്ചതും ശരീരാവയവങ്ങൾക്ക് ക്ഷതം സംഭവിച്ചവരും ഭഗവാനെ പ്രാർത്ഥിച്ച് നേർച്ച സമർപ്പിച്ചാൽ ശാശ്വതമായ ശാന്തിയും സമാധനവും ലഭിക്കുമെന്നാണ് വിശ്വാസം.

മൂന്നാമത്തെ ആൽത്തറ ഉണ്ടിക്കാവാണ്. ഉണ്ടിക്കാവിലെത്തുന്ന ഭക്തജനങ്ങൾക്ക് അവിടത്തെ അന്തരീക്ഷം, ഏതുകാലാവസ്ഥയിലും തണുപ്പും കുളിർമ്മയും പ്രദാനം ചെയ്യുന്നു. ഈ കാവിൽ പുള്ളുവൻ പാട്ടുനടത്തി കുടുംബത്തിൽ വന്നുഭവിച്ചിട്ടുള്ള ദോഷങ്ങളും സർപ്പദോഷങ്ങളും തീർത്ത്, സന്തതി പരമ്പരകൾക്കു സൗഭാഗ്യവും സായൂജ്യവും നേടാം. "അദൃശ്യമായ ഭഗവൽ സാന്നിധ്യം" ഓച്ചിറയിലെ ഓരോമൺതരികളിലും നിറഞ്ഞിരിക്കുന്നു.

തിരുവോണം കഴിഞ്ഞുള്ള ഇരുപത്തിയെട്ടാം ഓണത്തിന് ഒരു ദിവസത്തെ ഉത്സവം നടക്കാറുണ്ട്. കെട്ടുകാഴ്ച അന്നേ ദിവസം പ്രാധാന്യമാണ്. ഓരോ കരക്കാരുടേയും, ഓച്ചിറ പ്രദേശ വാസികളുടെ കാളകെട്ടിയുള്ള ആഘോഷക്കാഴ്ച ഭക്തജനങ്ങളെ കോരിത്തരിപ്പിച്ച് പരബ്രഹ്മമൂർത്തിയുടെ അനുഗ്രഹവർഷം ചൊരിയുന്നു.

മിഥുന മാസത്തിൽ ഓച്ചിറയിൽ മൂന്ന് ദിവസം നീണ്ടുനിൽക്കുന്ന ഉത്സവം നടത്തിവരുന്നു. ഉത്സവത്തിന് മുന്നോടിയായി തകിടിയിൽ 'ഓച്ചിറ കളി' എന്ന ഒരു ചടങ്ങ് നടക്കാറുണ്ട്. ഈ തകിടി കളി നടക്കുന്ന നേരത്ത് ആകാശവിഹായസ്സിൽ ഒരു ഗരുഡൻ താഴ്ന്നു പറന്നു മൂന്നുവലം വെയ്ക്കുന്നു. ഈ ദിവ്യ ദർശനം ഉത്സവത്തിന് കൊടിയേറാനുള്ള ശങ്കരഭഗവാന്റെ അനുഗ്രഹമായി കരുതിപ്പോരുന്നു.

വൃശ്ചികം പിറന്നാൽ ഓച്ചിറയിൽ അയ്യപ്പഭക്തജനത്തിരക്കു തുടങ്ങുന്നു. ഇവിടെയെത്തി ഗണപതിക്ക് നാളീകേരം ഉടച്ചു ഗളമുദ്ര ചാർത്തി ശബരിമലക്ക് പോകുന്നതിനുള്ള നോമ്പു തുടങ്ങുന്നു. കന്നി അയ്യപ്പന്മാർ 41 ദിവസത്തെ വ്രതമെടുക്കണം എന്നാണ് വിശ്വാസം.

വൃശ്ചികം ഒന്നു മുതൽ പന്ത്രണ്ടു വിളക്ക് വരെ ഓച്ചിറ സന്നിധാനത്തു ഭജനം ഇരിക്കുവാനെത്തുന്ന ഭക്തജന തിരക്കും തുടങ്ങുന്നു. അവർക്കു പാർക്കുവാൻ വേണ്ടി ക്ഷേത്ര ഭരണ സമിതി കാലേ കൂട്ടി 'കുടിലുകൾ' തയ്യാറാക്കിയിരിക്കും. തുച്ഛരമായ സംഭാവനകൾ നല്കി ഈ കുടിലുകളിൽ ഭക്തർ താമസിക്കുന്നു. ഓച്ചിറയിൽ എത്തിച്ചേരുന്ന എല്ലാ ഭക്ത ജങ്ങൾക്കും സൗജന്യമായി എല്ലാ ദിവസവും അന്നദാനം നൽകപ്പെടുന്നു. ഓച്ചിറ കഞ്ഞിസദ്യ സ്വാദിന്റെ കാര്യത്തിൽ പ്രസിദ്ധമാണ് 'ഓച്ചിറ കഞ്ഞി' ഉദരരോഗങ്ങൾ ഒഴിയുന്നതിനുള്ള സിദ്ധ ഔഷധവും കൂടിയാണ്. പാത്രവും കൊണ്ട് ചെല്ലുന്നവർക്ക് പ്രസാദമായി വീട്ടിൽ കൊണ്ട് പോകുവാനും കഞ്ഞി

തരും.

വൃശ്ചിക മാസത്തിൽ ഉത്സവത്തോടനുബന്ധിച്ച് സ്റ്റേജുകളിൽ കലാപരിപാടികളും നടക്കാറുണ്ട്. നാടകം, കഥാപ്രസംഗം, കഥകളി, ഡാൻസ് തുടങ്ങിയ വിവിധയിനം കലാപരിപാടികൾ നടന്നു വരുന്നു.

'എട്ടുകണ്ടം അടിച്ചുരുളിച്ച' എന്നൊരു നേർച്ച വഴിപാട് ഓച്ചിറ സന്നിധിയിൽ എല്ലാദിവസവും നടന്നവരുന്നു. ഭക്തജനങ്ങളുടെയും കുടുംബത്തിന്റെ സർവ്വ ഐശ്വര്യങ്ങൾക്കുമായി ഈ നേർച്ച നടത്തി വരുന്നു. നന്ദികേശസങ്കല്പത്തിൽ നടത്തിവരുന്ന ഈ ചടങ്ങിൽ ഓച്ചിറകാളകളുടെ അകമ്പടിയോടെ നാദസ്വരവും ഇടയ്ക്കമേളത്തോടൊപ്പം ഭക്തിനിർഭരമായ മനസ്സുമായി ഭക്തജനങ്ങൾ ആൽത്തറകൾ തൊഴുതുനമിച്ച് വലംവെയ്ക്കുന്നു.'

"അമ്പലമില്ലാതെ ആൽത്തറയിൽ വാഴും
ഓംകാരമൂർത്തി ഓച്ചിറയിൽ
പരബ്രഹ്മമൂർത്തി ഓച്ചിറയിൽ ...."

നാവിൽ തുളുമ്പിയ ഭക്തി ഗാനം മൂളി തൊഴുതു നമിച്ചിട്ട് കാരണവന്മാരും ബാലകൃഷ്ണനും പുതുപ്പള്ളിയിലുള്ള പെണ്ണുവീട്ടിലേയ്ക്ക് പുറപ്പെട്ടു.

പെണ്ണുവീട്ടിൽ കാപ്പി സൽക്കാരം ഒക്കെ ഒരുക്കിയിരുന്നു. അമ്മ പലഹാരങ്ങളുമായി സ്വീകരണമുറിയിലേയ്ക്ക് കയറി വന്നു. പിന്നാലെ ചായത്തട്ടവുമായി പെൺകുട്ടിയും. കൈ നീട്ടി ചായ വാങ്ങുന്നതിനിടെ ബാലകൃഷ്ണൻ പെൺകുട്ടിയെ ശ്രദ്ധിച്ചു. 'കൊള്ളാം', സുന്ദരി. തന്റെ സങ്കൽപ്പത്തിലെ, നല്ലമുടിയും ഗ്രാമീണശാലിനീയതയുമുള്ള കുട്ടിയാണെന്ന് ഒറ്റനോട്ടത്തിൽ തന്നെ ബാലകൃഷ്ണനു തോന്നി. ഫസ്റ്റ് ഇംപ്രഷൻ ഈസ് ബെസ്റ്റ് ഇംപ്രഷൻ! ആദ്യ കാഴ്ചയിൽ തന്നെ അവൾ തന്റെ മനം കവർന്നു. തന്റെ ഭാവി ഭാര്യയെ കുറച്ച് താൻ താലോലിച്ച സ്വപ്നങ്ങൾ പൂവണിഞ്ഞു.

ചായ കുടിയൊക്കെ കഴിഞ്ഞ് കാരണവന്മാരും പെൺകുട്ടിയുടെ അച്ഛൻ സരസനും ചർച്ചകളിൽ മുഴുകി. സരസന്റെ ഭാര്യ സുമതി കതകുചാരിനിൽക്കുന്നുണ്ടായിരുന്നു.

"എന്റെ മകളുടെ പേര് സുലോചന എന്നാണ്. കുട്ടികൾക്ക് പരസ്പരം എന്തെങ്കിലും പറയാനും ചോദിക്കാനും ഉണ്ടായിരിക്കും."

സരസ്സൻ പറഞ്ഞു: മോൻ അകത്തോട്ടു ചെന്നാട്ടെ" ബാലകൃഷ്ണനെ നോക്കി അദ്ദേഹം അഭിപ്രായപ്പെട്ടു.

അല്പ്പ നാണംകുണുങ്ങിക്കൊണ്ടു സുലോചന അകത്തെ മുറിയുടെ കതകിനടുത്തെത്തി നിന്നു. രണ്ടുപേരും പരസ്പരം സംസാരിച്ചു. രണ്ടുപേരും ഇഷ്ടമറിയിച്ചു. വിവാഹം കഴിഞ്ഞു ബോംബയിലേക്ക് കൂടെ വരുന്നതിനു താൽപര്യമാണെന്നും പറഞ്ഞു. അവൾ ബോംബയെക്കുറിച്ച് മനസ്സിൽ സ്വപ്നം മെനഞ്ഞു.

"ഞങ്ങൾക്ക് പ്രത്യേകിച്ചു ഡിമാന്റൊന്നുമില്ല. നിങ്ങൾക്കിഷ്ടമുള്ളതു നിങ്ങളുടെ കൊച്ചിന് കൊടുക്കാം. പക്ഷേ, ഞങ്ങടെ കൊച്ചനെ അക്കരെ കൊണ്ട് പോകണം." ഇളയച്ഛരന്റെ ഗൾഫു പുരാണം കേട്ടുകൊണ്ടാണ് ബാലകൃഷ്ണൻ മുറിയിൽ നിന്നും ഇറങ്ങി വന്നത്.

ഇളയച്ഛരന്റെ അഭിപ്രായത്തോടു വിയോജിപ്പുതോന്നിയെങ്കിലും ഇരു കുടുംബങ്ങളും സംബന്ധത്തിനു സമ്മതം മൂളിയപ്പോൾ ബാലകൃഷ്ണന്റെ മനസ്സിൽ നാദസ്വരമേളമുണർന്നു. തകില് മേളവും താലപ്പൊലിയും തെളിഞ്ഞു. നവവധുവിനെ മനസ്സിൽ കണ്ടു!

"വാടാ." പ്രായമായ, തലമൂത്തവർ സംസാരിക്കുന്നിടത്തുനിന്നും മാറിനിൽക്കുകയായിരുന്ന അനുജൻ രാജുവിനെ വിളിച്ചുകൊണ്ട് ബാലകൃഷ്ണൻ മുറ്റത്തേക്കിറങ്ങി. പിന്നാലെ അനുജനും ഇറങ്ങിച്ചെന്നു.

"നിനക്ക് പെണ്ണിനെ ഇഷ്ടപ്പെട്ടോ" കൂടെ വന്ന അനുജന്റെ അഭിപ്രായം അറിയാനായി ബാലകൃഷ്ണൻ ചോദിച്ചു.

"അണ്ണനിഷ്ടപ്പെട്ടല്ലോ, പിന്നെന്താ"രാജു പറഞ്ഞു: നല്ല പെണ്ണാ, അണ്ണനു ചേരുന്നതാ"!

വിജേഷിന്റെ വീട് കിട്ടിയ നിലയ്ക്ക് പാർപ്പിടം എന്ന പ്രശ്നം പരിഹരിക്കപ്പെട്ടിരിക്കുകയാണ് ബോംബയിലെത്തിയിട്ട് ഒരു സ്റ്റൗ ഉം ഒന്ന് രണ്ട് സ്റ്റീൽ ചരുവങ്ങളും വാങ്ങിയാൽ പാചകത്തിന് ആവശ്യമായ പാത്രങ്ങൾ ആവും വിജേഷിന്റെ സുഹൃത്ബന്ധവും സ്വാധീനവും ഉപയോഗിച്ച് പാചകവാതക സിലിണ്ടർ തരപ്പെടുത്തി എടുക്കുവാൻ സാധിച്ചേക്കാം. വാടക എഗ്രിമെന്റിന്റെ പകർപ്പ് സമർപ്പിച്ചാൽ ഗ്യാസ് കണക്ഷൻ കിട്ടാൻ സാധ്യതയുണ്ട് എന്നാണ് അറിയാൻ കഴിഞ്ഞത്. പീക്കെയുടെ സഹായം ആ കാര്യത്തിന്

തേടേണ്ടി വരും. പുള്ളിക്കാരൻ ഉപേക്ഷകൂടാതെ അതൊക്കെ ചെയ്തു തരുമെന്ന് ഉറപ്പുണ്ട്. ഒരു ഉത്തമ കുടുംബനാഥന്റെ നിലവാരത്തിൽ ബാലു ചിന്തിച്ചു തുടങ്ങി.

തേടേണ്ടി വരും. പുള്ളിക്കാരൻ ഉപേക്ഷകൂടാതെ അതൊക്കെ ചെയ്തു തരുമെന്ന് ഉറപ്പുണ്ട്. ഒരു ഉത്തമ കുടുംബനാഥന്റെ നിലവാരത്തിൽ ബാലു ചിന്തിച്ചു തുടങ്ങി.

15

നവംബർ മാസം വിവാഹം നടത്തുന്നതിന് നല്ല മാസമാണെന്നാണ് കാരണവന്മാരുടെ അഭിപ്രായം. ഇളയച്ഛന്റെ പരിചയത്തിലുള്ള ഒരു ജ്യോത്സ്യനെ കണ്ടു വിവാഹത്തിന് അനുയോജ്യമായ മുഹൂർത്തവും തീയതിയും കുറുപ്പിച്ചെടുത്തു. പൊരുത്തവും നക്ഷത്രവും നല്ലതാണെന്ന് ജ്യോത്സ്യമതം. തനിക്ക് അതിലൊന്നും വിശ്വാസമില്ല എന്നുള്ള കാര്യം അമ്മയോടും വീട്ടുകാരോടും സൂചിപ്പിച്ചിരുന്നു. കാരണവന്മാരോട് ബാലകൃഷ്ണൻ അത് ഒന്നും പറഞ്ഞില്ല. അവരുടെ വിശ്വാസം പോലെ കാര്യങ്ങൾ നടക്കട്ടെ എന്ന് വിചാരിച്ചു.

വിജേഷിനെ വിവരങ്ങൾ അറിയിച്ചു വിവാഹ ക്ഷണക്കത്തും അയച്ചു. കുടുംബസമേതം എത്തിച്ചേരുവാൻ വേണ്ടി ടെലിഗ്രാം ചെയ്തു. ബന്ധുമിത്രാദികൾ എല്ലാം കല്യാണത്തിന് എത്തിയിരുന്നു. രജനി, സഹോദരി മണ്ഡപത്തിൽ നാത്തൂനെ സ്വീകരിക്കാൻ നിന്നു. എല്ലാവരുടെയും അനുഗ്രഹ ആശംസകളോടെ നിശ്ചയിച്ചിരുന്ന ശുഭമുഹൂർത്തത്തിൽ ബാലകൃഷ്ണന്റെയും സുലോചനയുടെയും വിവാഹം മംഗളമായി നടന്നു. ഇരു കുടുംബങ്ങളും സന്തുഷ്ടരായി.

വിരുന്നു സൽക്കാരങ്ങളൊക്കെ കഴിഞ്ഞു യുവമിഥുനങ്ങൾ ബോംബെയ്ക്ക് യാത്രയായി. വിജേഷും അഞ്ജലിയും കൂട്ടിനുണ്ടായിരുന്നു. മാതാപിതാക്കളെയും ഗൾഫിൽ നിന്ന് എത്തിയ ആങ്ങളയേയും മറ്റു ബന്ധുക്കളെയും പെട്ടെന്ന് പിരിഞ്ഞു പോകേണ്ടി വന്നതിൽ സുലോചനയ്ക്ക് വല്ലാത്ത ദുഃഖം ഉണ്ടായിരുന്നു. അഞ്ജലി കൂടെ ഉണ്ടായിരുന്നത് അവൾക്ക് വലിയ ആശ്വാസമായിരുന്നു അഞ്ജലിയും ഈ സാഹചര്യം തരണം ചെയ്തവളാണെന്നും കുറച്ച് ദിവസങ്ങൾ കഴിയുമ്പോൾ ഭർത്താവിന്റെ തണലിലും

പരിചരണത്തിലും എല്ലാം താനേ മറന്നുകൊള്ളുമെന്നും അഞ്ജലി സുലോചനയെ പറഞ്ഞു സമാധാനിപ്പിച്ചു.

ഞങ്ങൾ ബോംബെയിൽ മാഹിമിലെത്തി. വിജേഷും അഞ്ജലിയും വധൂവരന്മാരെ വാടകവീട് വരെ അനുഗമിച്ചു. ബാലകൃഷ്ണന് കുറച്ചു ദിവസത്തെ അവധി കൂടി ബാക്കിയുണ്ടായിരുന്നു. ദാദറിൽ പോയി വീട്ടിലേക്ക് ആവശ്യമുള്ള പാത്രങ്ങളും മറ്റു സാധനസാമഗ്രികളും വാങ്ങി, സുലോചനയ്ക്ക് വീട്ടിൽ ഉടുക്കുന്നതിന് ആവശ്യമായ ചുരിദാറും മാക്സികളും വാങ്ങി. ഒരു ദിവസം വിജേഷിന്റെ വീട്ടിൽ വിരുന്നു സൽക്കാരം ഉണ്ടായിരുന്നു.

ബാലകൃഷ്ണൻ ലീവ് കഴിഞ്ഞ് ജോലിയിലേക്ക് പ്രവേശിച്ചു. ഡോക്യുമെന്റേഷൻ ജോലികൾ ഒക്കെ നേരത്തെകൂട്ടി ഫിനിഷ് ചെയ്തിട്ട് സന്ധ്യ ആകുമ്പോഴേക്കും വീട്ടിൽ മടങ്ങിയെത്തിത്തുടങ്ങി. മലയാളം അല്ലാതെ മറുഭാഷകളൊന്നും വശമില്ലാത്ത പെണ്ണാണ്. സിലബസ് കാണാതെ പഠിച്ച് എക്സാം എഴുതിയിട്ട് കാര്യമില്ലല്ലോ. പ്രായോഗിക പരിജ്ഞാനം സ്വായത്തമാക്കാൻ അല്പ സമയം വേണ്ടിവരും. അല്ല സ്വല്പ ഇംഗ്ലീഷ് ഒക്കെ അറിയാമെന്നിരുന്നാലും, ബോംബെയാണ് കള്ളന്മാരെയും കവർച്ചക്കാരെയും തിരിച്ചറിയില്ല. എന്തെങ്കിലും സംഭവിച്ചു കഴിഞ്ഞിട്ട് ദുഃഖിച്ചിട്ട് കാര്യമില്ലല്ലോ. എപ്പോൾ വേണമെങ്കിലും എന്തും സംഭവിക്കാം നമ്മൾ ശ്രദ്ധാലുക്കൾ ആയിരിക്കണം.

വിജേഷും അഞ്ജലിയും മൂന്നുനാല് കെട്ടിടങ്ങൾക്കപ്പുറത്താണ് താമസം. വിജേഷും പുറത്തുപോയി കഴിഞ്ഞാൽ അവിടെയും അഞ്ജലി തനിച്ചാണ്. വിജേഷിനോട് പറഞ്ഞിട്ട് പെണ്ണുങ്ങളെ രണ്ടുപേരെയും ഒരു വീട്ടിൽ ആക്കണം ഗൃഹനാഥന്മാർ വരുന്നതു വരെ.

ഒരു ദിവസം പീകെയും അഞ്ജലിയും കൂടി വീട്ടിൽ വന്നു. ബാലകൃഷ്ണനും അപ്പോൾ ഓഫീസിൽ നിന്നും എത്തിയിരുന്നു. കുറച്ചുനേരം നാട്ടുകാര്യങ്ങളും കല്യാണ വിശേഷങ്ങളുമൊക്കെ സംസാരിച്ചിരുന്നു. വിജേഷ് തയ്യാറാക്കി കൊണ്ടുവന്ന എഗ്രിമെന്റ് ബാലകൃഷ്ണൻ ഒപ്പിട്ടുകൊടുത്തു. അതിന്റെ ഒരു ഫോട്ടോകോപ്പി ബാലകൃഷ്ണനും കൊടുത്തു. തുച്ഛമായ ഒരു മാസവാടകയേ അതിൽ സൂചിപ്പിച്ചിട്ടുള്ളൂ. തനിക്കതു ബുദ്ധിമുട്ടുകളൊന്നും കൂടാതെ

കൊടുക്കാൻ സാധിക്കുമെന്ന് ബാലകൃഷ്ണൻ പീകെയെ അറിയിച്ചു. താങ്കളതിന്റെ പേരിൽ തലപുകയേണ്ട കാര്യമില്ലെന്നു പീക്കെ പറഞ്ഞു.

ഞങ്ങൾ സംസാരിച്ചുകൊണ്ടിരിക്കുന്നതിനിടെ പെണ്ണുങ്ങൾ രണ്ടുപേരും കൂടി ചായ തയ്യാറാക്കി കൊണ്ടുവന്നു ടീപോയിൽ വച്ചു. നാട്ടിൽ നിന്നും കൊണ്ടുവന്ന അലുവയും കേക്കും കുഴലപ്പവും മറ്റും സുലോചന കൊണ്ടുവന്നു. എല്ലാരും കൂടി കഴിച്ചു കൊണ്ടിരിക്കുന്നതിനിടെ ബാലകൃഷ്ണൻ പറഞ്ഞു, "പീക്കേ നമ്മൾ രണ്ടുപേരും ജോലിക്ക് പോയി കഴിഞ്ഞാൽ പെണ്ണുങ്ങൾ രണ്ടും രണ്ട് വീടുകളിലും തനിച്ചാണല്ലോ." അതെ പീക്കേ പറഞ്ഞു ഞാനും ആലോചിക്കാതെ ഇരുന്നില്ല." പീക്കേ തുടർന്നു "ഒരു കാര്യം ചെയ്യാം സുലോചന അഞ്ജലിയുടെ അടുത്തോട്ടു പോരട്ടെ നമ്മൾ വരുന്നതുവരെ അവർ അവിടെ കഴിയട്ടെ അപ്പോൾ പേടിക്കാനില്ല രണ്ടുപേരും സുരക്ഷിതരായിരിക്കും."

"അത് ശരിയാ" ബാലകൃഷ്ണനും ആ അഭിപ്രായത്തോടു യോജിച്ചു.

"ഞാ, കവി, നീയറിഞ്ഞോ കൃഷ്ണൻ നായരുടെ കലാമണ്ഡലം തീയേറ്റേഴ്സിന്റെ പ്രസിദ്ധമായ നാടകങ്ങൾ കിംഗ്സർക്കിളിൽ ഉള്ള ഷണ്മുഖാനന്ദ ഹാളിൽ അവതരിപ്പിക്കുന്നുണ്ട്" പീക്കേ പറഞ്ഞു.

"എന്നാണു, അവധി ദിവസങ്ങളിൽ വലതുമാണോ", ബാലകൃഷ്ണൻ ആകാംക്ഷയോടെ ചോദിച്ചു.

"അതേ, ശനിയാഴ്ച വൈകിട്ടാണ് 'കടമറ്റത്തു കത്തനാർ' എന്ന നാടകം അവതരിപ്പിക്കുന്നത്. രാത്രി 9 മണിക്ക് തുടങ്ങും" വിജേഷ് അറിയിച്ചു.

"ശരി, നമുക്കെല്ലാവർക്കും കൂടിപോകാം അല്ലെ സുലു. ബാലകൃഷ്ണൻ ഭാര്യയോട് അഭിപ്രായം ചോദിച്ചു.

കിംഗ്സ് സർക്കിളും ഷൺമുഖാനന്ദാ ഹാളും എവിടെയാണെന്നൊന്നും അറിയില്ലെങ്കിലും ബാലുവേട്ടൻ പോകാമെന്നു ചോദിച്ചപ്പോൾ സുലോചന ഒറ്റ വാക്കിൽ സമ്മതംമൂളി.

സുലോചയുടെ പേരു ചുരുക്കി ബാലകൃഷ്ണൻ സുലു എന്നു വിളിച്ചതു കേട്ടിട്ട് വിജേഷതിൽ തലയിട്ടു. ബാലകൃഷ്ണനും വിട്ടില്ല, ഓ, ഞാനും കേട്ടേ, അഞ്ജലിയെ അഞ്ജു എന്ന ചെല്ലപ്പേരു വിളിച്ചതും. സുഹൃത്തുക്കൾ രണ്ടു പേരും ഭാര്യമാരെ പിണങ്ങിപ്പിണങ്ങി

സ്നേഹിക്കുന്നുണ്ട്. ഈ സ്നേഹം നീണ്ടുനിൽക്കട്ടെ. പരസ്പരധാരണയും സ്നേഹവും വിശ്വാസവും നിലനില്ക്കട്ടെ!

ഭർത്താക്കന്മാരുടെ പുകപുകഴ്ത്തലുകേട്ടപ്പോൾ അഞ്ജലിക്കും സുലോചനയ്ക്കും സന്തോഷം തോന്നി.

നാടകം കാണാനുള്ള ടിക്കറ്റ്സ് വിജേഷു തന്നെ ബുക്കു ചെയ്തു. മാട്ടുംഗയിലുള്ള ഗിരിസ്റ്റോറിൽ നിന്നാണു ടിക്കറ്റെടുത്തത്.

ഷൺമുഖാനന്ദഹാൾ പണ്ടൊരിക്കൽ തീപിടിച്ചു കത്തിനശിച്ചതാണ്. പിന്നീട് പുതുക്കി പണിതതാണ് ഇന്നു കാണുന്ന ഈ ഹാൾ. അന്നുണ്ടായിരുന്നതിലും മനോഹാരിതയിലാണു ഇപ്പോൾ പണിതിരിക്കുന്നത്. നാടകം കാണാൻ ഹാളിലേക്ക് കയറുന്നതിനിടെ വിജേഷ് പറഞ്ഞു.

മറുനാടൻ മലയാളികളുടെ ഒട്ടുമിക്ക കലോത്സവങ്ങളും ഈ ഹാളിൽ വെച്ചാണരങ്ങേറാറുള്ളത്. മിക്കവാറും മലയാളി സമാജങ്ങളുടെ വാർഷികാഘോഷം ഇവിടെ വെച്ചാണ് നടന്നു വരുന്നത്. കേരളീയ കേന്ദ്ര സംഘടന മാട്ടുംഗയിലാണ്. എല്ലാ മലയാളി സമാജങ്ങളുടെയും ആസ്ഥാനം കേരളീയ കേന്ദ്ര സംഘടനയാണ്. എല്ലാ മലയാളി സമാജങ്ങളും ഒരു കുടക്കീഴിൽ ഒത്തു ചേർന്നു കുട്ടികളുടെയും മുതിർന്നവരുടേയും വിവിധയിനം കലാപരിപാടികൾ ഇവിടെ വെച്ചവതരിപ്പിക്കപ്പെടുന്നു.

പ്രസിദ്ധ കാഥികൻ പ്രൊഫ. വി.സാംബശിവന്റെ 'ഇരുപാതാം നൂറ്റാണ്ട്' എന്ന കഥാപ്രസംഗം അടുത്ത മാസം ഇവിടെ അവതരിപ്പിക്കപ്പെടുന്നുണ്ട്. ഒഥല്ലോ, ആയിഷ, മാക്സ്ബത്ത്, കുമാരനാശാൻ, അങ്ങനെ സാംബന്റെ ഒട്ടുമിക്ക കഥാപ്രസംഗങ്ങളും കേട്ടിട്ടുണ്ട്. വിജേഷ് അഭിമാനത്തോടെ മറ്റുള്ളവരെ അറിയിച്ചു.

വർഷത്തിൽ ഒരിക്കൽ മലയാളി സമാജങ്ങൾ വിപുലമായ വാർഷികോത്സവം കൊണ്ടാടുന്നു. പൊതുജനങ്ങളിൽ നിന്നും സമാജം മെമ്പർമാരിൽ നിന്നും വൻ തുക പിരിച്ചെടുക്കുന്നു. അതിൽ കുറെയൊക്കെ ചെലവഴിച്ചും അതിലേറെ കീശയിലാക്കിയും പരിപാടി കൊട്ടിഘോഷിക്കുന്നു. പിന്നവർ ഗാഢനിദ്രയിൽ ആണ്ടു പോകുന്നു. പിന്നൊരു വർഷം കഴിഞ്ഞാണ് സടകുടഞ്ഞെഴുന്നേല്ക്കുന്നതും കാര്യപരിപാടികളിൽ മുഴുകുന്നതും.

"ഞാ, സുരേഷേ, ഞാൻ കുറെയേറെ പിന്നിലേയ്ക്കു സഞ്ചരിച്ചു. നാട്ടിൽ പോയി സുലോചനയെ കല്യാണം കഴിക്കുന്നു. മാഹിമിൽ എന്റെ ചങ്ങാതി വിജേഷിന്റെ വീട്ടിൽ ഭാര്യയോടൊപ്പം ജീവിതം തുടങ്ങുന്നു. അങ്ങനെ പഴയ ഓർമ്മകളിലൂടെ ഒത്തിരി ദൂരം യാത്ര ചെയ്തു. സുരേഷിരുന്നു ബോറടിച്ചു കാണും അല്ലേ?

"ഇല്ല, ഞാനിരുന്നു ബീഡിതെറുത്തു തള്ളുകയായിരുന്നല്ലോ. ബാലനച്ഛരനും ബീഡിതെറുക്കുന്നുണ്ടായിരുന്നു. എന്നാലും ഇടയ്ക്കൊക്കെ നെടുവീർപ്പിടുകയും ഊറി ചിരിക്കുകയും ഒക്കെ ചെയ്യുന്നുണ്ടായിരുന്നു. അപ്പോഴേ എനിക്ക് ബോധ്യമായി, ആളിവിടെന്നുമില്ലെന്നും ഗതകാലസ്മരകളിലെവിടെയോ കുടുങ്ങിക്കറങ്ങി തിരിയുകയാണെന്നും, ശരിയാടോ. സുരേഷിന്റെ ചിന്തകൾ സഞ്ചരിച്ച വഴികൾ യാഥാർഥ്യമായിരുന്നെന്ന് ബാലകൃഷ്ണൻ സമ്മതിച്ചു.

പിന്നിട്ട പത്തുനാൽപ്പതു വർഷങ്ങൾ. ബോംബെയിലെ തിരക്കിനിടയിൽപ്പെട്ട് യന്ത്രസാമാനമായ, യാന്ത്രിക ജീവിതം. കടന്നുപോയ വഴിത്താരകളിൽ ഒരു സ്വപ്നാടകനെ പോലെ എത്ര ഭാവത്തിലും രൂപത്തിലും വേഷത്തിലും സഞ്ചരിച്ചു. തിരിഞ്ഞു നോക്കുമ്പോൾ, യാത്ര ചെയ്തിട്ടുള്ള എല്ലാ സഞ്ചാരപഥങ്ങളും നല്ലതിലേക്കുള്ള വഴിയായിരുന്നു എന്ന് ഇന്ന് ബോധ്യമാകുന്നു.

നന്മയുള്ളവരെ, സന്മനസ്സുള്ളവരെ പലരെയും ആ പദയാത്രയിൽ കണ്ടു മുട്ടി. അവരുടെയൊക്കെ ആത്മാർത്ഥമായ സഹായവും പിന്തുണയും സ്നേഹവും അനുഭവിച്ചു. അതൊന്നും ജീവിതത്തിൽ ഒരിക്കലും വിസ്മരിക്കുവാൻ സാധ്യമല്ല. മനസ്സിൽ നന്മയുള്ളവരാണ് ഈ ജീവിതത്തിൽ വെളിച്ചം ചൊരിഞ്ഞിട്ടുള്ളത്. ഇതിനൊക്കെ, നിർവിഘ്നം സഞ്ചരിക്കുവാനുള്ള വഴിതെളിച്ചു തന്ന സർവ്വശക്തനായ ഈശ്വരനോട് കോടാനുകോടി പ്രമാണങ്ങൾ അർപ്പിക്കുന്നു!

സുരേഷേ, ഇന്ന് വൈകിട്ട് മൂത്തമകൾ അശ്വതിയും ഭർത്താവ് ആനന്ദും കൊച്ചുമകൾ ആരാധ്യയും വരുന്നുണ്ട്. അവർ ബാന്ദ്രയിലാണു താമസം. നീ കേട്ടിട്ടുണ്ടോ, ബിഗ്ബി അമിതാബ് ബച്ചനും മകൻ അഭിഷേക് ബച്ചനും ഭാര്യ ഐശ്വര്യറായിയും കുടുംബ വുമൊക്കെ അവിടെയാണ് താമസം, ജയാബച്ചനും കൊച്ചുമകൾ ആരാധ്യയും.

നിന്റെ ജോലിക്കാര്യം മരുമകൻ ആനന്ദിനോട് സൂചിപ്പിച്ചിട്ടുണ്ട്. അവൻ വന്നിട്ട്, ഒന്നൂടെ ഓർമ്മപ്പെടുത്താം. സുരേഷിനെ ഉദ്ദേശിച്ചു ബാലകൃഷ്ണൻ പറഞ്ഞു.

മാടക്കടയിൽ സാധനങ്ങളൊക്കെ ഒതുക്കി. ബാലകൃഷ്ണനും സുരേഷും വീട്ടിലേക്ക് മടങ്ങി. ഇപ്പൊത്തന്നെ വൈകി. സുലുക്കുട്ടി ദേഷ്യപ്പെടുമായിരിക്കും.ബാലകൃഷ്ണൻ മനോഗതം പറഞ്ഞു.

"എന്താണാവോ, രണ്ടുപേരും വൈകിയത്. ഉച്ചഭക്ഷണത്തിനുള്ള നേരം കഴിഞ്ഞില്ലേ?" ബാലകൃഷ്ണൻ ഓർത്തതുപോലെ വാതിൽ തുറക്കുന്നതിനിടെ ഗൃഹനാഥ സുലോചന ചോദിച്ചു.

"ഞാ, ശരിയാടോ, ഞങ്ങളല്പ്പ ലേറ്റായി അതാ വൈകിയത്." സുലൂട്ടിയെ പ്രകോപിപ്പിക്കുവാൻ വേണ്ടി ബാലകൃഷ്ണൻ ഒരു സിനിമാ ഡയലോഗ് വെച്ചുകാച്ചി. ബാലു തുടർന്നു. ഓരോന്ന് പറഞ്ഞോണ്ടിരുന്നു സമയം കടന്നുപോയതറിഞ്ഞില്ല.

"ഞാനില്ലേ" സുരേഷ് പറഞ്ഞു: "ബാലനച്ഛൻ പഴയ ലോകത്തെവിടെയൊക്കെയോ സഞ്ചരിച്ചു തിരിച്ചു വന്നപ്പോൾ അല്പ്പ വൈകി, അതാ ലേറ്റായത്." അവനും ഡയലോഗ് ആവർത്തിച്ചു.

"എനിക്കറിയാം, രാത്രിയിലിനി പുതിയ സ്വപ്നം കാണാനുള്ള ഏടാകൂടം ആയിരിക്കും." ഭാര്യ ഭർത്താവിനെ ഏറുകണ്ണിട്ടു നോക്കിയിട്ടു പിറുപിറുത്തു. മുഖത്തൊരു തമാശച്ചിരിയും നിഴലിച്ചു.

"അല്ലെടീ സുലൂ, എട്ടും പൊട്ടും തിരിയാത്ത നിന്നെ കല്യാണം കഴിക്കാനായിവന്ന സന്ദർഭങ്ങളൊക്കെയൊന്നോർത്തുപോയി. അപ്പോളെന്റെ ചുണ്ടിലൊരു സിനിമാപ്പാട്ടും ഉതിർന്നു:

അന്നു നിന്റെ കവിളിത്ര തുടുത്തിട്ടില്ല

അന്നു നിന്റെ മിഴിയിത്ര വിടർന്നിട്ടില്ല

പൊട്ടുകുത്താറില്ലാരുന്നു, കണ്ണെഴുതാറില്ലാരുന്നു

എട്ടും പൊട്ടും തിരിയാത്ത ....

ബാലകൃഷ്ണൻ അല്പം തമാശ കലർന്ന പാട്ടുപാടി തീരുന്നതിനു മുൻപ് സുലോചന ദേഷ്യപ്പെട്ടു:

"നിങ്ങളുടെ ഒരു മുതുബ്രാന്ത്, കൊച്ചനിവിടിരിക്കുന്നു, അതുകൊണ്ട് ഞാനൊന്നും പറയുന്നില്ല." അടുക്കള ഭാഗത്തേക്ക് നടക്കുന്നതിനിടെ പറഞ്ഞു. "ഞാൻ ചോറ് വിളമ്പാൻ പോകുന്നു, രണ്ടാളും കൈ കഴുകിയിട്ട് ആഹാരം കഴിക്കാൻ നോക്കൂ!"

"ഓ, ശരി, ശരി, സുലുവിനിഷ്ടമില്ലെങ്കിൽ ഞാൻ പാടുന്നില്ലേയില്ല," ബാലകൃഷ്ണൻ ഭാര്യക്കുപിന്നാലെ അടുക്കളഭാഗം വരെ പോയിട്ടു തിരികെ വന്നു. സുരേഷിനെ വിളിച്ചു കൈകഴുകുവാനായി വാഷ്ബേസ്സിനടുത്തേക്കു നടന്നു.

സുലുഅമ്മയെ ബാലനച്ചരൻ വെറുതെ ശുണ്ഠിപിടിപ്പിക്കുകയാണെന്നു സുരേഷ് പറഞ്ഞപ്പോൾ സുലോചനയുടെ നാടിനെക്കുറിച്ചു ബാലകൃഷ്ണൻ വർണ്ണിക്കുവാൻ തുടങ്ങി.

എത്ര മനോഹരമാണവരുടെ നാട്. അവരുടെ വീട്ടുമുറ്റം നിറയെ പലതരം ചെടികളും പൂക്കളുംകൊണ്ട് നിറഞ്ഞിരിക്കുന്നു. പറമ്പിലാണെങ്കിൽ നിറയെ തെങ്ങും, ഇടക്കൊക്കെ പ്ലാവും, മാവും, ആഞ്ഞിലും കൊണ്ട് നിറഞ്ഞിരിക്കുന്നു. നോക്കെത്താ ദൂരെ വരെ നെൽപ്പാടങ്ങൾ, പൊതുവെ പച്ചപ്പ് നിറഞ്ഞ ഭൂപ്രദേശം. സുലോചനയെപ്പോലെ സുന്ദരമായ പ്രകൃതിയും നല്ല കാലാവസ്ഥയുമുള്ളതാണവരുടെ നാട്. എനിക്കൊത്തിരി ഇഷ്ടമാണവിടം.

ഓച്ചിറ പരബ്രഹമമൂർത്തിയുടെ അനുഗ്രഹം കിട്ടിയ മണ്ണാണ് പുതുപ്പള്ളിയെന്ന് ചൊല്ല്.

16

"വൈകിട്ട് ആനന്ദും അശ്വതിയും കൊച്ചുമകൾ ആരാധ്യയും ഇങ്ങുവരട്ടെ. മുത്തച്ഛന്റെ പാട്ടും സംഗീതവും പാരഡിപ്പാട്ടുകളും കൊച്ചുമോളോട് പറയുന്നുണ്ട്. ഒത്തിരി പൊടിപ്പും തൊങ്ങലും ചേർത്തു മകളോടുപറഞ്ഞ് കൊടുക്കുന്നുണ്ട്." ആഹാരം വിളമ്പുന്നതിനുള്ള പ്ലേറ്റുമായി ഡൈനിംഗ് ടേബിളിനടുത്തേയ്ക്ക് വരുന്നതിനിടെ സുലോചന ഭർത്താവിനെ ഉദ്ദേശിച്ചു പറഞ്ഞു.

"കൊഞ്ചിക്കുണുങ്ങിക്കൊണ്ടോടല്ലേ നിന്റെ,

പുഞ്ചിരി പൂക്കളെനിക്കുവേണം.

മാസമഞ്ചലിൽ മാലയും ചാർത്തിച്ചു

മാലാഖയെപ്പോലെ...............

"മോനെ സുരേഷേ" ഇടയ്ക്കു കയറി സുലു ചോദിച്ചു "കടയിൽ വശക്കേടായി ആരേലും വരാറുണ്ടോ? ഇദ്ദേഹത്തിനാരെങ്കിലും ആകർഷണ മന്ത്രമോ, പ്രേമ ഗുളികകളോ കൊടുത്തിട്ടുണ്ടോടാ. ഇതിയാനു നേരത്തെ തോന്നാത്ത ചില പാട്ടും കൂത്തും. വയസ്സുകാലത്ത് ഗൗരവം നടിച്ചുകൊണ്ടുതന്നെയാണ് സുലുവമ്മ ചോദിച്ചത്. എങ്കിലും ഉള്ളിലൊരു ഇളം ചിരിയുണ്ടായിരുന്നോ?

ഇല്ലെന്നു സുരേഷ് പറഞ്ഞു. ബാലച്ഛരൻ കവിതയോ ഏതോ നോവലോ ഒക്കെ എഴുതുന്ന കാര്യം സൂചിപ്പിച്ചിരുന്നതായി അവൻ പറഞ്ഞു. അതിലെ കഥാനായിക എന്റെ പെണ്ണായിരിക്കുമെന്നാണ് പറഞ്ഞു കേട്ടത്. ഏതു പെണ്ണാണോ ആവോ? സുലു അമ്മ ആകാനാണു സാധ്യതയുള്ളത്. മറ്റു സാഹചര്യമെന്നും എന്റെ കാഴ്ചപ്പാടിൽ കാണുന്നില്ല. കടയിൽ അങ്ങനൊന്നും ആരും വരാറുമില്ല.

പിള്ളേര് ഒന്നു വരട്ടെ നിങ്ങളുടെ ആത്മകഥയിലെയോ നോവലിലെയോ നായിക ആരാണെന്നൊന്ന് അറിയണം, അവരതിന് ഒരു തീരുമാനമെടുക്കട്ടെ അച്ഛന്റെ കള്ളക്കളി കണ്ടുപിടിക്കണം

ഏതായാലും ആഹാരം കഴിക്കുന്നതിനിടെ ഒരു വാദപ്രതിവാദം വേണ്ട. കഴിക്ക് പിന്നെ മതി ബാക്കി കാര്യം. സുലോചന ഒരിടങ്ങേറിനുള്ള പള്ളിപ്പുറപ്പാടാണോ ആവോ?

"എന്റെ പടച്ചതമ്പുരാനെ നിരപരാധിയായ അടിയനെ ഈ സാത്താന്മാരിൽ നിന്നും രക്ഷിക്കണേ അറിഞ്ഞുമറിയാതെയും ഈയുള്ളവൻ ഒരപരാധവും ചെയ്തിട്ടില്ലല്ലോ." ബാലകൃഷ്ണൻ തമാശ രൂപത്തിൽ ആയാലും അല്പം ഗൗരവത്തിൽ തന്നെ ദൈവങ്ങളെ വിളിച്ച് അപേക്ഷിച്ചു.

ഊണ് കഴിച്ചു മൂന്നുപേരും സോഫയിലും കസേരയിലുമായി ഇരുന്നു.

കുറച്ചു ദിവസങ്ങൾക്ക് ശേഷമാണ് പിള്ളേരിപ്പോൾ വരുന്നത്. അവർ വരുമ്പഴത്തേനും കഴിക്കുവാൻ എന്തെങ്കിലും ഉണ്ടാക്കണ്ടേ, ബാലകൃഷ്ണൻ ഗൃഹനാഥന്റെ ഗൗരവത്തോടെ തന്നെ ഭാര്യയോട് അന്വേഷിച്ചു. കുഞ്ഞുമോൾക്കുള്ള ഫ്രോക്കൊക്കെ ഞാൻ വാങ്ങിയിട്ടുണ്ട്.

കഴിക്കാനുള്ളതൊക്കെയുണ്ടെന്നും അല്പം ചോറ് കൂടി ഉണ്ടാക്കിയാൽ മതി, ചായയുടെ കൂടെ കഴിക്കുവാൻ കേക്കും ഉണ്ണിയപ്പവും തയ്യാറാക്കിയിട്ടുണ്ടെന്നും സുലോചന അറിയിച്ചു.

പേരക്കുട്ടിക്ക് ബേക്കറി സാധനങ്ങളും ഫാസ്റ്റ് ഫുഡ്ഡുകൾ ഒന്നും കൊടുക്കാറില്ല. ബിസ്ക്കറ്റുകൾ പോലും കൊടുക്കില്ല. കുട്ടികൾക്കായാലും അതുപോലെ പ്രായമുള്ളവർക്കായാലും ഇവയെല്ലാം ദൂഷ്യം ചെയ്യും. പുറത്തുനിന്നും വാങ്ങുന്ന എണ്ണപ്പലഹാരങ്ങളും പൊരിപ്പ് സാധനങ്ങളും അവർ ഉപയോഗിക്കാറില്ല. അതറിയാവുന്നതിനാലാണ് സുലോചന പലഹാരങ്ങൾ വീട്ടിൽ തന്നെ ഉണ്ടാക്കിയിരിക്കുന്നത്.

ഹോട്ടലുകളിലും പെട്ടിക്കടകളിലും ഉപയോഗിക്കുന്ന എണ്ണ ആഴ്ചകളും മാസങ്ങളും പഴക്കമുള്ളവ ആയിരിക്കും. അത് കഴിക്കുന്നത് കാശു കൊടുത്തിട്ട് അസുഖങ്ങൾ വിലയ്ക്ക് വാങ്ങുന്നത് പോലെയാണ്.

കഴിയുന്നതും പൊരിപ്പ് സാധനങ്ങളും പലഹാരങ്ങളും ശുദ്ധമായ എണ്ണയിൽ വീട്ടിൽ ഉണ്ടാക്കി കഴിക്കുക, അതുപോലെ ശീതളപാനീയങ്ങളും ഹാനികരം ആണെന്ന് പറയാതെ അറിയാമല്ലോ സുലു അമ്മ പറഞ്ഞത് 100% ശരിയാണ് സുരേഷ് പറഞ്ഞു; നാട്ടിലുള്ള എന്റെ ഒരു ചങ്ങാതി ഹോട്ടലിൽ നിന്നും സ്ഥിരമായി പൊറോട്ടയും ബീഫും കഴിക്കാറുണ്ടായിരുന്നു. കുറച്ചുനാൾ കഴിഞ്ഞപ്പോൾ ദഹനക്കേടും കഠിനമായ നെഞ്ച് വേദനയും അനുഭവപ്പെട്ടു തുടങ്ങി. ഒടുവിൽ ഡോക്ടറെ കണ്ടു കഴിഞ്ഞപ്പോഴാണ് സംഗതിയുടെ ഗുട്ടൻസ് മനസ്സിലായത്. മൈദയിൽ ഉണ്ടാക്കുന്ന പൊറോട്ട എന്ന വില്ലനും പോത്തിറച്ചിയും കൂടി രക്തക്കുഴലുകളെ ബ്ലോക്ക് ആക്കിയിരുന്നു. നെഞ്ചിൻ കൂടും കൊ ഴുപ്പുകൊണ്ട് നിറഞ്ഞിരുന്നു. കുറച്ചുനാൾ തുടർച്ചയായി മരുന്നു കഴിക്കേണ്ടി വന്നു, പിന്നീടാണ് പുള്ളിക്കാരൻ ഹോട്ടൽ ഭക്ഷണം നിശേഷം നിർത്തിയത്. അതോടെ അവൻ ആരോഗ്യം വീണ്ടെടുത്തു.

"സംസാരിച്ചിരുന്നു മണി നാലായി. പിള്ളേർ ഇപ്പോൾ വരുമായിരിക്കും അവരും കൂടി വന്നിട്ട് ചായ ഉണ്ടാക്കിയാൽ മതിയല്ലോ?" സുലോചന ഭർത്താവിനോട് ചോദിച്ചു.

"കുട്ടികൾ വെയിലും താന്നിട്ടേ എത്തെത്തൊള്ളായിരിക്കും" ബാലകൃഷ്ണൻ പറഞ്ഞു; "എന്തൊരു വെയിലും ചൂടും ആണിത്. കാറിലാണ് അവർ വരുന്നതെങ്കിലും എന്തൊരാവിയാണ്. കാറിൽ എസി ഉണ്ടായാലും കാര്യമില്ല."

ബാലകൃഷ്ണൻ പറഞ്ഞു തീരുന്നതിനുമുമ്പ് കോളിംഗ് ബെൽ ചിലച്ചു. വീട്ടമ്മയാണ് പോയി കതകുതുറന്നത്.

"വാ മക്കളെ, എന്റെ പേരക്കുട്ടി ഇങ്ങ് വന്നോടാ" സുലോചന കുഞ്ഞുമോളെ വാരിയെടുത്തു മുത്തം നൽകിക്കൊണ്ടു മരുമകനേയും മകളെയും വീട്ടിലേക്ക് സ്വാഗതം ചെയ്തു. ബാലകൃഷ്ണനും പിന്നാലെ ചെന്ന് മക്കളെ സ്നേഹത്തോടെ തഴുകി കൈപിടിച്ച് സ്വീകരിച്ചു. സുരേഷും എഴുന്നേറ്റ് ചെന്ന് ബാലകൃഷ്ണന് പിന്നിൽ ഒതുങ്ങി നിന്നു.

സുരേഷ് ആദ്യമായിട്ടാണ് അവരെ നേരിൽ കാണുന്നത് അശ്വതിയും ആനന്ദും നല്ല ജോഡി. അവനും അവർക്ക് നമസ്കാരം പറഞ്ഞു ഭവ്യതയോടെ നിന്നു.

"ഇതാണോ സുരേഷ്" ആനന്ദ് അമ്മായിഅച്ചനോട് അന്വേഷിച്ചു.

"അതെ മോനെ, ഇവന്റെ ജോലിക്കാര്യമാണ് ഞാൻ സൂചിപ്പിച്ചിരുന്നത്. ഇപ്പം അവൻ ഇത്തിരി ഭാഷയൊക്കെ പഠിച്ചു തുടങ്ങിയിട്ടുണ്ട്." ബാലകൃഷ്ണൻ പറഞ്ഞു: "നിങ്ങൾ ഇരിക്ക് അമ്മ ചായ ഉണ്ടാകട്ടെ." അമ്മ അടുക്കളയിലേക്ക് പോയി. അശ്വതിയും അമ്മയ്ക്കൊപ്പം അടുക്കളയിലേക്ക് കയറി. ബാലകൃഷ്ണൻ പുറകെ ചെന്ന് കുഞ്ഞുമോളെ സുലുക്കുട്ടിയിൽ നിന്നും വാങ്ങി മുത്തം വച്ചുകൊണ്ട് സോഫയിൽ ഇരുന്നു. അശ്വതിമോളും ഇറങ്ങിവന്നു അച്ഛരനരികിൽ ആനന്ദിനൊപ്പം ചെന്ന് ചേർന്നിരുന്നു.

"അശ്വതി മോൾ ഇങ്ങുവന്നേ" അടുക്കളയിൽ നിന്നും അമ്മ വിളിച്ചു. അശ്വതി അങ്ങോട്ട് ചെന്നു. "മോളീ ചായ അങ്ങോട്ടു കൊണ്ടു കൊടുക്ക്" ചായ ട്രേ മോളുടെ കയ്യിൽ കൊടുത്തിട്ട് അമ്മ പറഞ്ഞു. "ഞാൻ പലഹാരങ്ങൾ എടുത്തു കൊണ്ടുവരാം."

രണ്ടു പ്ലെയ്റ്റുകളിൽ പലഹാരങ്ങളുമായി സുലുക്കുട്ടിയും അടുക്കളയിൽനിന്നും സ്വീകരണമുറിയിലേക്കു വന്നു.

സന്തുഷ്ടമായ കുടുംബം. പാകതയും കാര്യപ്രാപ്തിയുമുള്ള ചെറുപ്പക്കാരൻ. അശ്വതിയും അമ്മയെപ്പോലെതന്നെ ഉത്തമയായ കുടുംബിനി. നല്ല വിദ്യാഭ്യാസമുണ്ട്. സോഫ്റ്റ്‌വയർ എൻജിനീയറാണ്. നല്ലൊരു ഇൻഫോർമേഷൻ ആൻഡ് ടെക്നോളജി (IT) ഓഫീസിൽ ജോലി ചെയ്യുന്നു. മുപ്പത്തിൻപതു നാൽപതു വയസ്സിനടുത്തുള്ള പ്രായം തോന്നിക്കും, അശ്വതിചേച്ചിയെ കണ്ടാൽ. നല്ല പ്രസരിപ്പുള്ള മുഖഭാവം. ആനന്ദേട്ടനെ കണ്ടാൽ അശ്വതിചേച്ചിയേക്കാൾ ഒന്നുരണ്ടു വയസ്സിനു പ്രായക്കൂടുതൽ തോന്നിക്കും. കുഞ്ഞുമോളിപ്പോൾ ഒന്നാം ക്ലാസ്സിലാണ് പഠിക്കുന്നത്.

ഒറ്റ നോട്ടത്തിൽ സുരേഷ് അവരെയൊക്കെ വിലയിരുത്തി. ബാലനച്ഛരൻ മക്കളെയൊക്കെക്കുറിച്ചു ചെറുതായി പറഞ്ഞിരുന്നത് സുരേഷ് ഓർക്കുകയായിരുന്നു.

ബാലകൃഷ്ണനും ആനന്ദേട്ടനും കൂടി ബിസിനസ്സ് കാര്യങ്ങൾ പലതും ചർച്ച ചെയ്തു. എല്ലാ സ്ഥാപനങ്ങളും ലാഭകരമായി പ്രവർത്തിക്കുന്നുണ്ടെന്ന് മരുമകൻ അമ്മായിയച്ഛനെ ബോദ്ധ്യപ്പെടുത്തി. മാടക്കടക്കെടുത്താണ് മറ്റെല്ലാ സ്ഥാപനങ്ങളും സ്ഥിതിചെയ്യുന്നതും പ്രവർത്തിക്കുന്നതും. എന്നിരുന്നാലും മരുമകൻ

എല്ലാ കാര്യങ്ങളും കാര്യക്ഷമമായി മുന്നോട്ടുകൊണ്ടുപോകുന്നതിനാൽ, ബിസിനസ്സ് കാര്യത്തിൽ എപ്പോഴും അവനെ അദ്ദേഹം ശല്യപ്പെടുത്താറില്ല. ഇടക്കൊക്കെ ഒന്നന്വേഷിക്കും, അത്രതന്നെ. എല്ലാം അവർക്കുതന്നെയുള്ളതാണല്ലോ!

"സുരേഷേ" അവരുടെ സംഭാഷണത്തിനിടെ ബാലനച്ഛൻ വിളിച്ചു. നിനക്ക് ഷോപ്പിംഗ് മാളിൽ ജോലി ചെയ്യാം. മറ്റു സ്റ്റാഫിനോടൊപ്പം നിനക്കും അവിടെ താമസിക്കാം. ഭക്ഷണത്തിനുള്ള സൗകര്യവും അവിടുണ്ട്. നീ എന്ത് പറയുന്നു, സമ്മതമാണോ?

"ബാലനച്ഛനും ആനന്ദേട്ടനും പറയുന്നതെന്തും സ്വീകരിക്കുവാൻ ഞാൻ സന്നദ്ധനാണ്." സുരേഷ് സന്തോഷത്തോടെ പറഞ്ഞു.

"പക്ഷേ, സുരേഷേ" ബാലനച്ഛൻ എന്താണ് പറയാൻ തുടങ്ങുന്നതെന്നറിയാനുള്ള ആകാംഷയോടെ സുരേഷ് ബാലകൃഷ്ണനെയും ആനന്ദിനെയും മാറിമാറി നോക്കി. ബാലകൃഷ്ണൻ തുടർന്നു: "നീ അവിടെ താമസിക്കുവാൻ വേണ്ടി പോകുന്നില്ല. ഞങ്ങൾക്കൊരു കൂട്ടായി നീ ഇവിടെ താമസിച്ചാൽ മതി. ഞങ്ങൾ പ്രായമായവരല്ലേ, ഞങ്ങൾക്കൊരു തുണയായി നീ ഞങ്ങളോടൊപ്പം നിന്നാൽമതി."

"ജോലികഴിഞ്ഞു സുരേഷ് വീട്ടിലേക്കു മടങ്ങിപ്പോരുക. അച്ഛനും അമ്മയ്ക്കും നിന്നെ ഒത്തിരി ഇഷ്ടമാണ്" ആനന്ദേട്ടൻ പറഞ്ഞു.

'ശരി ചേട്ടാ' മനസ്സുനിറഞ്ഞ സന്തോഷത്തോടെ സുരേഷ്ഓർത്തു. ഈ കരുണക്കും കാരുണ്യത്തിനും താൻ ഈശ്വരനോടല്ല നന്ദി പറയേണ്ടത്. അതിനുമപ്പുറം മനുഷ്യനെ മാത്രം സ്നേഹിക്കാനറിയാവുന്ന ഈ മനുഷ്യദൈവങ്ങളോട് കോടാനുകോടി നന്ദി പറയണം. സന്തോഷാശ്രുക്കൾ അവന്റെ മിഴികളിലിറ്റുനിന്നു.

"മോനേ, സുരേഷേ, നീ അന്യനല്ല. നീ ശ്രീമംഗലത്ത് കുട്ടപ്പൻചേട്ടന്റെ മകനാണല്ലോ" സുലു അമ്മ തുടർന്നു: ഈ സത്യം ബാലേട്ടനെന്നോട് നേരത്തേ തന്നെ പറഞ്ഞിരുന്നതാണ്. തക്കതായ സന്ദർഭം വരുമ്പോൾ പറഞ്ഞാൽ മതിയെന്ന് ചേട്ടൻ പറഞ്ഞിരുന്നു. കുട്ടപ്പൻ ചേട്ടൻ ബാലേട്ടന്റെ 'അമ്മ' വഴിയുള്ള ബന്ധുവാണ്."

സുലോചന അമ്മയുടെ നാവിൽനിന്നും ഉതിർന്നുവീണ വാക്കുകൾ കേട്ടപ്പോൾ താനൊരു സ്വപ്നലോകത്താണോ എന്നുപോലും സുരേഷിന് തോന്നിപ്പോയി. അവന്റെ മിഴികളിൽ സന്തോഷാശ്രുക്കൾ പിന്നെയും ഉരുണ്ടുകൂടി!

അവൻ ബാലനച്ഛരന്റെ കാൽക്കൽ വീണു നമിച്ചു. പിന്നീട് സുലു അമ്മയുടെ പാദങ്ങളിൽ തൊട്ടുവന്ദിച്ചു. അവന്റെ കണ്ണുകൾ നിറഞ്ഞൊഴുകി.

ബാലകൃഷ്ണൻ സുരേഷിന്റെ അടുത്തെത്തി അവന്റെ കണ്ണുകൾ തുടച്ചിട്ട് പറഞ്ഞു: "നാം എല്ലാം ഒരു സ്വപ്നലോകത്താണു ജീവിക്കുന്നതെന്ന് ഞാൻ പറയാറില്ലേ! ഇപ്പോൾ നിനക്കതു ബോദ്ധ്യമായില്ലേ? ഒരു സ്വപ്നാടനത്തിലൂടെ സഞ്ചരിച്ചല്ലേ നീ ഞങ്ങളുടെ കൈകളിൽ എത്തപ്പെട്ടതെന്ന് തോന്നുന്നില്ലേ? ഈശ്വരൻ ജീവിതമെന്നു തേരുതെളിക്കുന്നു. കാടും മലയും കല്ലും കുന്നും താണ്ടി പല വഴി സഞ്ചരിക്കുന്നു. ദുർഘടങ്ങളിൽ പെടാതെ പൂവാടികളിലെത്തപ്പെടുന്നവർ രക്ഷപ്പെട്ടെന്നിരിക്കും." ബാലകൃഷ്ണൻ തുടർന്നു "നിന്റെ വഴിതെറ്റാതെ നിന്നെ നല്ല തീരത്തെത്തിച്ചിരിക്കുന്നു"! അത് നിന്റെ പൂർവികരുടെ മുജ്ജന്മസുകൃതം!

എത്ര നല്ല സ്നേഹമുള്ള മനുഷ്യർ. രക്തബന്ധത്തിനുപോലും വിലപേശുന്ന ഈ കാലത്ത് നന്മയും സ്നേഹവുമുള്ള മനുഷ്യരെ കണ്ടെത്തുകയെന്നത് പ്രയാസമല്ലേ? ആത്മബന്ധത്തിന്റെ ഹൃദയതാളം തൊട്ടറിയുന്ന മനുഷ്യർ! സുരേഷാലോചിക്കുകയായിരുന്നു: വിശന്നു പൊരിഞ്ഞു മടക്കടയിലെത്തി, ഒരു ബീഡി ആവശ്യപ്പെട്ട തനിക്ക് കടക്കാരന്റെ ഭക്ഷണത്തിന്റെ ഒരു വിഹിതം തന്ന് തന്റെ വിശപ്പടക്കിയ മനുഷ്യൻ. 'അന്നദാനം മഹാദാനമെന്നു തിരിച്ചറിയുന്ന മനുഷ്യസ്നേഹി.' മഹാമനസ്കൻ! പരോപകാരി!

വിശപ്പിന് ആഹാരം വിളമ്പുന്ന ഒരു ഹോട്ടലിൽ, മൂന്നുദിവസം എല്ലുമുറിയെ പണിചെയ്തിട്ടും വയറുനിറയെ ആഹാരം പോലുംനൽകാതിരുന്ന, മനുഷ്യരെന്നവകാശപ്പെടുന്ന ഇരുകാലിമൂരാച്ചികൾ ഉള്ള ഈ നാട്ടിലാണ് ബാലകൃഷ്ണനെപ്പോലെ മനസ്സുനിറയെ സ്നേഹമുള്ള മനുഷ്യരും ജീവിക്കുന്നത്. എല്ലാവരും

മനുഷ്യരാണോ? മനനം ചെയ്യാൻ കഴിവുള്ളവനാണ് യഥാർത്ഥ മനുഷ്യൻ! ഹ്ളം, സുരേഷറിയാതെ നെടുവീർപ്പിന്റെ ശബ്ദം അല്പം ഉയർന്നുപോയി.

"സുരേഷേ നീ ഇവിടൊന്നുമില്ലേ." അവന്റെ ആത്മഗതത്തിന്റെ ഒച്ചകേട്ടിട്ട് ബാലകൃഷ്ണൻ ചോദിച്ചു.

"ബാലനച്ഛരന്റെ കൂടെയല്ലേ സഹവാസം"! സുലോചന പറഞ്ഞു "അവനും സ്വപ്നം കാണാൻ തുടങ്ങിയെന്നു തോന്നുന്നു."

"അതെന്താ, അമ്മച്ചി അങ്ങനെ പറഞ്ഞത്." അശ്വതിമോൾ ജിജ്ഞാസയോടെ അമ്മയോടു ചോദിച്ചു.

"കൊള്ളാം, കൊള്ളാം, മോളൊന്നുമറിഞ്ഞില്ലല്ലോ, ഇവിടുത്തെ പുകില്" അമ്മ പറഞ്ഞു.

"ങേ, പുകിലോ, അതെന്താണമ്മേ" ആനന്ദ് ചോദിച്ചു.

"നിങ്ങളുടെ അച്ഛരനിപ്പോൾ സ്വപ്നലോകത്തൂടെങ്ങാണ്ടാ സഞ്ചാരം" അമ്മ തുടർന്നു: "ഒരു ദിവസം രാത്രി ട്രെയിനിൽ നിന്നും വീണിട്ട് കിടന്നലറിവിളിച്ചു കൂവി"

"അയ്യോ, അച്ഛരനതിനെപ്പോഴാ തീവണ്ടികയറാൻ പോയതും വണ്ടീന്ന് വീണതും" ആനന്ദും അശ്വതിയും ഒരുപോലെ ആശ്ചര്യപ്പെട്ടു. അവരുടെ മുഖഭാവങ്ങളിൽ ജിജ്ഞാസ നിഴലിച്ചു നിന്നു!

"പണ്ടെങ്ങാണ്ടു ട്രെയിൻ യാത്ര ചെയ്ത സംഭവം ഓർത്തോണ്ടു കിടന്നു. കാൽ വഴുതി വണ്ടിയിൽനിന്നും വീണു. വെളുപ്പാൻകാലത്തു, എന്തൊരലർച്ചയും ബഹളവുമായിരുന്നു. സുരേഷും, ഒച്ചയും സംസാരവും കേട്ടുണർന്നുവന്നു. പിന്നാരെയും ഉറക്കിയില്ല" സുലോചന പറഞ്ഞുകഴിഞ്ഞപ്പോൾ എല്ലാവരുംകൂടി പൊട്ടിച്ചിരിച്ചു. ചമ്മലു മറയ്ക്കാൻ വേണ്ടി ബാലകൃഷ്ണനും പിള്ളേരോടൊപ്പം ചിരിയിൽ പങ്കുചേർന്നു.

"അച്ഛരന്റെ ഒരു തമാശ." അശ്വതി പറയുന്നതിനിടയിൽ സുലുപറഞ്ഞു: "അച്ഛരന്റെ തമാശ! എനിക്കിപ്പം നടുവേദനയാ. രാത്രിയിൽ ഉറക്കപ്പിച്ചിൽ വെച്ച് ചവിട്ടുന്നതായിരിക്കും" എന്നാ എന്റെ സംശയം!

"ചുമ്മാ പറയുവാ മക്കളേ ഞാൻ നിങ്ങളുടെ പുന്നാര അമ്മയെ ചവിട്ടുകയോ, അസംഭവ്യം" ബാലകൃഷ്ണൻ ചിരിച്ചു.

"ഇപ്പം പാട്ടും സംഗീതവും എന്നുവേണ്ട" സുലു പറഞ്ഞു: എന്നെ കളിയാക്കി പാരഡി പാട്ടൊക്കെ ഉണ്ടാക്കിയാ പാടുന്നത്."

"പാവാടപ്രായത്തിൽ കണ്ണിത്ര ചുവന്നിട്ടില്ലെന്നും
എട്ടും പത്തും തിരിയാത്ത മണ്ടിപ്പെണ്ണാണെന്നും."

"ഈ അമ്മച്ചീടെ ഒരു പുന്നാരം" അശ്വതി പറഞ്ഞു. അച്ഛരൻ ഈ പ്രായത്തിലും അമ്മയെ പുകഴ്ത്തിയൊന്നു പാടിയെന്നുവിചാരിച്ചു സന്തോഷിക്കാനുള്ളതിനു പകരം പാവം അച്ഛരനെ കുറ്റം പറയുന്നത് കണ്ടോ ചേട്ടാ." അശ്വതി ചിരിച്ചു.

"ശരിയല്ലിയോ മോളെ" ബാലകൃഷ്ണൻ പറഞ്ഞു: അച്ഛരന് അമ്മയോട് സ്നേഹമുള്ളതിനാലല്ലേ അങ്ങനൊക്കെ പാടുന്നത്."

"ബാലനച്ഛരൻ പുതിയ കവിതയോ നോവലോ ഒക്കെ എഴുതിത്തുടങ്ങുകയാണ്." സുരേഷ് ബാലനച്ഛരനെ പിന്തുണച്ചുകൊണ്ട് പറഞ്ഞു: "അതിലെ കഥാപാത്രങ്ങൾ പാടുന്ന രംഗങ്ങളോർക്കുമ്പോൾ പടുന്നതായിരിക്കും"

പുതിയ സംഭവമല്ലല്ലോ അച്ഛരൻ കഥ എഴുതുന്നത്. കൃഷ്ണൻ എന്ന തൂലികാനാമത്തിൽ അച്ഛരൻ എഴുതിയ പല കഥകളും അശ്വതി എനിക്ക് വായിക്കുവാൻ തന്നിട്ടുണ്ടല്ലോ" ആനന്ദ് പറഞ്ഞു. നല്ല തമാശക്കഥകളും ഗൗരവമുള്ള കഥകളുമുണ്ട്!

"ഇപ്പോഴാണ് അയാൾ പുതിയ കഥ എഴുതിത്തുടങ്ങിയതും, മോഹൻലാൽ ചിത്രത്തിലെപ്പോലെ ചോദിച്ചുചോദിച്ചുള്ള പോക്ക് തുടങ്ങിയതും" സുലുക്കുട്ടി പറഞ്ഞു. "പാട്ടുംകൂത്തും സ്വപ്നം കാണണലുമെല്ലാം ഇപ്പോഴാ കൂടുതലായത്."

ഈ വയസ്സുകാലത്തെങ്കിലും അച്ഛരനൊന്നു പാടിയും പറഞ്ഞും രസിക്കട്ടമ്മച്ചീ. ഈ അമ്മയുടെ ഒരു കാര്യം. അശ്വതി അച്ഛരനെ സപ്പോർട്ടുചെയ്തു.

17

"അതൊക്കെ അവിടെ നിലക്കട്ടെ മക്കളേ" ബാലകൃഷ്ണൻ പറഞ്ഞു "അയാൾ കഥയെഴുതട്ടെ, ചോദിച്ചു ചോദിച്ചു പോട്ടെ."

ആര്യശ്രീയും അശോക് കുമാറും ദുബായിൽ നിന്നും നിങ്ങളെ വിളിച്ചിരുന്നോ? ഇന്നലെ ഇവിടെ വിഡിയോ കോൾ ചെയ്തിരുന്നു. അവർക്കു രണ്ടിനും കുഞ്ഞുമോൻ ആരോമലിനും സുഖമാണെന്നറിയുച്ചു. ആരോമൽ മോൻ എൽക്കേജിയിലാണ്. പഠിക്കാൻ മിടുക്കനാണെന്നു പറഞ്ഞു.

ഞങ്ങളെയും വിളിച്ചു. സൂപ്പർ മാർക്കറ്റ് നന്നായി പോകുന്നുണ്ടെന്നും എപ്പോഴും ബിസ്സിയാണെന്നും അറിയിച്ചു. വെള്ളിയാഴ്ച ദിവസം ഗൾഫിൽ അവധി ആയതിനാൽ, അന്നാണ് വിളിക്കാറുള്ളത്.

ആരോമൽ മോനു വെക്കേഷനാകുമ്പോൾ വരാൻ ശ്രമിക്കാമെന്നു പറഞ്ഞു. പക്ഷേ, ഉറപ്പൊന്നും ഇല്ലെന്ന് പറഞ്ഞു. മാർക്കറ്റിൽ നിന്നും മാറി നില്ക്കാൻ പറ്റാത്ത സാഹചര്യമാണെന്നും സൂചിപ്പിച്ചു.

ആരെയും കണ്ണടച്ചു വിശ്വസിക്കുവാൻ സാധിക്കില്ല. ആനന്ദ് പറഞ്ഞു: പ്രത്യേകിച്ച് ഗൾഫ് രാജ്യത്ത്!

തന്നെ മറികടന്ന് മറ്റൊരുവൻ രക്ഷപ്പെടുന്നതിൽ കണ്ണുകടിയും അസൂയയും ഉള്ള ഓരേയൊരു വർഗ്ഗം മലയാളിയാണല്ലോ?

നൂറുശതമാനം ശരിയാണ് മക്കളേ ബാലകൃഷ്ണൻ പറഞ്ഞു. ആത്മാർത്ഥ സുഹൃത്തുക്കൾ എന്ന് നമ്മൾ വിശ്വസിക്കുന്നവരെ പോലും കൂടെ നിർത്തുവാൻ സാധിക്കാത്ത ഒരു കാലമാണിത്. ആത്മാർത്ഥത എന്ന പദത്തിലും മായം ചേർത്തിരിക്കുന്നു. പൊയ്മുഖം അണിഞ്ഞിരിക്കുന്നു.

ഞങ്ങളുടെ കുഞ്ഞമ്മാവൻ ഗൾഫിൽ വെച്ച് മരണപ്പെട്ട വസ്തുത നിങ്ങളോട് അച്ഛൻ പറഞ്ഞിട്ടില്ലല്ലോ? ബാലകൃഷ്ണൻ മക്കളെ മാറിമാറി നോക്കി. ആ സംഭവകഥ കേൾക്കാനുള്ള ആവേശവും ആകാംക്ഷയും അവരുടെ മിഴികളിൽ സ്ഫുരിച്ചിരിക്കുന്നതായി ബാലകൃഷ്ണന് തോന്നി

ബാലകൃഷ്ണൻ ആ ചരിത്ര ദുഖസത്യ സംഭവങ്ങളിലേയ്ക്കൂളിയിട്ടു.

അമ്മാവന്റെ കുറെ സുഹൃത്തുക്കൾ ഗൾഫ് രാജ്യത്ത് ഉണ്ടായിരുന്നു. അവരിൽ ചിലരൊക്കെ ഇടയ്ക്കൊക്കെ നാട്ടിൽ പോകാൻ വേണ്ടി വരാറുണ്ടായിരുന്നു. സാന്തക്രൂസ് എയർപോർട്ടിനടുത്തായി എമ്മീയെസ്സിലായിരുന്നു അമ്മാവൻ ജോലി ചെയ്തിരുന്നത്. അദ്ദേഹത്തിന് ത്രീബെഡ്റൂമും ഹാൾകിച്ചൻ കോട്ടേഴ്സും ഉണ്ടായിരുന്നു. നാട്ടിൽ പോകാൻ വരുന്നവർ അവിടെ താമസിക്കാറുണ്ടായിരുന്നു. ആഴ്ചകളോളം അവർ താമസിക്കും. അവർക്കു വേണ്ടുന്ന എല്ലാ വിധ സുഖസൗകര്യങ്ങളും ചെയ്തുകൊടുക്കുന്നതിൽ അമ്മാവൻ ഉത്സുകനായിരുന്നു.

ഗൾഫുഭ്രമം മലയാളി ചെറുപ്പക്കാരിൽ ജ്വലിച്ചു നിന്നിരുന്ന കാലം. തന്നെ കൂടി ഗൾഫിൽ കൊണ്ട് പോകണമെന്ന് അമ്മാവൻ കൂടെക്കൂടെ അവരോടഭ്യർത്ഥിക്കാറുണ്ടായിരുന്നു. ഒടുവിൽ മനസ്സില്ലാമനസ്സോടെ അവരിൽ പ്രധാനിയായിരുന്ന സുഗുണൻ അതംഗീകരിക്കുകയായിരുന്നു.

പ്രശാന്തനെ കപ്പൽ മാർഗ്ഗം എത്തിച്ചേരാനുള്ള വിസയാണ് അവർ ഒരുക്കി കൊടുത്തത്. വിമാന ടിക്കറ്റിനാകുമ്പോൾ ചാർജ് കൂടുതലാകും. തുച്ഛലാഭം നോക്കിയിട്ടാണ് കപ്പലിനുള്ള ടിക്കറ്റ് അയച്ചത്. അതും വിസിറ്റിംഗ് വിസ. മൂന്നുമാസത്തെ കാലാവധി. ഗൾഫിൽ എത്തിയപ്പോഴാണ് അദ്ദേഹത്തിന് മനസ്സിലായത്.

ഗൾഫിൽ എത്തിയ പ്രശാന്തന് ജോലി എന്തെങ്കിലും കണ്ടെത്തുന്ന കാര്യത്തിൽ സുഗുണനും കൂട്ടുകാരും വളരെ അനാസ്ഥയാണ് കാട്ടിയത്. കൂടാതെ അദ്ദേഹത്തെ അവരുടെ വീട്ടുജോലിക്കാരനായി മാറ്റാനായിരുന്നു അവരുടെ ശ്രമം. വീടു തൂത്തുതുടച്ച് വൃത്തിയാക്കണം, ആഹാരം പാകം ചെയ്യണം, അവരുടെ വസ്ത്രങ്ങൾ അലക്കണം. ഗൾഫിൽ ഒരു പരിചയവുമില്ലാതിരുന്ന അദ്ദേഹം എല്ലാം

സഹിച്ചു. ദുബായിൽ നല്ല സ്വാധീനമുണ്ടായിരുന്ന അവർക്ക് എതിരെ ശബ്ദിക്കുവാൻ സാധിച്ചില്ല, അദ്ദേഹം സഹിച്ചു, നിശബ്ദനായി. ദിവസങ്ങളും ആഴ്ചകളും മാസങ്ങളും കടന്നുപോയിക്കൊണ്ടിരുന്നു നാളുകൾ കഴിയുംതോറും അവരുടെ സമീപനവും വളരെ നിന്ദ്യമായ രീതിയിൽ തുടർന്നുകൊണ്ടിരുന്നു.

സുഗുണനടക്കമുള്ളവർ തനിക്കൊരു ജോലി ശരിയാക്കി തരില്ലെന്നുള്ള യാഥാർത്ഥ്യം പ്രശാന്തന് ബോധ്യമായി തുടങ്ങി. വിസയുടെ മൂന്നുമാസത്തെ കാലാവധി കഴിയുമ്പോൾ തന്നെ അവർ കപ്പൽ മാർഗം തിരിച്ചയയ്ക്കും?!

പ്രശാന്തൻ സ്വയം ജോലി തേടി ഇറങ്ങാൻ നിർബന്ധിതനായി പല സ്ഥാപനങ്ങൾ കയറിയിറങ്ങി MES- ൽ ജോലി ചെയ്തിട്ടുള്ള മുൻപരിചയം അദ്ദേഹത്തിന് ഉണ്ട്. നിരാശപ്പെട്ടില്ല. ആത്മധൈര്യം കൈവിടാതെ അദ്ദേഹം ഓഫീസുകൾ കയറിയിറങ്ങി. എക്സ്പീരിയൻസിന്റെ വെളിച്ചത്തിൽ ഒരു ഗവൺമെന്റ് സ്ഥാപനത്തിൽ അദ്ദേഹത്തിന് ജോലി ലഭിച്ചു. പ്രശാന്തിനു സന്തോഷമായി. ആ സന്തോഷം സുഗുണനെ അറിയിച്ചു. പക്ഷേ അത് അവർക്ക് അത്ര രസിച്ചില്ല. ദുരഭിമാനികളായ അവരുടെ സഹായം കൂടാതെ അയാൾ ജോലി തേടിപ്പിടിച്ചതിൽ അവരിൽ അസഹിഷ്ണത ഉടലെടുത്തു. വീട്ടുജോലിക്കാരനായി അവനെ തളച്ചിടാമെന്ന അവരുടെ മോഹം നടന്നില്ല അവർക്ക് പ്രശാന്തനോടുള്ള വിദ്വേഷം ഉടലെടുത്തു. അദ്ദേഹം അവർക്ക് വേണ്ടി ചെയ്തിട്ടുള്ള സൽകർമ്മങ്ങളൊക്കെ തന്ത്രപൂർവ്വം അവർ മറന്നു. അവസരോചിതമായി പലകാര്യത്തിലും അയാളെ അവർ അപമാനിച്ചുകൊണ്ടിരുന്നു. ഇൻസൾട്ട് ചെയ്തുകൊണ്ടിരുന്നു.

പ്രശാന്തന് അവരുടെ പെട്ടെന്നുള്ള മനംമാറ്റത്തിൽ അത്ഭുതവും അതോടെ സങ്കടവും തോന്നി. മനുഷ്യന് ഇത്ര പെട്ടെന്ന് ഇങ്ങനെ മാറ്റം ഉണ്ടാകുമോ?

സുഗുണന്റേയും മറ്റുള്ളവരുടെയും മനുഷ്യത്തരഹിതമായ പെരുമാറ്റം അദ്ദേഹത്തെ വല്ലാതെ വേദനിപ്പിച്ചു. അവർ ബോംബെയിൽ വന്നിട്ടുള്ളപ്പോഴൊക്കെ അവർക്ക് വേണ്ടി എല്ലാവിധ സുഖസൗകര്യങ്ങളും ഒരുക്കി കൊടുത്തിട്ടുള്ളവനാണ് താൻ. ഒരു കാര്യത്തിലും അവർക്ക് ഒരു കുറവും സംഭവിക്കരുത് എന്ന കാര്യത്തിൽ

താൻ വളരെ ശ്രദ്ധാലുവായിരുന്നു. സന്ദർഭോചിതമായി മനുഷ്യൻ ഇങ്ങനെ ഓന്തിനെ പോലെ നിറം മാറാൻ സാധിക്കുമോ? നന്ദിയില്ലാത്തവർ!

സന്ദർശന വിസ ജോബ് വിസയായി സ്റ്റാമ്പ് ചെയ്യപ്പെട്ടു. അതും സുഗുണനെ ചൊടിപ്പിച്ചു. അവരെ ധിക്കരിച്ച് എന്നുള്ള അപകർഷതാബോധം അവരിൽ നാമ്പെടുത്തു തുടങ്ങി.

മറ്റൊരു താമസസൗകര്യം കണ്ടെത്തുന്നതുവരെ അവരോടൊപ്പം സൗമ്യമായി പൊരുത്തപ്പെട്ട് പോകുവാൻ പ്രശാന്തൻ പരമവധി ശ്രമിച്ചു. അവർക്കുവേണ്ടി വീട്ടുജോലികൾ എല്ലാം ചെയ്തുകൊണ്ടിരുന്നു. ഒന്നും അദ്ദേഹം മടി കാണിച്ചില്ല.

പ്രശാന്തൻ ഗൾഫിലേക്ക് പുറപ്പെടുന്നതിനു മുമ്പായി ബോംബെ ഓഫീസിൽ ലീവിനുള്ള അപേക്ഷ സമർപ്പിച്ചിരുന്നു.

അന്ന് ഒന്നര വയസ്സ് മാത്രം പ്രായമായിട്ടുള്ള ഓമന മകനെയും പ്രിയപ്പെട്ട ഭാര്യയെയും നാട്ടിലാക്കിയിരുന്നു. ഗൾഫിൽ തനിക്കഭിമുഖീകരിക്കേണ്ടിവന്ന ബുദ്ധിമുട്ടുകളെക്കുറിച്ച് ഒന്നും പ്രശാന്തൻ ഭാര്യയെ അറിയിച്ചിരുന്നില്ല. അവളുടെ മനസ്സ് എന്തിന് വിഷമിപ്പിക്കണമെന്നയാൾ ചിന്തിച്ചു. ബോംബെയിൽ ഉള്ള സഹപ്രവർത്തകരായിരുന്ന ചിലർക്ക് മാത്രം അതൊക്കെ എഴുതി. നല്ലൊരു സർക്കാർ ജോലി കളഞ്ഞിട്ട് ഗൾഫിൽ പോകുന്ന കാര്യത്തിൽ അവർക്ക് ആർക്കും യോജിപ്പില്ലായിരുന്നു.

ദുബായിൽ ഉദ്യോഗസ്ഥനായയതിന്റെ ആദ്യ ശമ്പളം ലഭിച്ചു. ഭാര്യക്ക് സാരിയും കുഞ്ഞിന് കളിപ്പാട്ടങ്ങളും വാങ്ങി. എല്ലാം തന്റെ പെട്ടിയിൽ അദ്ദേഹം ഭദ്രമായി, അരുമയായി സൂക്ഷിച്ച് വെച്ചു. ഒരു വർഷം കഴിയുമ്പോൾ ലീവ് കിട്ടും. നാട്ടിലെത്തി കുഞ്ഞുമോനെയും ഭാര്യയെയും ബന്ധുമിത്രാദികളെയും കാണണം. അയാൾ മനസ്സിൽ സ്വപ്നം മെനഞ്ഞു.

1975 ജൂൺ ജൂലൈ മാസം, ബോംബെയിലെ മഴക്കാലം. മാനം കറുത്തിരുണ്ടു മഴക്കാറുകൾ ഉരുണ്ടുകൂടി മഴ ഇരച്ചു പെയ്തു തുടങ്ങി. തുള്ളിമുറിയാത്ത തോരാമഴ. മഴവെള്ളം വഴി നിറഞ്ഞു.

ദുബായിൽ നിന്നും ഒരു കമ്പി സന്ദേശം എത്തി. "പ്രശാന്തൻ ഈസ് ഡെഡ് ഹാർട്ടറ്റാക്."

ബന്ധുക്കൾക്കൊക്കെ ഇടിവെട്ടേറ്റതുപോലെ ആയിരുന്നു ആ വാർത്ത. ആർക്കും അത് ഉൾക്കൊള്ളുവാൻ കഴിയുമായിരുന്നില്ല. ഡെഡ്ബോഡി നാട്ടിൽകൊണ്ടുവരാനുള്ള സംവിധാനം അന്നുണ്ടായിരുന്നില്ല. എങ്കിലും മരണാനന്തര കർമ്മങ്ങൾ ഒക്കെ നടത്തി.

ടെലിഗ്രാമിന് പിന്നാലെ, ഒരാഴ്ച കഴിഞ്ഞപ്പോൾ ദുബായിൽ നിന്നും സുഗുണന്റെ കത്ത് വന്നു. അമിതമായി മദ്യപിച്ചതിനാൽ ആണ് മരണം സംഭവിച്ചത് എന്നായിരുന്നു കത്തിലെ ഉള്ളടക്കം. രണ്ടോ മൂന്നോ വരികൾ, കത്തവസാനിപ്പിച്ചു. ബോഡി അവർ അവിടെ മറവു ചെയ്തെന്നും അറിയിച്ചു.

പ്രശാന്തൻ മദ്യപിച്ചു പോലും. അതൊരിക്കലും അംഗീകരിക്കുവാൻ സാധിക്കില്ല. പട്ടാളക്കാരന് കിട്ടാറുള്ള മദ്യം അദ്ദേഹം വാങ്ങാറുണ്ടായിരുന്നില്ല. മറ്റു സുഹൃത്തുക്കളുടെ ഔദാര്യം പറ്റി അയാൾ മദ്യപിച്ചിട്ടുമില്ല. "മദ്യവിരോധി" എന്നുവിളിച്ചു കൂട്ടുകാർ അദ്ദേഹത്തെ കളിയാക്കാറുണ്ടായിരുന്നു. ഒരു സാഹചര്യത്തിലും ഒരാഘോഷത്തിലും അദ്ദേഹം മദ്യപിച്ചിട്ടില്ല.

ഈ ദാരുണ സംഭവങ്ങളൊക്കെ കഴിഞ്ഞ് സുഗുണനും കുടുംബവും നാട്ടിൽ വന്നിരുന്നു. അകാലത്തിൽ പൊലിഞ്ഞുപോയ വ്യക്തിയുടെ ദുഃഖാർദ്രയായ ഭാര്യയെയോ കുഞ്ഞിനെയോ ഒരു നോക്ക് കാണുവാൻ അവർ എത്തിയില്ല. ഭാര്യക്കും കുഞ്ഞുമകനും വേണ്ടി പ്രശാന്തൻ വാങ്ങി വെച്ചിരുന്ന സാധനങ്ങളും അദ്ദേഹത്തിന്റെ പെട്ടി പോലും അവർ എത്തിച്ചില്ല. ഇതിൽ നിന്നൊക്കെ മനസ്സിലാക്കാൻ സാധിക്കുന്നത്, അവർ എത്രയും മാന്യതയും മനസ്ഥിതിയുമുള്ള വ്യക്തികൾ ആണെന്നുള്ള പൊള്ളയായ യാഥാർത്ഥ്യമല്ലേ?!

ഇതെല്ലാം കൂടി കൂട്ടി വായിക്കുമ്പോൾ മരണം ആസൂത്രിതമായ ഒരു കൊലപാതകമായിരുന്നു എന്നുള്ള കാര്യത്തിൽ ലവലേശം സംശയമില്ല.

ആത്മാർത്ഥ സുഹൃത്തുക്കൾ എന്നു നമ്മൾ വിശ്വസിക്കുന്നവരെ പോലും, കുടിക്കുന്ന വെള്ളത്തിൽ പോലും വിശ്വസിക്കാൻ കഴിയാത്ത ഒരു ലോകത്താണ് നമ്മളൊക്കെ ഇന്ന് ജീവിക്കുന്നത്. സ്വന്തം എന്ന പദത്തിലും ആത്മാർത്ഥത എന്ന പരിപാവനമായ പദത്തിലും മായം ചേർത്തിരിക്കുന്നു. വിഷം കലർത്തിയിരിക്കുന്നു?! മനസ്സിന്റെ

ശുദ്ധിയും ആത്മാർത്ഥതയും കളങ്കപ്പെടുത്താത്ത ആത്മാർത്ഥ സുഹൃത്തുക്കൾ ഇന്നും ഉണ്ട്.

ബാലകൃഷ്ണൻ പൊട്ടിക്കരഞ്ഞു പോയി. ഒരു കുടുംബത്തിന്റെ പ്രതീക്ഷകൾ ഒക്കെ അമ്മാവന്റെ ദാരുണ അന്ത്യത്തോടെ കെട്ടടങ്ങിപ്പോയി. കുടുംബസ്നേഹിയായ കുഞ്ഞമ്മാവന്റെ വിയോഗം ഇന്നും വിശ്വസിക്കുവാൻ കഴിയുന്നില്ല. പൂരിപ്പിക്കാനാകാത്ത ഒരു സമസ്യയായി ഇന്നും ആ വേർപാടിന്റെ വേദന നിലകൊള്ളുന്നു. പൊന്നുമകൻ പ്രശാന്തൻ മരിച്ചിട്ടില്ലെന്നും അവൻ തിരിച്ചു വരുമെന്ന ആത്മവിശ്വാസത്തോടെ അദ്ദേഹത്തിന്റെ വൃദ്ധമാതാവും കാത്തിരുന്നു അവരുടെ മരണം വരെ.

ബാലകൃഷ്ണന്റെ വാക്കുകൾ കേട്ടുകൊണ്ടിരിക്കുന്ന അശ്വതിയുടേയും ആനന്ദിന്റെയും മറ്റുള്ളവരുടെയും മിഴികൾ നിറഞ്ഞൊഴുകി. ബാലകൃഷ്ണന്റെ അരികിലെത്തി അദ്ദേഹത്തെ അവർ ആശ്വസിപ്പിച്ചു.

അച്ഛരന്റെ ജീവിതത്തിന്റെ നേർവഴി തെളിച്ചുതന്നത് കുഞ്ഞമ്മാവനാണെന്നുള്ള കാര്യം അച്ഛരൻ എന്നും എപ്പോഴും പറയുമായിരുന്നു. അപ്പോഴൊക്കെ അച്ഛരന്റെ മിഴികൾ നിറയുന്നത് കണ്ടിട്ടുണ്ട്.

എല്ലാവരുംകൂടി അല്പം നേരത്തേതന്നെ ഭക്ഷണം കഴിച്ചു. ആശ്വതിമോളെയും കുടുംബത്തെയും ബാന്ദ്രയിലേക്കു യാത്രയാക്കിയപ്പോൾ മാതാപിതാക്കളെ മാറോടണച്ചു അവർ ആലിംഗനം ചെയ്തു. അപ്പൂപ്പനും അമ്മൂമ്മയും ആരാധ്യമോളെ വാരിപ്പുണർന്നു. എല്ലാം കണ്ടും കേട്ടും സുരേഷ് നിർവികാരനായി നോക്കിനിന്നു. കൈകളുയർത്തി അവനും അവർക്ക് ശുഭരാത്രി നേർന്നു!

അടുത്തദിവസം രാവിലെ ബാലകൃഷ്ണനും സുരേഷും മാടക്കടയിൽ എത്തി. പതിവായി സാധനങ്ങൾ വാങ്ങാൻ എത്തുന്നവരിൽ ചിലരൊക്കെ കടയിൽ വന്നു തുടങ്ങി. ബുക്കും പെൻസിലും ഒക്കെ വാങ്ങാനായി കുട്ടികളും എത്തിത്തുടങ്ങി. സ്കൂൾ കുട്ടികൾക്ക് ആവശ്യമായ ടെസ്റ്റ് ബുക്കുകളും സ്കൂൾ ബാഗും ബുക്കും പെൻസിലും സ്ലേറ്റും സ്ലേറ്റ് പെൻസിലും എന്ന് വേണ്ട കൊച്ചു കുട്ടികൾക്കുള്ള കളിപ്പാട്ടങ്ങളും കടയിൽ ലഭ്യമാണ്. ചെറിയ

കടയാണെങ്കിലും എല്ലാം ചിട്ടയായി അടുക്കി അലങ്കരിക്കുന്നു. കുട്ടികളുടെ സാധനങ്ങൾക്കൊക്കെ വില കിഴവുള്ളതിനാൽ സാമാന്യം നല്ല കച്ചവടം നടക്കാറുണ്ട്. കുട്ടികളൊക്കെ കടയിൽ വരാറുമുണ്ട്.

കടയിൽ എത്തിക്കഴിഞ്ഞാൽ സാധാരണ ബാലകൃഷ്ണൻ ഉന്മേഷവാനാകാറുള്ളതാണ്. ഇന്ന് പുള്ളിക്കാരന് ഒരു പ്രസരിപ്പും ഇല്ലാത്തമാതിരി തോന്നിയതിനാൽ സുരേഷ് ചോദിച്ചു; കുഞ്ഞമ്മാവനെക്കുറിച്ചുള്ള ഓർമ്മകൾ ബാലനച്ഛരന്റെ മനസ്സിനെ ഇപ്പോഴും വല്ലാതെ അലട്ടുന്നുണ്ടെന്ന് തോന്നുന്നു.

സുരേഷേ, ഈ ജീവിതത്തിന്റെ അന്ത്യശ്വാസം വരെയും നിഴലും നിലാവുമായി കുഞ്ഞമ്മാവന്റെ സാന്നിധ്യം എപ്പോഴും എന്റൊപ്പം ഉണ്ടായിരിക്കും. അദ്ദേഹത്തിന്റെ അകാലമൃത്യു എന്റെ ആത്മാവിന് ഏറ്റിട്ടുള്ള ആഘാതം ഇന്നും വിട്ടൊഴിഞ്ഞിട്ടില്ല. ഇനി ഒരിക്കലും അതിന് സാദ്ധ്യമാകുമെന്നും എനിക്ക് തോന്നുന്നില്ല സുരേഷേ, വികാരാധീനനായതിനാൽ ബാലകൃഷ്ണന്റെ ശബ്ദം ഇടറി മിഴികൾ സജലങ്ങളായി.

ബാലനച്ഛരന്റെ മുഖത്ത് സങ്കടക്കടൽ ഇരച്ചു കയറുന്നതായി സുരേഷിന് തോന്നി അദ്ദേഹത്തിന്റെ ശ്രദ്ധ തിരിക്കുവാൻ വേണ്ടി സുരേഷ് ചോദിച്ചു.

"സുപ്രസിദ്ധ കാഥികൻ സാംബശിവന്റെ കഥാപ്രസംഗം കേൾക്കാൻ വേണ്ടി ഷണ്മുഖാനന്ദ ഹാളിൽ പോയ കാര്യം ബാലച്ഛരൻ പിന്നെ പറഞ്ഞില്ലല്ലോ?"

"എന്റെ സുരേഷേ, അതൊക്കെ സംഭവബഹുലമായ കഥകളാണ്. വിജേഷും ഞാനും ചെറുപ്പക്കാരായിരുന്നപ്പോൾ ഒരുപാട് നാടകീയ സംഭവങ്ങളൊക്കെ അരങ്ങേറിയിട്ടുണ്ട്. നിരാശാജനകവും സന്തോഷപര്യവസാനിയുമായ ഒത്തിരി ഒത്തിരി മുഹൂർത്തങ്ങൾ ഉണ്ടായിട്ടുണ്ട്. അതൊക്കെ എത്ര പറഞ്ഞാലും തീരില്ല. വിവരണാതീതവുമാണ്."

ബാലകൃഷ്ണൻ വീണ്ടും ഭൂതകാലത്തിലേക്ക് ഊളിയിട്ടിറങ്ങുന്നതായി സുരേഷിന് തോന്നി. ഗതകാല സ്മരണകളിലേക്ക് പടിയിറങ്ങുമ്പോൾ അദ്ദേഹം നിർവികാരനും നിശബ്ദനുമായി കാണാറുണ്ട്, മുഖഭാവത്തിൽ ചില വൈകാരികത അനുഭവപ്പെടുന്നത് കാണാൻ സാധിക്കും.

സ്റ്റേറ്റ് ബാങ്ക് ഓഫ് ഇന്ത്യയുടെ വർളി ശാഖയും ശിവസാഗർ കോംപ്ലക്സിലാണ്. ഈ ബ്രാഞ്ചിൽ ജോലി ചെയ്തിരുന്ന കമലേഷ് എന്നൊരു സ്റ്റാഫുണ്ടായിരുന്നു. അദ്ദേഹത്തിനു ക്രമേണ ലിംഗ പരിവർത്തനമുണ്ടായി. താടിയും മീശയും പതിയെപ്പതിയെ അപ്രത്യക്ഷമായിക്കൊണ്ടിരുന്നു. ക്രമേണ സ്ത്രൈണസൗന്ദര്യം അയാളിൽ വന്നു തുടങ്ങി. അയാൾ, വിദഗ്ധമായ സിസേറിയനിലൂടെ സ്ത്രീയായി രൂപാന്തരം പ്രാപിച്ചു. പിന്നെ കമലേഷ് കമലയായി മാറി. സുന്ദരിയായ കമല! നല്ല മുടിയും മുഖ സൗന്ദര്യവും വന്നു. മാറിടവും തുടുത്തുയർന്നു.

ലോട്ടസ് സിനിമാ തീയേറ്റർ, വല്ലഭായ് ക്രിക്കറ്റ് സ്റ്റേഡിയം, മഹാലക്ഷ്മി റെയ്സ് ഹോർസ് എല്ലാം ഇവിടെ അടുത്തടുത്തായി കാണാം. പ്രതാപൻ അമ്മാവനും റെയ്സ് ഹോർസ്സിൽ കളിച്ചു പണം കുറെ കളഞ്ഞു കുളിച്ചു.

ശിവസാഗർ എസ്റ്റേറ്റിനെതിർവശത്തായി നെഹറു പ്ലാനിറ്റോറിയം സ്ഥിതിചെയ്യുന്നു.

നെഹറു പ്ലാനിറ്റോറിയത്തിൽ സൂര്യ ചന്ദ്രതാരാപഥ വിസ്മയക്കാഴ്ചകൾ കാണാൻ സാധിക്കും. പൊതുജനങ്ങൾക്കായി ആഴ്ചയിൽ, നിർദ്ധിഷ്ട രണ്ടു ദിവസങ്ങളിൽ പ്രദർശനം നടത്തുന്നുണ്ട്. വിശാലമായ ഹോളിൽ പ്രത്യേക രീതിയിലുള്ള കസേരകൾ സജ്ജീകരിച്ചിരിച്ചിരിക്കുന്നു. അതിൽ ചാരിക്കിടന്നുകൊണ്ടു ആകാശം കാണാം. സൂര്യ, ചന്ദ്ര, താരാ പഥങ്ങളുടെ വിസ്മയകരമായ മായക്കാഴ്ചകൾ വീക്ഷിക്കാം. വിസ്മയകരമായ രീതിയിൽ ക്രമീകരിച്ചിട്ടുള്ള പ്രകാശരശ്മികൾ മിന്നിമറയുമ്പോൾ സൂര്യ ചന്ദ്ര നക്ഷത്രങ്ങളുടെ വൈശിഷ്ട്യതകൾ പ്രദർശിപ്പിക്കുന്നു. അതോടൊപ്പം വിജ്ഞാനപ്രദമായ വിവരണങ്ങളും നല്കുന്നു. ദശകോടി മൈലുകൾക്കപ്പുറം സംഭവിക്കുന്ന ആകാശക്കാഴ്ചകൾ കൺമുമ്പിൽ മിന്നിത്തെളിയും!

സ്കൂൾകുട്ടികളും അദ്ധ്യാപകരും ഇവിടെ എത്താറുണ്ട്. വിദ്യാർത്ഥികൾക്ക് വിജ്ഞാനപ്രദമാണിവിടത്തെ ആകാശക്കാഴ്ചകൾ. കോടാനുകോടി നക്ഷത്രങ്ങളുടെയും ഗ്രഹങ്ങളുടെയും സഞ്ചാരപാഥവും അവയുടെ സ്ഥാനവും സ്ഥാനചലനങ്ങളും ഒക്കെ അവിടെ വിവരിച്ചുകാണിക്കുന്നു.

18

വർളി സീഫെയ്സും സമുദ്രമദ്ധ്യത്തിൽ സ്ഥിതി ചെയ്യുന്ന 'ഹാജിഅലി' എന്ന മുസ്ലീം പള്ളിയും ഇവിടെയാണ്. ഹാജി അലിയിൽ എല്ലാമതവിശ്വാസികൾക്കും പ്രവേശനം അനുവദിച്ചിട്ടുണ്ട്! കടൽത്തതീരത്തുനിന്നും പള്ളിയിലേക്ക് നടന്നുപോകുവാനുള്ള വഴി സൗകര്യവും ഉണ്ടാക്കിയിട്ടുണ്ട്. ഹാജി അലിയുടെ ഖബർസ്ഥാൻ ആണിവിടെ. വല്യ വേലിയേറ്റവും കടൽക്ഷോഭവും ഉണ്ടായാൽപ്പോലും ഈ ഖബറിടത്തിൽ ഒരു കാരണവശാലും വെള്ളം കയറുകയില്ലെന്നുള്ള സത്യം ഒരത്ഭുതമായി നിലകൊള്ളുന്നു. വിജേഷും ബാലകൃഷ്ണനും പല പ്രാവശ്യം ഖബറിടം സന്ദർശിച്ചിട്ടുണ്ട്.

ഹാജിഅലി ജംഗ്ഷനിൽ നിന്നും വലതു തിരിഞ്ഞലപ്പ മുമ്പോട്ടു പോയാൽ മഹാലക്ഷ്മിദേവിക്ഷേത്രമാണ്. സമുദ്രതീരത്തായിട്ടാണ് ക്ഷേത്രം സ്ഥിതിചെയ്യുന്നത്. പ്രകൃതി മനോഹരമായ പ്രദേശം. പ്രവേശനകവാടനത്തിന് ഇരുവശങ്ങളിലുമായി വിവിധയിനം പൂച്ചെടികൾ നട്ടുനനച്ചു പിടിപ്പിച്ചിരിക്കുന്നു. ചെമ്പരത്തിയും, റോസും, കുടത്തെറ്റിയും, മുല്ലപ്പൂക്കളുമെല്ലാം പൂത്തുവിരിഞ്ഞു നിൽക്കുന്ന കാഴ്ച കണ്ണിനു കുളിർമ്മയേകുന്നു. ക്ഷേത്രാങ്കണത്തിൽ വൃക്ഷലതാദികൾ സമൃദ്ധമായി വളർന്നു പന്തലിച്ചു നിൽക്കുന്നു. ക്ഷേത്രദർശനം കഴിഞ്ഞ് ക്ഷേത്രത്തിനു പിന്നിലായി പടവുകളിറങ്ങി ഭക്തജനങ്ങൾക്ക് സമുദ്രക്കാഴ്ച ആസ്വദിക്കാനുള്ള സൗകര്യം ഒരുക്കിയിരിക്കുന്നു ക്ഷേത്രദർശനം കണ്ട് സായൂജ്യമടഞ്ഞ ബാലകൃഷ്ണനും വിജേഷും വളരെ അകലെ അല്ലാതെ സ്ഥിതിചെയ്യുന്ന ജസേ്ലാക്ക് ആശുപത്രിയും ബ്രീജ് കാൻഡി

ആശുപത്രിയും കാണാനായി യാത്രയായി.

ശാരദചേച്ചിയുടെ ഭർത്താവ് പ്രകാശളിയന്റെ ഹൃദയശസ്ത്രക്രിയ ജസ് ലോക്കിലാണ് നടത്തപ്പെട്ടത്. അത്യാധുനിക സജ്ജീകരണങ്ങളുള്ള അന്താരാഷ്ട്ര നിലവാരമുള്ള ആശുപത്രിയാണ് ജസ് ലോക്ക്. അതുപോലെ തന്നെ ബ്രീജ് കാൺഡിയും.

അവധി ദിവസങ്ങളിൽ വിജേഷും ബാലകൃഷ്ണനും കൂടി ലോട്ടസ് തീയറ്ററിൽ സിനിമ കാണാൻ പോകാറുണ്ട്. വെള്ളിയാഴ്ച ദിവസം ചെയ്ഞ്ചു ചെയ്ത് ഏതു പുതിയ പടം വന്നാലും സുഹൃത്തുക്കൾ പോയി കാണാറുണ്ട്. വൈകുന്നേരങ്ങളിൽ ജോലി ഒക്കെ കഴിഞ്ഞതിനു ശേഷം വർളി സീഫെയ്സിന്റെ ഉത്തരഭാഗങ്ങളിൽ ചുറ്റിക്കറങ്ങും അവിടെയാണ് വർളി ഡയറി ഫാം സ്ഥിതിചെയ്യുന്നത്. ലക്ഷക്കണക്കിന് ലിറ്റർ പാൽ ഇവിടെ ശേഖരിക്കാറുണ്ട്.

വിവിധ ഇനം പാൽ ഉൽപ്പന്നങ്ങൾ ഇവിടെ ഉൽപ്പാദിപ്പിക്കപ്പെടുന്നുണ്ട്. ആഴ്ചയിൽ ഒരു ദിവസം പൊതുജനങ്ങൾക്ക് ഡയറി ഫാമിന്റെ ഉള്ളിൽ ചുറ്റിക്കറങ്ങി കാണുവാനുള്ള സൗകര്യം അനുവദിച്ചിരിക്കുന്നു. പാക്കിങ്ങും സീലിംഗ്സും കാണാം.

വിജേഷിന്റെ, മാനാറിലുള്ള ഇളയമ്മയുടെ മകൾ, മുംബയിലുള്ള പ്രശസ്തമായ ഹോസ്പിറ്റലിൽ നേഴ്സായി ജോലി ചെയ്യാറുണ്ടെന്നുള്ള കാര്യം പുള്ളിക്കാരൻ സൂചിപ്പിക്കാറുണ്ടായിരുന്നു. ഒരു ഞായറാഴ്ച, പരേലിലുള്ള ആശുപത്രിയിൽ വിജേഷ് ബാലകൃഷ്ണനെയും കൂട്ടിപ്പോയി.

ബ്രിട്ടിഷുകാർ പണി കഴിപ്പിച്ചിട്ടുള്ളതാണ് ആ ആശുപത്രി. കരിങ്കൽ പാളികളാൽ നിർമ്മിച്ചിരിക്കുന്ന വലിയ പ്രവേശന കവാടം. കവാടം കടന്ന് അകത്തേയ്ക്കു കയറുന്ന ഭാഗത്തായി K. E. M Hospital എന്ന് ആംഗലേയ ഭാഷയിൽ എഴുതിവെച്ചിരിക്കുന്നത് കാണാം. കിംഗ് എഡ്വേഡ് രണ്ടാമന്റെ സ്മാരക ആതുരാലയമാണിത്. ഹോസ്പിറ്റലിന്റെ മിക്കവാറും ഭാഗങ്ങളും കരിങ്കല്ലിലാണ് നിർമ്മിച്ചിരിക്കുന്നത്. മനോഹരമായി കളർ പൂശി വൃത്തിയായി മോടിപിടിപ്പിച്ചിരിക്കുന്നു.

ഞങ്ങൾ വിസിറ്റേഴ്സ് ലോബിയിൽ ഇരുന്നു. അല്പനിമിഷത്തിനുള്ളിൽ സെക്യൂരിറ്റി ഉദ്യോഗസ്ഥൻ എത്തി. ഞങ്ങൾ

വിസിറ്റേഴ്സ് സ്ളിപ് പൂരിപ്പിച്ച് കൊടുത്തു. അതും വാങ്ങി അയാൾ പോയി.

ഒരു പത്തുമിനിട്ടു കഴിഞ്ഞപ്പോൾ ചുരിദാർ ധരിച്ച് കാണാൻ മോശമല്ലാത്ത ഒരു പെൺകുട്ടി ഞങ്ങൾക്ക് മുമ്പിൽ പ്രത്യക്ഷപ്പെട്ടു.

"ഹലോ, വിജേഷ്" അവൾ വിജേഷിനെ അഭിവാദ്യം ചെയ്തു. തിരിച്ചു വിജേഷും പ്രത്യഭിവാദ്യം ചെയ്തിട്ട് പറഞ്ഞു: "സുമം, ഇത് മി. ബാലകൃഷ്ണൻ. കവി എന്നു ഞങ്ങൾ വിളിക്കും. ബാലകൃഷ്ണനെ വിജേഷ് അവൾക്ക് പരിചയപ്പെടുത്തിയിട്ട് പറഞ്ഞു: എന്റെ പ്രിയ സുഹൃത്താണ്."

"ഹെലോ,   ഞാൻ   നാട്ടിൽവച്ചു   വിജേഷിനോടൊപ്പം കണ്ടിട്ടുണ്ടല്ലോ." ചെറു മന്ദഹാസത്തോടെ സുമലത തുടർന്നു :"നിങ്ങൾ ഒന്നിച്ചല്ലേ നാടകത്തിൽ അഭിനയിച്ചത്."

ഞങ്ങൾ ഇരുന്നിരുന്ന സോഫയോടു ചേർന്നു, കസേരവലിച്ചിട്ട് സുമലത ഇരുന്നു. കൊച്ചു വർത്തമാനം തുടരുന്നതിനിടെ വിജേഷ് ചോദിച്ചു: "ഇന്ന് സുമക്ക് അവധിയാണല്ലോ. വരൂ നമുക്ക് വെറുതെ ഒന്ന് പുറത്തുപോകാം."

"ശരി" സുമലത വരാമെന്നു സമ്മതമറിയിച്ചു.

അവർ മൂന്നുപേരും കൂടി ഹോസ്പിറ്റലിന് പുറത്തുള്ള ഒരു ഹോട്ടലിൽ കയറി. കൂൾഡ്രിങ്ക്സ് ഓർഡർ ചെയ്തു.

കാഴ്ചയിൽ ഇരുപത് ഇരുപത്തിരണ്ടു പ്രായം തോന്നിക്കുന്ന നല്ലൊരു പെൺകുട്ടി. ഗോതമ്പുനിറം. ഒതുക്കമുള്ള ശരീര ഘടന. ആദ്യ കാഴ്ചയിൽ തന്നെ ബാലാകൃഷ്ണൻ അവളെ അടിമുടി അളന്നു. സമൃദ്ധമായ ചുരുൾ മുടി. സൗന്ദര്യക്കുറവൊന്നുമില്ല, സുന്ദരിതന്നെ എന്ന് പറയാം.

"സുമലത   നന്നായി   പാടും,   അല്ലേ."   അത്   പറഞ്ഞിട്ട് ബാലകൃഷ്ണൻ   അവളെ   ഒന്നുനോക്കി.   അവരുടെ   കണ്ണുകൾ കൂട്ടിയുടക്കി.

"സുമ നന്നായി പാടും കവീ. നമ്മളഭിനയിച്ച നാടകത്തിന്റെ റിഹേഴ്സൽ, അതിനിടെ സുമയൊരു പാട്ടുപാടി. ഓർക്കുന്നുണ്ടോ?" വിജേഷ് ഓർമ്മിപ്പിച്ചു.

പിന്നെ, എങ്ങനെ മറക്കാനാണ് പീക്കേ.

മുൾകിരീടമെന്തെതിനു നല്കി

സ്വർഗ്ഗസ്ഥനായ പിതാവേ.... അങ്ങനെ തുടരുന്നു. ബാലകൃഷ്ണൻ രണ്ടുവരി പാടി.

അയ്യോ, എത്ര വർഷങ്ങളായി. ബാലകൃഷ്ണൻ ഇപ്പോഴും അതോർക്കുന്നുണ്ടല്ലോ എന്നു സുമ ആശ്ചര്യപ്പെട്ടപ്പോൾ ഈ പാട്ടും പാട്ടുകാരിയെയും മറക്കാൻ അസാധ്യമാണെന്നു ബാലകൃഷ്ണൻ ദ്വിതീയാർത്ഥത്തിൽ പറഞ്ഞു. അന്നേ ഈ പാട്ടുകാരിയെ മനസ്സിൽ കുടിയിരുത്തിയതാണെന്നറിയിച്ചപ്പോൾ അവളൊരു മന്ദസ്മിതം തൂവി. അവളുടെ ഹൃദയ തന്ത്രികളിലെവിടെയോ അവാച്യമായ ഒരു നിർവൃതി നിറഞ്ഞു. അതവളുടെ മുഖഭാവത്തിൽ നിറഞ്ഞു നിന്നു. അവളുടെ മൃദുകപോലം തുടുത്തു.

കൂൾഡ്രിങ്ക്സ് കഴിച്ചിട്ട് ഹോട്ടലിനു പുറത്തെത്തിയപ്പോൾ അടുത്താഴ്ച ഷണ്മുഖാനന്ദ ഹാളിൽ കഥാപ്രസംഗം ഉണ്ടെന്നോർമ്മിപ്പിച്ചു. സാംബശിവന്റെ ഒഥല്ലോ ആണ്. നൈറ്റ് ഡ്യൂട്ടി അല്ലെങ്കിൽ വരാമെന്നവൾ അർദ്ധ സമ്മതമറിയിച്ചു. വന്നാലും തനിച്ചായിരിക്കില്ലെന്നും കൂടെ റൂംമേറ്റ് രേണുകയുമുണ്ടായിരിക്കുമെന്നും പറഞ്ഞു.

മാട്ടുംഗയിലുള്ള മദ്രാസ് കഫേയിൽ കയറി അവർ ലഘുഭക്ഷണം കഴിച്ചു. പെൺകുട്ടികൾ മസാല ദോശ കഴിച്ചു. വിജേഷും ബാലകൃഷ്ണനും റവദോശയും. ഷണ്മുഖാനന്ദ ഹാളിലേയ്ക്കു നടക്കുന്നതിനിടെ കിംഗ്സ് സർക്കിളിലെ ഫോട്ടോ സ്റ്റുഡിയോ കണ്ടിട്ട് വിജേഷ് പറഞ്ഞു.

"നമുക്കെല്ലാവർക്കും കൂടി ഫോട്ടോ ന്യൂക്കിൽ കയറി ഓരോ ഫാമിലി ഫോട്ടോ എടുത്താലോ" വിജേഷ് തമാശ രൂപേണയാണു പറഞ്ഞത്.

"നല്ല തമാശ, നല്ല തമാശ" ബാലകൃഷ്ണൻ പറഞ്ഞു: "താൻ തിരക്ക് പിടിക്കാതെടോ, ഫാമിലിയൊക്കെ തരപ്പെടട്ടെ, പിന്നെ പോരെ ഫാമിലിഫോട്ടോ" ബാലകൃഷ്ണൻ ദ്വിതീയാർത്ഥത്തിൽ പറഞ്ഞപ്പോൾ എല്ലാവരും ചിരിച്ചു.

"സമയം വരട്ടെ മക്കളെ, എല്ലാത്തിനും അതിന്റെതായ സമയവും സന്ദർഭവും ഒത്തുവരട്ടെ" രേണുക ഇരുത്തംവന്ന ഒരു സ്ത്രീശബ്ദത്തിൽ തന്റെ ഉള്ളിലിരുപ്പ് വ്യക്തമാക്കി.

"വീണ്ടും തമാശ, തമാശ എന്നു ബാലകൃഷ്ണൻ പറയുന്നത് കേട്ടിട്ട്, കവി മുകേഷ് സ്റ്റൈലിലാണല്ലേ ഡൈലോഗ് പറയുന്നത് എന്നു സുമലത അഭിപ്രായപ്പെട്ടു.

"കപിയോ, പുള്ളിക്കാരനെ കണ്ടിട്ട് കുരങ്ങനെപ്പോലെ ഒന്നും തോന്നുന്നില്ലല്ലോ" രേണുക ഒന്ന് നിർത്തിയിട്ട് പറഞ്ഞു: എന്തിനാ നിങ്ങളെല്ലാവരും കൂടി പാവത്തിനെ കുരങ്ങൻ എന്നു വിളിക്കുന്നത്. കപി എന്നു പറഞ്ഞാൽ കുരങ്ങൻ എന്നല്ലേ? രേണുകയുടെ കപിക്കഥ കേട്ടിട്ട് നാലുപേരും ഒരുപോലെ ചിരിച്ചു.

"എടീ, കൊച്ചേ, കപി അല്ല ആളു കവിയാണ്. പുള്ളിക്കാരൻ മൊത്തത്തിൽ ഒരു കലാകാരനാണ്. കഥയെഴുത്ത്, കവിത, നാടകം എന്നു വേണ്ട ആളുമൊത്തത്തിൽ ഒരു കലാപ്രതിഭയാണെടീ പെണ്ണേ." സുമലത രേണുകയെ തിരുത്തി. ബാലകൃഷ്ണനെ പൊതു സമക്ഷത്തിലങ്ങു പുകഴ്ത്തിക്കെട്ടി.

കഥാപ്രസംഗം കേട്ടിട്ട് എല്ലാവരും ഹാളിനു പുറത്തുവന്നു .

അപ്സരസ്സാണെന്റെ ഡസ്റ്റ്മൻ, ഡസ്റ്റ്മൻ

സൽസ്വഭാവത്തിന്റെ ദേവതയാണ് അവൾ....

പാടുമാടും പൊതുസമ്മേളനങ്ങളിൽ .....

"ഓ, മതി മതി കവി ആരെ ഉദ്ദേശിച്ചാണ് പാടുന്നതെന്ന് അറിയാം. ഇപ്പോൾ അപ്സരസ്സുകൾ ഹോസ്പിറ്റലിലേക്കു പൊക്കോട്ടെ. പിന്നെ നമ്മൾക്ക് വേണ്ടപ്പെട്ടവരോട് ആലോചിച്ചിട്ട് നീട്ടിപ്പാടാം" വിജേഷ് പറഞ്ഞു.

പെൺകുട്ടികൾ രണ്ടും ടാക്സി പിടിച്ചു ഹോസ്പിറ്റലിലേക്ക് പോയി, പതിനൊന്നു മണിക്ക് മുൻപങ്ങെത്തിയില്ലെങ്കിൽ മേട്രൻ പിടികൂടും. പിന്നെ വിശദീകരണവും, കാരണം കാണിക്കൽ നോട്ടീസും ഒക്കെ എഴുതി കൊടുക്കണം. ഭയങ്കര നൂലാമാലകൾ ആണ് അതൊക്കെ.

വിജേഷും ബാലകൃഷ്ണനും ഹോട്ടലിൽ എത്തി.

നേഴ്സുമാരാണേലും നല്ല പാകതയും പക്വതയും ഉള്ള കുട്ടികൾ. ബാലകൃഷ്ണനും വിജേഷും കൂടി അവരെക്കുറിച്ചു സംസാരിച്ചു. സുമലത മാന്നാറുള്ള കൊച്ചമ്മയുടെ മകളാണെന്ന് വിജേഷ് സൂചിപ്പിച്ചു. കൊച്ചച്ഛൻ കെ.എസ്.ആർ.ടി.സി യിൽ കണ്ടക്ടറാണ്. അവൾക്കൊരു ആങ്ങള ഉണ്ട് 'വിനോദ്.' അവൻ ഗൾഫിൽ ഖത്തറിൽ

ആണ്. ഇലക്ട്രീഷ്യനായി ജോലി ചെയ്യുന്നു. രേണുകയാണെങ്കിൽ മാവേലിക്കരക്കാരിയാണ്. ആളൊരു കാന്താരിയാണ്. രണ്ടുപേരും ജനറൽ വാർഡിലാണ് ഇപ്പോൾ ഡ്യൂട്ടി ചെയ്യുന്നത്. റൂംമേറ്റ്സ് ആണ്.

സുമലതയെ കണ്ടുമുട്ടിയപ്പോൾ മുതൽ ബാലകൃഷ്ണന്റെ അന്തരാത്മാവിന്റെ ഏതോ കോണിൽ പറഞ്ഞറിയിക്കാൻ ആവാത്തതായ ഒരു അനുഭൂതി ഉടലെടുത്തു തുടങ്ങി.

സുമലതയ്ക്കും രേണുകയ്ക്കും അടുത്ത ദിവസം ഡേ ഡ്യൂട്ടിയാണ്. രാത്രിയിൽ ആശുപത്രിയിൽ ചെന്നെത്തിയതിനുശേഷം ബാലകൃഷ്ണനെക്കുറിച്ചായിരുന്നു സംസാരം.

കവിയെക്കുറിച്ച് സുമയുടെ അഭിപ്രായം എന്താണെന്നറിയാൻ രേണുകയ്ക്ക് തിടുക്കമായി. എനിക്ക് പ്രത്യേകിച്ച് ഒന്നും തോന്നിയിട്ടില്ലെന്നും രേണുകയ്ക്ക് തോന്നുന്നത് പോലയേ തനിക്ക് തോന്നിയിട്ടുള്ളെന്നും സുമ പറഞ്ഞൊഴിഞ്ഞു. രേണുക സുമലതയുടെ കവിളിലും കണ്ണുകളിലും ശ്രദ്ധിക്കുന്നുണ്ടായിരുന്നു. അരുണിമ നിറം ചാർത്തിയ കപോലവും തുടിതുടിക്കുന്ന നയനങ്ങളും രേണുകയ്ക്ക് കാണാമായിരുന്നു.

നാളെ ഡേ ഡ്യൂട്ടി ഉള്ളതാണ്, രാത്രി ഏറെയായി എന്നുപറഞ്ഞുകൊണ്ട് സുമലത ബെഡിലേക്ക് മറിഞ്ഞു.

കിടക്കാൻ തുടങ്ങുന്നതിനിടെ കഥാപ്രസംഗത്തിലെ ഈരടികൾ രേണുകയുടെ ചുണ്ടിലുതിർന്നു.

അപ്സരസ്സാണെന്റെ ഡസ്റ്റമൺ, ഡസ്റ്റമൺ.....

"നീ ഒന്ന് പോടീ" എന്ന് പറഞ്ഞുകൊണ്ട്, ഉറക്കം നടിച്ച് കൊണ്ട് സുമ തന്റെ ബെഡിലേക്ക് കമിഴ്ന്നു കിടന്നു. അവളുടെ തുടുത്ത മാറിടം പരുപരുത്ത മെത്തയിൽ ചുളിവുകൾ വരച്ചു.

രണ്ടുമാസം കഴിഞ്ഞു. കാലാവസ്ഥാ വ്യതിയാനം ഉണ്ടായി. അതികഠിനമായ ചൂടു തുടങ്ങി. തണുപ്പ് മാറി പെട്ടെന്ന് തന്നെ ശക്തമായ ചൂടു തുടങ്ങിയതോടെ ചിക്കൻപോക്സും മഞ്ഞപ്പിത്തവും പിടിപെട്ടു തുടങ്ങി. അസഹനീയമായ ഉഷ്ണവും ഹ്യൂമിഡിറ്റിയും വർദ്ധിച്ചു.

ബാലകൃഷ്ണന് ജോണ്ടിസ് ബാധിച്ചോ എന്നൊരു സംശയം തോന്നി. വിശപ്പ് തീരെയില്ല, കലശലായ നെഞ്ചെരിച്ചിൽ. അടിവയറ്റിൽ നേരിയ തോതിൽ വേദനയും അനുഭവപ്പെട്ടു തുടങ്ങി.

വിജേഷ് ഹോസ്പിറ്റലിൽ വിളിച്ചു, സുമലതയെ വിവരമറിയിച്ചു. മറ്റെവിടെയും ടെസ്റ്റ് ചെയ്യാനായി പോകേണ്ടതില്ല. രോഗിയെ ഇവിടെ എത്തിക്കുക, പണച്ചെലവില്ലാതെ ഇവിടെ ചികിത്സയ്ക്കാമെന്നും ഞാനിവിടെ ഉള്ള സ്ഥിതിക്ക്, എന്റെ ശ്രദ്ധയും സേവനവും രോഗിക്ക് ഉണ്ടാകുമെന്നും സുമ അറിയിച്ചു.

വിജേഷും രോഗിയായ ബാലകൃഷ്ണനും കൂടി KEMH-ൽ പോയി.

ടെസ്റ്റുകളൊക്കെ ചെയ്തു, റിപ്പോർട്ട് പോസിറ്റീവ് ആണ്. രോഗം സ്ഥിരീകരിച്ചു. ജനറൽ വാർഡിൽ രോഗിയെ പ്രവേശിപ്പിച്ചു.

മൂന്ന് നാല് ഡോക്ടർമാർ ആദ്യമെത്തി, നെഞ്ചിലും വയറ്റിലുമൊക്കെ ഞെക്കിയും കുത്തിയും നോക്കി. രോഗിയുടെ ശാരീരിക ബുദ്ധിമുട്ടുകളെക്കുറിച്ച് ചോദിച്ചറിഞ്ഞു. പ്രിസ്ക്രിപ്ഷൻ ഷീറ്റിൽ എന്തൊക്കെയോ കുത്തിക്കുറിച്ചു. നേഴ്സ് സുമലതയും ഡോക്ടർക്കൊപ്പം ഉണ്ടായിരുന്നു.

രോഗനിർണയത്തിനുശേഷം വൈകിട്ടോടെ ചികിത്സ തുടങ്ങി. മൂന്നുനാലിനം ഗുളികകൾ കഴിക്കാൻ തന്നു. അതിനുശേഷം ആശുപത്രിയിൽ നിന്നുള്ള ആഹാരവും തന്നു. ഡാലും ഒരു പിടി ചോറും, എരിവും പുളിയും ഉപ്പും ഇല്ലാത്ത കണ്ണീരിനോട് ഉപമിക്കാവുന്ന ഒരു കറിയും. അതിനവർ സാമ്പാർ എന്നാണ് പോലും പേര് പറയുന്നത്. മുങ്ങി തപ്പിയാൽ പോലും സാമ്പാറിന്റെ ഒരു കഷണം പോലും ആ വെള്ളത്തിൽ കണ്ടെത്താനാവുകയില്ല.

സുമലത ജനറൽ വാർഡിൽ ആയതിനാൽ അവളുടെ പ്രത്യേക പരിചരണം ഉണ്ടായിരുന്നു. ആശുപത്രി ആഹാരം രുചികരമല്ലെന്നു തോന്നിയതിനാൽ വീട്ടിൽ പാകം ചെയ്യുന്ന സ്വാദിഷ്ടമായ ആഹാരം ഇടയ്ക്കൊക്കെ കൊണ്ടുവന്നു തരുമായിരുന്നു. രേണുകയും ഇടയ്ക്കൊക്കെ പേഷ്യന്റിനെ വന്നുകണ്ടു രോഗവിവരങ്ങൾ അന്വേഷിച്ചിരുന്നു.

ഇടവേളകളിലും വീക്കിലി ഓഫ് ദിവസങ്ങളിലും സുമലത ബാലകൃഷ്ണന്റെ ബെഡിനരികിൽ വന്നിരിക്കുമായിരുന്നു. അവളൊരു സംസാരപ്രിയയാണ്. പല വിഷയങ്ങളെക്കുറിച്ചും വാഗ്ചാതുരിയോടെ പറഞ്ഞു ഫ്ലിപ്പിക്കും. അവളുടെ വാചാലതയെ ബാലകൃഷ്ണൻ ഇഷ്ടപ്പെട്ടിരുന്നു. അവളുടെ സംസാരം കേൾക്കുവാനുള്ള കൗതുകത്തോടെ, വിഷയാവതരണപാടവത്തെ അയാൾ പുകഴ്ത്തി

പറയും. ബാലകൃഷ്ണനു വായിക്കുവാനായി സുമ മാസികകളും ന്യൂസ് പേപ്പറും കൊണ്ട് തന്നിരുന്നു.

ബാലകൃഷ്ണന്റെ മനസ്സിന്റെ അനുരാഗമൃദുലതലങ്ങളിൽ അവളോടയാൾക്ക് ഇഷ്ടം തോന്നിത്തുടങ്ങി.

"എനിക്കിന്നൊരു വിസിറ്റർ ഉണ്ടായിരുന്നു." അടുത്തദിവസം രോഗിയുടെ ബെഡിനരികിൽ എത്തിയപ്പോൾ മുഖവുര ഒന്നും കൂടാതെ സുമ പറഞ്ഞു. അവളുടെ തുടുത്ത ചുണ്ടുകളിൽ ഒരു മന്ദസ്മിതം വിരിഞ്ഞു നിൽക്കുന്നത് ബാലകൃഷ്ണൻ ശ്രദ്ധിച്ചു.

"ആരാണാവോ, ആ കോമളൻ" ബാലകൃഷ്ണൻ ചോദിച്ചു.

"താങ്കളെപ്പോലെ ഒരു എക്സ്പോർട്ട് സ്ഥാപനത്തിൽ ജോലി ചെയ്യുന്ന ആളാ. എന്റെ നാട്ടുകാരനാണ്." സുമ പറഞ്ഞു നിർത്തിയപ്പോൾ, നിർവികാരനായി ബാലകൃഷ്ണൻ പറഞ്ഞു: 'ഭാഗ്യവാൻ; ഇങ്ങനെയൊരു അപ്സരസ്സിന്റെ നാട്ടിൽ പിറന്നവൻ.'

ഈ സുന്ദരിപ്പെണ്ണിനെക്കുറിച്ചു സ്വപ്നം കാണുന്നവർപോലും ഭാഗ്യവാന്മാർ ആയിരിക്കും. ബാലകൃഷ്ണൻ മനസ്സിൽ ഓർത്തിട്ട് നിശബ്ദത പാലിച്ചിരുന്നു.

"എന്താണാവോ ഒരു നിശബ്ദമൗനം" സുമ ആരാഞ്ഞു.

"കൊള്ളാം, നല്ല പ്രാസനിബന്ധമായ പദപ്രയോഗം." ബാലകൃഷ്ണൻ ഒരു നിമിഷം നിർത്തിയിട്ട് പറഞ്ഞു. "നന്നായി സംസാരിക്കും, ശുദ്ധമലയാള പദപ്രയോഗം. സ്വരമാധുരിമയിൽ പാടും, കേൾക്കാൻ ഇമ്പമുള്ള ശബ്ദസൗകുമാര്യം. എന്നാൽ പിന്നെ പാട്ടും കവിതകളും എഴുതിക്കൂടെ!! സിനിമയിൽ ഒക്കെ അവസരം കിട്ടും. ശ്രമിച്ചു കൂടെ."

"ഓ, ഞാൻ വെറുംവാക്ക് പുലമ്പുന്നത് താങ്കളുടെ കവിഹൃദയത്തിൽ ഭാവന വിരിയിക്കുന്നു. അത്രമാത്രം."

"കണ്ടോ, കണ്ടോ, വീണ്ടും കാവ്യാത്മകമായ വാക്കുകൾ, വരികൾ." അവളെ പ്രലോഭിപ്പിക്കുവാൻ വേണ്ടി ബാലകൃഷ്ണൻ പറഞ്ഞു.

ഈ കവിയുടെ ഒരു കാര്യം. ഇനി ഞാൻ മിണ്ടുന്നില്ല, വായ തുറന്നാൽ പറയും കാവ്യാത്മകം, കവിഭാവന, ശുദ്ധ മലയാള പ്രയോഗം എന്നൊക്കെ.

രണ്ടുപേരും വെറുതെ ഒന്നു ചിരിച്ചു.

ഈ യൂണിഫോമിൽ സുമയെ കാണാൻ നല്ല അഴകാണ്. വെള്ളേളം വെള്ളേളം. ഒരു വെള്ളരിപ്രാവിന്റെ നൈർമല്യം എന്നൊക്കെ പറയാറില്ലേ അതുപോലെ.

ഡ്യൂട്ടി ഉണ്ടെന്നു പറഞ്ഞുകൊണ്ട് സുമലത നടന്നകന്നു. അവൾ നടന്നകലുന്നതും നോക്കി ബാലകൃഷ്ണൻ അൽപ്പനേരം ഇരുന്നു, പിന്നെ ബെഡിലേക്ക് തലചാരിയിരുന്നു.

എട്ടു ദിവസത്തെ ചികിത്സയ്ക്കുശേഷം ബാലകൃഷ്ണന്റെ രോഗം മാറി, അയാൾക്ക് ഡിസ്ചാർജ് കിട്ടി.

ബാലകൃഷ്ണനെ യാത്രയാക്കുവാനായി സുമലതയും ഒപ്പം രേണുകയുമെത്തി. "എല്ലാവിധമായ ആതിഥേയത്തിനും ഒത്തിരി ഒത്തിരി നന്ദി. അതുപോലെ വെള്ളരിപ്രാവുകളുടെ ആത്മാർത്ഥമായ ആതുര സേവനത്തിനും ഹൃദയം നിറഞ്ഞ നന്ദി രേഖപ്പെടുത്തുന്നു."

"പേഷ്യന്റിനെ കൂട്ടിക്കൊണ്ടു പോകാനായിട്ടാണ് ഞാൻ എത്തിയത്." വിജേഷ് തുടർന്നു. "രോഗിയെ കൊണ്ടുപോകുവാൻ നിങ്ങളുടെ അനുവാദവും സമ്മതവും ചോദിക്കുന്നു."

"ഇപ്പോൾ ആള് രോഗി അല്ല." സുമ പറഞ്ഞു: പരിപൂർണ്ണ ആരോഗ്യവാനും യോഗ്യനും ആയിരിക്കുന്നു. ആഹാരം ശ്രദ്ധിക്കണം. സമയാസമയം കഴിക്കുക.

"എന്നുപറഞ്ഞാൽ കവിയുടെ യോഗം തെളിഞ്ഞെന്ന്, തലവര മാറിയെന്നർത്ഥം അല്ലേ" വിജേഷ് അർദ്ധോക്തിയിൽ നിർത്തി.

"നീ പോടാ" സുമ വിജേഷിനെ നോക്കി ചെറു ചിരിയോടെ ഒഴിഞ്ഞുമാറാൻ ശ്രമിച്ചു.

"ഞാൻ കുഞ്ഞമ്മയ്ക്ക് കത്തെഴുതാം. സമ്മതമാണല്ലോ?" പീക്കെ പറഞ്ഞതു കേട്ടഭാവം നടിക്കാതെ ബാലകൃഷ്ണനെ നോക്കി സുമ മന്ദസ്മിതം തൂകി. അവരുടെ കാതരമിഴികൾ വീണ്ടും കൂടിയുരുമ്മി.

സുമയോടും രേണുകയോടും യാത്ര പറഞ്ഞവർ യാത്രയ്ക്കൊരുങ്ങി. വല്ലപ്പോഴെങ്കിലും ഈയുള്ളവരെ ഓർക്കണേ എന്നുപറഞ്ഞു രേണുകയും സുമയും ഹോസ്പിറ്റലിലേക്ക് നടന്നു തുടങ്ങി.

"ഓർക്കാതിരിക്കാൻ സാധിക്കുമെന്നു തോന്നുന്നില്ല" ബാലകൃഷ്ണൻ വിളിച്ചുപറഞ്ഞു.

"വരണം" സുമ അതു പറഞ്ഞിട്ട് രേണുകയുടെ കയ്യിൽ കടന്നുപിടിച്ചുകൊണ്ട് നടന്നകന്നു.

വിജേഷും ബാലകൃഷ്ണനും വർളിയിലുള്ള കാന്റീനിലേക്ക് പുറപ്പെട്ടു. ഉടനൊന്നും ഭാണ്ഡൂപ്പിലേക്കു പോകേണ്ടെന്നും ഓഫീസിൽനിന്നും കുറച്ചു ദിവസത്തെ ലീവ് കൂടി എടുക്കുവാൻ വേണ്ടി ബാലകൃഷ്ണനെ പീകെ നിർബന്ധിച്ചു.

19

ബാലകൃഷ്ണൻ മാടക്കടയിലിരുന്നു തകൃതിയിൽ ബീഡിതെറുത്തുകൊണ്ടിരിക്കുന്നു. സുരേഷ് അദ്ദേഹത്തെ ശ്രദ്ധിക്കുന്നുണ്ട്, ശരീരം മാത്രമേ കടയിലുള്ളൂ മനസ്സ് എവിടെയൊക്കെയോ അലഞ്ഞുതിരിഞ്ഞു സഞ്ചരിച്ചുകൊണ്ടിരിക്കുകയാണ്. മുഖഭാവം കണ്ടാൽ വ്യക്തമാണ്.

ബാലനച്ഛൻ വ്യത്യസ്ത വികാരവിചാരങ്ങളിലൂടെ യാത്ര ചെയ്തുകൊണ്ടിരിക്കുന്നു. ചില സന്ദർഭത്തിൽ ദുഃഖം കടിച്ചമർത്തുന്നത് കാണാം. അതിനിടെ ഊറിച്ചിരിക്കുന്നത് കാണാൻ കഴിയും. നല്ലൊരു അഭിനേതാവിന്റെ ഭാവപ്പകർച്ച. അല്ലേലും പുള്ളി ഒരു നാടക നടനും കൂടി ആണല്ലോ!

"ബാലനച്ഛരാ" സുരേഷ് ഒന്നു വിളിച്ചു.

"ഉം" വെറുതെ ഒന്ന് മൂളിയെങ്കിലും ബീഡിയിലയിൽ പുകയില വാരിയിട്ടു തെറുത്തു നൂൽ പിടിച്ച് കെട്ടിക്കൊണ്ടിരിക്കുന്നു. ബീഡി തെറുപ്പിലുള്ള കൈ വിരുതിൽ പിഴവു പറ്ററില്ല.

"മണി ഒന്നായി" സുരേഷ് കുറച്ചുകൂടി ഉച്ചത്തിൽ പറഞ്ഞു.

ബാലകൃഷ്ണൻ വാച്ചിൽ നോക്കി. ഞെട്ടിത്തരിച്ചുപോയി.

"ശ്ശോ, സുരേഷേ നേരം പോയി" ബാലകൃഷ്ണൻ പറഞ്ഞു കട അടയ്ക്ക്.

കട അടച്ചിട്ടു വീട്ടിലേക്ക് നടക്കുന്നതിനിടെ ബാലകൃഷ്ണൻ സ്വതസിദ്ധമായി പറഞ്ഞു. ഇന്നും അവൾ ഇടയും, ഉറപ്പായി ഇങ്ങനെ പോയാൽ സുലു വല്ലാതെ ഇടയും.

ഞാനിന്ന് ഒത്തിരി ചെറുപ്പമായെടാ. എന്റെ സുഹൃത്ത് വിജേഷിനോടൊപ്പം ഒരുപാട് ചെറുപ്പകാലത്തിലേക്ക് കടന്നുപോയി.

അതൊക്കെ പിന്നെ പറയാം എന്നു പറഞ്ഞിട്ട് പിന്നെയും വിചാരിച്ചു. ഇന്ന് സുലു കുട്ടിയുടെ വായിലിരിക്കുന്നത് പലതും കേൾക്കേണ്ടിവരും, ഊണ് കഴിക്കാതെ നമ്മളെ കാത്തിരുന്നു മുഷിഞ്ഞു കാണും. ബാലകൃഷ്ണൻ ധൃതിയിൽ നടന്നു, സുരേഷും.

കോളിംഗ് ബെൽ അമർത്തിയിട്ട് ബാലകൃഷ്ണൻ, മിണ്ടാതെ ഒതുങ്ങി നിന്നു. അകത്ത് വളരെ പതുങ്ങിയ കാലൊച്ച. മന്ദം മന്ദം നടന്നെത്തി വാതിൽ തുറന്നു വെച്ചു. ഒരക്ഷരം ഉരിയാടാതെ അടുക്കള ഭാഗത്തേക്ക് നടന്നു പോയി, ബാലകൃഷ്ണൻ പിന്നാലെ ചെന്നെങ്കിലും സുലുക്കുട്ടിയുടെ നിശബ്ദത തഥൈവ. പാത്രങ്ങളിൽ എടുത്തുവെച്ചിരുന്ന കറികൾ ഓരോന്നായി എടുത്തുകൊണ്ടുവന്ന് ഡൈനിങ് ടേബിളിൽ വെച്ചു. ബാലകൃഷ്ണനും സഹായിക്കുന്നുണ്ടെങ്കിലും സുലോചന അതൊന്നും ശ്രദ്ധിക്കുന്നുണ്ടായിരുന്നില്ല. മുഖത്ത് ഗൗരവഭാവം വല്ലാത്ത നിസ്സംഗത! മുമ്പെങ്ങും കണ്ടിട്ടില്ലാത്ത പോലെ വീർത്തുകെട്ടിയ കവിളിണകൾ. പ്രസരിപ്പില്ലാത്ത മിഴിയിണകൾ!

എന്താണ് തന്റെ സുലുക്കുട്ടിക്ക് സംഭവിച്ചിരിക്കുന്നത്. ഇതിനുമുമ്പ് ഒരിക്കലും ഇങ്ങനെ ഒരു മനംമാറ്റം അവളിൽ ഉണ്ടായിട്ടില്ല. ബാലകൃഷ്ണൻ വല്ലാത്തൊരു മാനസികാവസ്ഥയിൽ പെട്ടിരിക്കുന്നതുപോലെ അദ്ദേഹത്തിന്റെ മുഖഭാവത്തിൽ നിഴലിച്ചുനിന്നു.

സുലോചനയ്ക്ക് സ്വന്തം ഭർത്താവിനെക്കുറിച്ച് അകാരണമായ ചില സംശയങ്ങളൊക്കെ തോന്നിത്തുടങ്ങിയിരിക്കുന്നു.

പണ്ട് ബാലകൃഷ്ണൻ ഏതോ നേഴ്സിന്റെ പിന്നാലെ നടന്നിരുന്നു എന്ന കഥകൾ പൊടിപ്പും തൊങ്ങലും വെച്ച് അവളുടെ കൂട്ടുകാരികളിൽ ആരോ അപവാദങ്ങൾ പറഞ്ഞിരിക്കുന്നുപോലും.

ചെറുപ്പകാലത്തൊന്നും സുലോചനയിൽ ഇങ്ങനെയുള്ള ചിന്തകളോ സംശയങ്ങളോ ഉണ്ടായിട്ടില്ല. ഇപ്പോൾ ഈ വയസ്സുകാലത്ത് ഭർത്താവിന്റെ നീക്കങ്ങൾ ശരിയായ ദിശയിൽ അല്ലെന്ന് അവൾ വെറുതെ സംശയിച്ചുതുടങ്ങിയിരിക്കുന്നു.

ആവശ്യമില്ലാത്ത ചില തെറ്റായ ചിന്തകൾ സുലോചനയുടെ മനസ്സിൽ കരിനിഴൽ വീഴ്ത്തിത്തുടങ്ങി. അത് അവളിൽ സംശയ രോഗത്തിന്റെ നാമ്പുകൾ മുളക്കാൻ ഇടയാക്കിയിരിക്കുന്നു. അത്

ശക്തിപ്രാപിച്ചാൽ ഇപ്പോഴുള്ള കുടുംബഭദ്രത താറുമാറാകും. ഭാര്യാ ഭർത്താക്കന്മാർക്കിടയിൽ ഉള്ള പരസ്പര വിശ്വാസ്യത നഷ്ടപ്പെട്ട് തുടങ്ങിയാൽ, സ്വച്ഛന്ദമായ കുടുംബജീവിതം അലങ്കോലപ്പെടും.

"സുലിക്കുട്ടി എന്താടോ മിണ്ടാതിരിക്കുന്നത്. ആവശ്യമില്ലാത്ത ചിന്തകൾ ഒക്കെ എന്തിനാണാവോ തലയിൽ കയറ്റിവെച്ചു ചുമക്കുന്നത്." മൗനിയായി ഇരിക്കുന്ന ഭാര്യയെ കണ്ടപ്പോൾ ബാലകൃഷ്ണൻ ചോദിച്ചു.

ഒന്നുമില്ലെന്ന് ഒഴുക്കൻ മട്ടിൽ ഒരു മറുപടി പറഞ്ഞവൾ ഒഴിഞ്ഞുമാറി. ഒന്നും തെളിച്ചു പറയുവാൻ സുലോചന തയ്യാറായില്ല.

സുലോചനയുടെ മനസ്സ് വല്ലാതെ കലുഷിതമായിരിക്കുന്നതായി ബാലകൃഷ്ണന് തോന്നി. സമാധാനവും സന്തോഷവും നിറഞ്ഞ അവരുടെ കുടുംബം തകർക്കാൻവേണ്ടി ആരുടെയോ കറുത്ത കരങ്ങൾ കരുക്കൾ നീക്കിത്തുടങ്ങിരിക്കുന്നതായി ബാലകൃഷ്ണൻ ബലമായി സംശയിക്കുന്നു.

തന്റെ പ്രിയ സുഹൃത്ത് ഹരിദാസിന്റെ കുടുംബജീവിതം താറുമാറാകാൻ ഉണ്ടായ കാരണങ്ങൾ ബാലകൃഷ്ണൻ ഓർക്കുകയായിരുന്നു. ഭാര്യയുടെ തെറ്റിദ്ധാരണകൾ ആണ് അവന്റെയും കുടുംബത്തകർച്ചക്ക് വഴിമരുന്നു വെച്ചത്. നിസ്സാരമായ കാര്യങ്ങളെ ഊതിപ്പെരുപ്പിച്ചു പുരുഷനെ തേജോവധം ചെയ്യുന്നതിൽ സ്ത്രീകൾ സ്വയം ആത്മസംതൃപ്തിയടയുന്നു?! എന്താണിങ്ങനെ?

ഹരിദാസ് എയർ ഇന്ത്യയിൽ ഉദ്യോഗസ്ഥനാണ്. മുംബൈയിൽ കലീനയിൽ താമസിക്കുവാൻ കോട്ടേഴ്സുമുണ്ട്. ആളു വിവാഹിതനാണ് മൂന്ന് കുട്ടികളുടെ പിതാവ്. മൂത്തവൻ ഹരികൃഷ്ണൻ, രണ്ടാം പ്രസവത്തിൽ ഇരട്ട പെൺമക്കൾ. ഉഷയും റാണിയും, ഉഷാറാണിമാർ എന്നാണവരെ വിളിക്കുന്നത്. ഭാര്യ ലളിത നാട്ടിൽ ഇലക്ട്രിസിറ്റിയിൽ ഉദ്യോഗസ്ഥ, കുട്ടികളും പഠിക്കുന്നത് നാട്ടിലാണ്.

സ്കൂൾ വെക്കേഷൻ അവധികളിൽ ലളിതയും കുട്ടികളും മുംബൈയിൽ ഭർത്താവിന്റെ അടുത്തെത്താറുണ്ട്. അതുപോലെതന്നെ ഹരിയും ഇടയ്ക്കൊക്കെ ലീവിൽ നാട്ടിൽ പോകും. സന്തോഷപ്രദമായ അവരുടെ കുടുംബനൗക സ്വച്ഛന്ദം ഒഴുകിക്കൊണ്ടിരുന്നു.

ഹരിദാസിന്റെ ഔദ്യോഗിക ജീവിതം നേവിയിലാണ് തുടങ്ങിയത്. എപ്പോഴും കപ്പൽ യാത്ര. ഒരു തീരത്തു നിന്ന് മറ്റൊരു തീരം അണയാനുള്ള സമുദ്രയാത്ര. സ്ഥിരമായി ഒരിടത്തും തങ്ങാൻ ആവാതെയുള്ള നീണ്ട സഞ്ചാരം. അതുകൊണ്ടുതന്നെയാണ് ഭാര്യയെയും മക്കളെയും സ്ഥിരമായി സ്വദേശത്ത് താമസിപ്പിക്കേണ്ടി വന്നത്.

നാവികസേനയിലെ സർവീസ് കഴിഞ്ഞാണ് ഹരിദാസ് എയർ ഇന്ത്യയിൽ ചേർന്നത്. സെക്യൂരിറ്റി ഓഫീസർ ആയിട്ടായിരുന്നു നിയമനം. സുരക്ഷാ ചുമതലയുള്ള ജോലി. ഓഫീസ് സുരക്ഷ കൂടാതെ സബോധിനെറ്റീവ്സിന്റെ കാര്യങ്ങളും ശ്രദ്ധിക്കണം. കസ്റ്റംസ് വിഭാഗങ്ങളെ കേന്ദ്രീകരിച്ചുള്ള കള്ളക്കടത്തും തിരിമറികളും ശ്രദ്ധയോടുകൂടി കൈകാര്യം ചെയ്യേണ്ട ചുമതലയും സെക്യൂരിറ്റി ഓഫീസറുടെ പരിധിയിൽ നിക്ഷിപ്തമായിരിക്കും.

ഒരിക്കൽ മയക്കുമരുന്ന് കള്ളക്കടത്ത് നിയമവിരുദ്ധമായി നടന്നിരുന്നു. കീഴ് ഉദ്യോഗസ്ഥനായ ക്ലീറ്റസും അതിനു കൂട്ടുനിന്നു. ഹരിദാസ് അയാളെ തൊണ്ടിസഹിതം പിടികൂടി. സീനിയർ ഓഫീസറുടെ മുൻപാകെ അയാളെ ഹാജരാക്കി. ഇനി ഇത് ആവർത്തിക്കാൻ പാടില്ലെന്നുള്ള താക്കീതോടെ അന്ന് ക്ലീറ്റസിനെ വെറുതെ വിട്ടു.

തന്നെ പിടികൂടിയതിനുള്ള പക ക്ലീറ്റസിന്റെ ഉള്ളിൽ കത്തിജ്വലിച്ചു. അയാൾ കൂട്ടുകാരൻ ചെറിയാനും ചേർന്ന് ഹരിക്കെതിരെ കരുക്കൾ നീക്കി. ഒളിഞ്ഞും തെളിഞ്ഞും ഹരിയെ അവർ ഭീഷണിപ്പെടുത്തിക്കൊണ്ടിരുന്നു. കള്ളക്കടത്തുകാരോടൊപ്പം ചേർന്ന് ക്ലീറ്റസും ചെറിയാനും തെറ്റുകൾ ആവർത്തിച്ചു. പ്രതികരിക്കാൻ സാധിക്കാത്ത വിധം ഹരിദാസിനെ അവർ ഒതുക്കി. കുറേപ്പേരുടെ കള്ളപ്പേരുകൾ ശേഖരിച്ച് തങ്ങൾ നിരപരാധികൾ ആണെന്നും കാണിച്ച് ഹരിക്കെതിരെ അവർ ഓഫീസിൽ പരാതി സമർപ്പിച്ചു. ചെയ്യാത്ത കുറ്റത്തിനാണ് ഹരിദാസ് ഞങ്ങൾക്ക് എതിരെ കുറ്റം ആരോപിക്കുന്നതെന്ന് അവർ സമർത്ഥിച്ചു.

മേലുദ്യോഗസ്ഥനും തെറ്റുകൾ ചെയ്യുന്നവരെ നല്ലപിള്ളകളായി വാഴ്ത്തി. അദ്ദേഹവും കുറ്റവും തെറ്റുകളും ചെയ്യുന്നവരോടൊപ്പം കൂടി. അഴിമതിയുടെ പക്ക് അയാളും

കൈപ്പറ്റിക്കൊണ്ടിരിക്കുകയായിരുന്നു.

സത്യസന്ധമായി സേവനം ചെയ്ത ഹരിദാസിനെ അഭിനന്ദിക്കുന്നതിനു പകരം അയാളെ ഡിപ്രൊമോട്ട് ചെയ്യുകയുണ്ടായത്. മേലുദ്യോഗസ്ഥന്റെ ഈ സമീപനത്തിൽ ഹരി അപമാനിതനായി. ആത്മാർത്ഥതക്കും സത്യസന്ധതയ്ക്കും കിട്ടിയ തിരിച്ചടി ഹരിയെ മാനസികമായി വല്ലാതെ തളർത്തിക്കളഞ്ഞു. കൂനിൻമേൽ കുരു എന്നപോലെ ഹരിദാസിന് പ്രഹരങ്ങളുടെ പരമ്പരകളുടെ തുടർക്കഥകൾ തുടർന്നുകൊണ്ടിരുന്നു.

സ്വജനപക്ഷപാതവും അഴിമതിയും സർക്കാർ ഓഫീസുകളിൽ തുടർക്കഥയായി തുടരുന്നു. അതിനെതിരെ ശബ്ദിക്കാനോ പ്രതികരിക്കാനോ മുതിരുന്ന സഹപ്രവർത്തകരെ അഴിമതി വീരന്മാർ പലവിധത്തിൽ പീഡിപ്പിക്കുകയും ഭീഷണിപ്പെടുത്തുകയും ചെയ്യുന്നു. അവരെ നിശബ്ദരാക്കി ഒതുക്കുന്നു, വേണ്ടിവന്നാൽ വഴി തടഞ്ഞ് വക വരുത്താനും അക്കൂട്ടർ മടിക്കുന്നില്ല !

വാർഷിക അവധിക്ക് നാട്ടിൽ നിന്നും ഭാര്യയും മക്കളും മുംബെയിൽ വരാറുണ്ട്. വളരെ സന്തോഷപ്രദമായ നാളായിരിക്കും അവരോടൊപ്പം ഉള്ള ദിവസങ്ങൾ. ഭാര്യയും മക്കളുമായി മുംബൈക്കാഴ്ചകൾ കാണാൻ പോകും.

കൊളാബയിൽ ഗേറ്റ് വേ ഓഫ് ഇന്ത്യയിൽ പോകും. വിദേശികൾ മുംബെയിലെത്തിയത് ആദ്യകാലം ഇതുവഴി ആണെന്നാണ് പറയുന്നത്. അതുകൊണ്ടാണ് ഇന്ത്യയിലേക്കുള്ള വഴി എന്ന അർത്ഥത്തിൽ ഗേറ്റ് വേ ഓഫ് ഇന്ത്യ എന്ന പേര് വന്നത്പോലും. വിശാലമായ ആഴമേറിയ ആഴിയും അകലെ നങ്കൂരമിട്ടിരിക്കുന്ന അനവധി കപ്പലുകളും കാണാം. അടുത്തു തന്നെയാണ് ഡോക്യാർഡ് തുറമുഖവും ബെല്ലാർഡ്പിയറും. ഗേറ്റ് വേ ഓഫ് ഇന്ത്യൽ നിന്നും എൻജിൻബോട്ടുമാർഗ്ഗം എലിഫന്റാ കേവിൽ പോകാം. വൻ വൃക്ഷങ്ങളും ചെറുതും വലുതുമായ ഗുഹകളും ആണ് ഇവിടെ ഉള്ളത്.

ബ്രിട്ടീഷുകാരോടും ഇന്ത്യയിൽ ആധിപത്യം സ്ഥാപിക്കാൻ വന്ന പേർഷ്യൻ രാജാക്കന്മാരോടും പടപൊരുതിയ വീര ധീര പടയാളി ആയിരുന്നു മഹാരാഷ്ട്രയുടെയും ഇന്ത്യയുടെ മൊത്തത്തിലും അഭിമാനമായ ഛത്രപതി ശിവാജി മഹാരാജ്. ആ ധീര യോദ്ധാവിന്റെ ഒളിതാവളങ്ങളിൽ ഒന്നാണ് എലിഫന്റാ കേവ്.

ഗേറ്റ് വേക്കടുത്തായി താജ് ഇന്റർനാഷണൽ ഹോട്ടൽ സ്ഥിതിചെയ്യുന്നു. ഈ ഹോട്ടൽ ശൃംഖലക്കുപിന്നിൽ ഒരു കഥയുണ്ട്, 1869-ൽ ജാംഷഡ്ജി നുസ്സർ വൻജി ടാറ്റാ ആയിരുന്നു ടാറ്റ പ്രൈവറ്റ് കമ്പനിയുടെ സ്ഥാപകൻ. ആ മഹത് വ്യക്തി ഒരിക്കൽ അമേരിക്ക സന്ദർശിക്കുകയും ഉണ്ടായി. അവിടെയുള്ള ഒരു വെള്ളക്കാരൻ സായിപ്പിന്റെ ഹോട്ടലിൽ അദ്ദേഹത്തിന് പ്രവേശനം നിഷേധിച്ചു. ആ ഹോട്ടലിന്റെ പ്രവേശന കവാടത്തിൽ "ഇന്ത്യൻ ബ്ലാക്ക് ഡോഗ്സ് ആർ നോട്ട് അലൗഡ്" എന്ന ബോർഡും തൂക്കിയിട്ടു. അദ്ദേഹം നിരാശനായില്ല. പകരം മനസ്സിൽ കുറിച്ചിട്ടു. ഇന്ത്യയിലുടനീളം അന്തർദേശീയ നിലവാരത്തിലുള്ള ഹോട്ടലുകൾ പണിതുയർത്തുക! അദ്ദേഹം അത് സാധ്യമാക്കി. ഇന്ന് ഇന്ത്യയുടെ നാനാഭാഗത്തും താജ് ഹോട്ടൽശൃംഖലകൾ തലയുയർത്തി നിൽക്കുന്നു. ആദ്യകാലത്ത് പണിതുയർത്തിയ ഹോട്ടൽ കാവാടത്തിനു മുമ്പിൽ "ആൾ വൈറ്റ് ഫെല്ലോസ് ആർ അലൗഡ്" എന്ന അർത്ഥപൂർണ്ണമായ ബോർഡ് എഴുതി.

ഗേറ്റ് വേ ഓഫ് ഇന്ത്യയുടെ അടുത്തു തന്നെയാണ് കൊളാബ ഫിഷിംഗ് ഹാർബറും സ്ഥിതിചെയ്യുന്നത്. കൊളാബയിൽനിന്നു ഹരിദാസും കുടുംബവും നരിമാൻ പോയിന്റിൽ പോയി, കടൽത്തീരത്തായി കെട്ടി ഉയർത്തിയിരിക്കുന്ന കടൽ ഭിത്തിയിൽ അവർ ഇരുന്നു. ഇളം മഞ്ഞകലർന്ന അസ്തമയ സൂര്യൻ അവിടമാകെ അരുണിമ പൂശി. സൂര്യ ബിംബം മെല്ലെ മെല്ലെ കടലിൽ ഇറങ്ങി മുങ്ങിത്താഴുന്ന കാഴ്ച ഒരു ദിവ്യാനുഭൂതി പകർന്നു. മുംബൈ കാഴ്ചകളിൽ ലളിതയും കുട്ടികളും ഒത്തിരി സന്തോഷിച്ചു ആനന്ദിച്ചു.

അവധി കഴിഞ്ഞു ലളിതയും ഇരട്ട കുട്ടികൾ ഉഷയും റാണിയും നാട്ടിലേക്ക് മടങ്ങി. ഹരികൃഷ്ണൻ അച്ഛരനോടൊപ്പം നിന്നു.

ഹരികൃഷ്ണൻ പത്താംക്ലാസ് പാസ്സായതാണ്. അവനെ മുംബെയിൽ നിർത്തി എന്തെങ്കിലും തുടർന്നും പഠിപ്പിക്കണമെന്നു പ്ലാൻ ഇട്ടു. കൂടാതെ തനിക്കൊരു കൂട്ടുമാകുമല്ലോ എന്നും ഹരിദാസ് വിചാരിച്ചു. ഭാര്യ ലളിതയ്ക്കും അത് സമ്മതമായിരുന്നു.

ഹരിദാസ് കലീന മലയാളി സമാജത്തിലെ ആജീവനാന്ത അംഗമാണ്. സാഹിത്യകാരനും നാടകനടനും ഒക്കെ ആയ അദ്ദേഹം സമാജത്തിലെ പ്രധാനപ്പെട്ട ഒരു പ്രവർത്തകൻ കൂടിയാണ്.

ഒട്ടുമിക്ക മലയാളിസമാജങ്ങളും വർഷത്തിലൊരിക്കൽ വാർഷികാഘോഷം നടത്താറുണ്ട്. ഓണസദ്യ കെങ്കേമമായി നടത്താറുമുണ്ട്. ഈ വർഷം കുട്ടികളുടെ കായിക കലാ മത്സരത്തിനു ശേഷം ഒരു നാടകം അരങ്ങേറുവാൻ ഹരിദാസ് നിർദ്ദേശം വെച്ചു. എല്ലാ അംഗങ്ങളും ഹരിദാസിന്റെ അഭിപ്രായത്തോട് യോജിച്ചു. അതോടൊപ്പം വനിതകളുടെ കൈകൊട്ടിക്കളിയും ഉൾപ്പെടുത്തി.

നാടകത്തിന്റെ റിഹേഴ്സൽ, മിക്കവാറും ഹരിയുടെ കോട്ടേഴ്സിൽ വെച്ചാണ് നടന്നത്. സ്ത്രീ കഥാപാത്രങ്ങൾക്കായി ഹരിദാസ് പ്രത്യേകം ക്ളാസ്സുകളെടുത്തു. വീട്ടിൽ അവർക്ക് വേണ്ടി പ്രത്യേക സല്കാരങ്ങളും ഒരുക്കി. മദ്യവും അതിലൊരു ഒഴിച്ചുകൂടാനാവാത്ത ഐറ്റം ആയിരുന്നു.

വീട്ടിൽ അച്ഛൻ നടത്തിക്കൊണ്ടിരിക്കുന്ന റിഹേഴ്സലും സൽക്കാര പരിപാടികളും ഒന്നും ഹരികൃഷ്ണന് അത്ര ഇഷ്ടപ്പെട്ടിരുന്നില്ല. അച്ഛനെ എതിർക്കുവാനും പ്രതികരിക്കുവാനുമുള്ള പ്രായമോ പക്വതയോ അവന് ഉണ്ടായിരുന്നില്ല. എല്ലാം നിശബ്ദമായി അവൻ ഉള്ളിലൊതുക്കി.

കോട്ടേഴ്സിൽ അച്ഛൻ അരങ്ങേറിക്കൊണ്ടിരിക്കുന്ന അരങ്ങേറ്റങ്ങൾ കത്തുകൾ മുഖേന അവൻ നാട്ടിലുള്ള അമ്മയെ അറിയിച്ചു കൊണ്ടിരുന്നു. ഓരോ ദിവസങ്ങൾ കഴിയുംതോറും അച്ഛൻ നടത്തിക്കൊണ്ടിരിക്കുന്ന കളിയും കളിയരങ്ങിനെക്കുറിച്ചും പൊടിപ്പും തൊങ്ങലും ചേർത്ത് ഹരികൃഷ്ണൻ അമ്മയെ അറിയിച്ചു കൊണ്ടിരുന്നു.

ഇലക്ട്രിസിറ്റി ബോർഡിൽ ജോലിചെയ്യുന്ന ലളിത കറണ്ടുവേഗത്തിൽ ഒരു ദിവസം ബോംബെയിൽ എത്തി. മുന്നറിയിപ്പുകൾ ഒന്നുമില്ലാതെ ഭാര്യ കോട്ടേഴ്സിൽ എത്തിയപ്പോൾ അവിടെ മദ്യ സൽക്കാരവും ചിരിയും കളിതമാശകളും അരങ്ങ് തകർക്കുകയായിരുന്നു. സ്ത്രീപുരുഷന്മാരുടെ വൻ തിരക്കായിരുന്നവിടെ.

അപ്രതീക്ഷിതമായി ഭാര്യയെ മുന്നിൽ കണ്ട ഹരിദാസ് ഒന്നു വിളറി, എങ്കിലും അയാൾ അത് പുറത്ത് കാട്ടിയില്ല. അല്ലെങ്കിൽത്തന്നെ കാണാൻ പാടില്ലാത്തതായി അവിടെയൊന്നും നടന്നിരുന്നില്ല. എല്ലാവരും കൂടി അല്പം മദ്യപിച്ചു. അത്രതന്നെ. അത് നാട്ടുനടപ്പല്ലേ

പ്രത്യേകിച്ച് മുംബൈയിൽ !! മദ്യലഹരിയിൽ ആയിരിക്കുന്നവർ വാലാവാലെ കാലുറക്കാതെ ഇറങ്ങിപ്പോയി.

അന്ന് ഭാര്യയും ഭർത്താവും കൂടി പൊരിഞ്ഞ വാഗ്വാദങ്ങളും പോരും നടന്നു. സ്ത്രീ ഇടഞ്ഞാൽ പുലിയാകും.

ലളിത മകനെയും കൂട്ടി വീടുവിട്ടിറങ്ങിപ്പോയി. ചെയ്യാത്ത തെറ്റുകുറ്റങ്ങൾ പറഞ്ഞു ഹരിദാസിനെ ഒത്തിരി അധിക്ഷേപിച്ചിട്ടാണ് ലളിത ഇറങ്ങിപ്പോയത്.

നാട്ടിലെത്തിയ ലളിത ഹരിയുമായുള്ള വിവാഹമോചനത്തിനു കുടുംബ കോടതിയിൽ അപേക്ഷ സമർപ്പിച്ചു. അവളുടെ വ്യക്തിപരമായ താല്പര്യമല്ല. നാട്ടിലുള്ള ചില ബന്ധുക്കളുടെ പ്രേരണയാൽ അവൾ അതിന് നിർബന്ധിതയാകുകയായിരുന്നു. മനസ്സില്ലാമനസ്സോടെ ആണ് അവൾ അതിനു വഴങ്ങിയത്.

വിവാഹമോചനത്തിന്റെ നോട്ടീസ് കിട്ടിയപ്പോൾ ഹരിദാസ് ഞെട്ടിത്തരിച്ചുപോയി. തന്റെ സഹധർമ്മിണിയിൽ നിന്നും ഹരിദാസ് ഒരിക്കലും ഇത് പ്രതീക്ഷിച്ചിരുന്നില്ല. ചട്ടീം കലോം ആയാൽ തട്ടുകയും മുട്ടുകയും ചെയ്യും. ഭാര്യാഭർത്താക്കന്മാർ തമ്മിൽ വഴക്കും വക്കാണവും ഉണ്ടാകാറുണ്ട്!. ഇതിവിടെവരെ എത്തിപ്പെടും എന്ന് ഹരിദാസിന് വിശ്വസിക്കാൻ കഴിയുന്നില്ല.

കോടതിയിൽ വിചാരണ നടന്നു. വാദപ്രതിവാദങ്ങൾ നടന്നു. അവളെ പിന്തുണയ്ക്കുവാൻ സാക്ഷികൾ പലരും ഉണ്ടായിരുന്നു. തന്റെ വാദങ്ങളൊന്നും കോടതി മുഖവിലയ്ക്കെടുത്തില്ല, അംഗീകരിച്ചില്ല. ലളിതയ്ക്ക് അനുകൂലമായി വിധി വന്നു.

ഹരിദാസിന്റെ അന്നുവരെയുള്ള ജംഗമ – വസ്തു വകകളെല്ലാം ഭാര്യയുടെയും മക്കളുടെയും പേരിൽ എഴുതിക്കൊടുക്കേണ്ടിവന്നു.

നാട്ടുകാരെയും രാഷ്ട്രീയക്കാരെയും ഒക്കെ അവൾ സ്വാധീനിച്ചിരുന്നു. ഹരിദാസിനെ പിന്തുണയ്ക്കുവാൻ ആരും മുന്നോട്ടു വന്നില്ല. താൻ മറുനാടൻ ആയി, മറുനാട്ടിൽ ഉദ്യോഗസ്ഥൻ ആയതിനാൽ നാട്ടുകാരുമായി തനിക്ക് അത്രകണ്ടടുപ്പം ഉണ്ടായിരുന്നില്ല. അതിനെ അവർ മുതലെടുത്തു. തന്നെ അവർ ഒറ്റപ്പെടുത്തി തഴയപ്പെട്ടു.

ലളിതയ്ക്ക് പിന്നിൽ കരുനീക്കങ്ങൾ നടത്തിയത് അവളുടെ അനുജത്തിയുടെ ഭർത്താവ് ശ്യാമാണ്. അവനും അവളുമായി

അവിഹിത ബന്ധമുണ്ട്. ഭാര്യയും അവനും അവരുടെ ബന്ധുക്കളും കൂടി തന്നെ മനപ്പൂർവ്വം കരിവാരി തേക്കുകയായിരുന്നു. അവളുടെ കിങ്കരന്മാർ എല്ലാംകൂടി തന്നെ കുടുക്കുകയായിരുന്നു എന്നാണ് ഹരിദാസ് ആരോപിക്കുന്നത്.

ഹരിദാസിനു പിന്നിൽ രാഷ്ട്രീയക്കാർ ഉണ്ടായിരുന്നില്ല. എന്തിനും ഏതിനും രാഷ്ട്രീയക്കളി ആണല്ലോ നടക്കാറുള്ളത്. പണം വാരിയെറിഞ്ഞാൽ ഏതു രാഷ്ട്രീയക്കാരനും കൂടെ നിൽക്കും. കൊടിയും നിറവും ഏതുമായിക്കൊള്ളട്ടെ. എനിക്കും കിട്ടണം പണം അതാണ് പല്ലവി.

താൻ പൂജിച്ചാരാധിച്ച ദൈവങ്ങളും തന്നെ കൈയൊഴിഞ്ഞു. രാഷ്ട്രീയമായ പിൻബലവും ഇല്ലായിരുന്നു. എല്ലാത്തിനുമുപരി താൻ മറുനാടനും!

ഏതായാലും ഹരിദാസ് ഒറ്റപ്പെട്ടു, അയാളുടെ അരങ്ങേറ്റവും, ജീവിതത്തിൽ നടത്തിയ നാടകത്തിനും അവിടെ യവനിക വീണു. നാടകം പര്യവസാനിയായി, ഹരിദാസ് ഒറ്റപ്പെട്ടു.

വർഷങ്ങൾ പലതും കഴിഞ്ഞു പോയി അയാൾ ജോലിയിൽ നിന്നും വിരമിച്ചു. വാർദ്ധക്യസഹജമായ രോഗങ്ങളുമായി ഹരിദാസ് ഏകാന്ത ജീവിതം നയിക്കുന്നു. അരങ്ങും ആരവവും ഇല്ലാതെ. ഒരുതരത്തിൽ പറഞ്ഞാൽ അദ്ദേഹം സ്വസ്ഥനാണ്. നഷ്ടസ്വപ്നങ്ങളെ കുറിച്ച് അയാൾ ഓർക്കാറില്ല. എല്ലാം തലവിധിയാണെന്ന് പറഞ്ഞു സമാധാനിക്കുന്നു.

ബാലകൃഷ്ണന്റെ വാർദ്ധക്യകാലജീവിതം അസ്വസ്ഥതകൾ നിറഞ്ഞതായിരിക്കുന്നു. അന്ത്യകാലം സന്തോഷപ്രദമായ ഒരു കുടുംബ ജീവിതം ബാലകൃഷ്ണനും സ്വപ്നം കണ്ടിരുന്നു. എല്ലാ സ്വപ്നങ്ങളും സഫലമാകാറില്ലെന്നു പറഞ്ഞിട്ടുള്ളത് എത്ര യാഥാർത്ഥ്യമായിരിക്കുന്നു! പരമാർത്ഥമായിരിക്കുന്നു!

ആദ്യകാലങ്ങളിൽ ദാമ്പത്യജീവിതം എത്ര മധുരമുള്ളവയായിരുന്നു. രണ്ടു മക്കളോടൊപ്പം ബാലകൃഷ്ണനും ഭാര്യ സുലോചനയും ജീവിതം ആനന്ദപ്രദമായി ആസ്വദിക്കുകയായിരുന്നു. ബാലകൃഷ്ണൻ എന്ന ഗൃഹനാഥന്റെ കരുതലിൽ കുടുംബജീവിതം ഭദ്രമായിരുന്നു. അല്ലലും അലമുറകളും ഉണ്ടായിരുന്നില്ല. സന്തോഷപ്രദമായ ജീവിതം!

ജോലിക്ക് പോകുന്ന ഭർത്താവിനെ അവൾക്ക് ഇഷ്ടപ്പെട്ട പാന്റ്സും ഷർട്ടും ധരിക്കാൻ ഓരോ ദിവസവും സുലോചന നിർബന്ധിച്ചിരുന്നു. ഷർട്ടിന്റെ കുടുക്കുകൾ ഭർത്താവിന് ഒട്ടി നിന്ന് അവൾ ഇട്ടുകൊടുക്കുമായിരുന്നു. ജോലിക്ക് ഇറങ്ങുന്നതിന് മുൻപ് അവളുടെ തുടുത്ത കവിളുകളിൽ അയാളുടെ ചുടുചുംബനം അവൾ കൊതിച്ചിരുന്നു. അവൾക്കിഷ്ടപ്പെട്ട സ്വാദിഷ്ടവും രുചികരവുമായ ആഹാരം അവൾ ടിഫിനിൽ തന്നയിച്ചിരുന്നു. വൈകിട്ട് ജോലി കഴിഞ്ഞെത്തുന്ന ചേട്ടന് വേണ്ടി പലഹാരങ്ങളും ചൂടുചായയും ഉണ്ടാക്കി അവൾ കാത്തിരുന്നു. സ്നേഹമയിയായ ഭാര്യ ആയിരുന്നു അവൾ.

ഓമനത്തമുള്ള രണ്ടു മക്കളോടൊപ്പം ബാലകൃഷ്ണന്റെയും സുലോചനയുടെയും കുടുംബാന്തരീക്ഷം താളാത്മകമായിരുന്നു. പരിഭവങ്ങളും പരാതികളും ഇല്ലാത്ത ജീവിതം. ആത്മാർപ്പണ മനോഭാവവും പരസ്പരധാരണയും നിറഞ്ഞു തുളുമ്പിയ കുടുംബ പശ്ചാത്തലം! സ്നേഹ സമ്പൂർണ്ണമായ ദിനരാത്രങ്ങൾ സ്വപ്നതുല്യമായ ജീവിതം !!

20

മാഹിമിൽ വിജിഷിന്റെ വാടകവീട്ടിൽ ബാലകൃഷ്ണനും സുലോചനയും സന്തോഷപ്രദമായ ജീവിതം തുടങ്ങി. മാസങ്ങൾ കടന്നുപോയതറിഞ്ഞില്ല. രണ്ട് സുഹൃത്തുക്കളുടെയും ഭാര്യമാർ, അഞ്ജലിയും സുലോചനയും മുറപോലെ ഗർഭിണികളായി. വിവാഹിതയായ ഒരു പെണ്ണിന്റ അദമ്യമായ ആഗ്രഹം!

സുലോചനയുടെ ആദ്യ പ്രസവം നാട്ടിൽ നടത്താമെന്നാണ് ബാലകൃഷ്ണന്റെയും ഭാര്യയുടെയും താൽപര്യം. നാട്ടിലാകുമ്പോൾ നേരാംവണ്ണം ഉള്ള പ്രസവ ശുശ്രൂഷകൾ ലഭിക്കും. മാതാപിതാക്കളുടെ സ്നേഹവാൽസല്യം നിറഞ്ഞ പരിചരണമുണ്ടാകും. നാട്ടുരീതി പോലെ പിഞ്ചുകുഞ്ഞിനെ ചെറുചൂടുവെള്ളത്തിലും എണ്ണ തേച്ചുമൊക്കെ കുളിപ്പിച്ചു പരിപാലിക്കും. അതുപോലെ പ്രസവം കഴിയുന്ന പെണ്ണിന് വേതുവെള്ളത്തിലെ കുളിയും നാട്ടുമരുന്നുകളും കഷായവും സഹിതം പ്രസവശുശ്രൂഷ ഫലപ്രദമായി നടക്കും.

വിജേഷിന്റെയും അഞ്ജലിയുടെയും അഭിപ്രായവും അതുതന്നെയായിരുന്നു. പ്രസവം നാട്ടിൽ തന്നെ.

ഇളയച്ഛരൻ നാട്ടിൽ നിന്നും ബോംബെയ്ക്കു വരാമെന്നറിയിച്ചു. അതുപോലെ സുലോചനയുടെ അച്ഛരനും വരും. പറഞ്ഞത് പോലെ അച്ഛരന്മാർ രണ്ടുപേരും കൂടി ഒരുനാൾ ദാദറിൽ വന്നു. ബാലകൃഷ്ണൻ പോയി അവരെ വീട്ടിലേക്ക് കൂട്ടിക്കൊണ്ടുവന്നു. മകളെ സന്തോഷത്തോടെ നാട്ടിലേക്ക് കൂട്ടിക്കൊണ്ടുപോകാനാണ് രണ്ടച്ഛരന്മാരും എത്തിയിരിക്കുന്നത്.

കാരണവന്മാരെ ബോംബെ കാഴ്ചകൾ കാണിക്കാനായി ഒരു ദിവസം പോയി. മഹാനഗരത്തിലെ പല ഭാഗങ്ങളിലും കറങ്ങി,

നഗരത്തിലെ ജീവിത രീതികളും ഇവിടത്തെ യന്ത്രസമാനമായ തിക്കുംതിരക്കും അവരെ അത്ഭുതപ്പെടുത്തി.

വിവിധ സംസ്കാരത്തിൽപ്പെട്ട ജനങ്ങൾ അവർ ഇവിടെ പരസ്പര സഹകരണത്തോടെ ജീവിക്കുന്നു. സ്നേഹ സൗഹൃദം പങ്കിടുന്നു. ജാതി - മത - ദേശ - ഭാഷ വ്യത്യാസങ്ങൾ ഒന്നുമില്ലാതെ എല്ലാ വിഭാഗം ആൾക്കാരും ഒത്തൊരുമയോടെ, സ്വരുമയുള്ളവരായി കഴിയുന്നു. കുശുമ്പും കുന്നായ്മയുമില്ല. ഇവിടെ എല്ലാവരും സമന്മാർ. വഴക്കും വക്കാണവുമില്ല വലിയവനെന്നും ചെറിയവനെന്നും ഉള്ള അഹംഭാവം ലവലേശം കാണിക്കാറില്ല.

ബോംബെയിലെ മലയാളികളായ വഴിയോരക്കച്ചവടക്കാരിൽ നിന്നും കൗതുകവസ്തുക്കൾ പലതും വാങ്ങി. ജനിക്കാനിരിക്കുന്ന പേരക്കുട്ടിക്ക് വേണ്ടി സുലോചനയുടെ അച്ഛൻ കളിപ്പാട്ടങ്ങൾ വാങ്ങി. പലനിറത്തിലും ഫാഷനിലും ഉള്ളവ.

ബോംബെയിലെ മലയാളികളായ വഴിയോരക്കച്ചവടക്കാരെക്കുറിച്ച് പറഞ്ഞപ്പോഴാണ് ബാലകൃഷ്ണന് മറ്റൊരു സംഭവം ഓർമ്മ വന്നത്. വഴിയോര കച്ചവടക്കാരായ മലയാളികളെ കണ്ണടച്ചങ്ങ് വിശ്വസിച്ചുകൂടാ. "മലയാളികൾ കൊലയാളികൾ" എന്നൊരു ഓമനപ്പേർതന്നെ ഉണ്ടല്ലോ !

എന്റെ ഒരു സുഹൃത്ത് രാജേന്ദ്രൻ വിദേശത്തുനിന്നും ബോംബെയിൽ എത്തി. മർച്ചന്റ് നേവിയിലെ ഉദ്യോഗസ്ഥനാണ് പുള്ളി. അദ്ദേഹത്തിന്റെ കൈവശം കുറച്ചു ഡോളർ ഉണ്ടായിരുന്നു. നിയമപരമായി പാസ്പോർട്ട് കാണിച്ചു ബാങ്ക് മുഖേന അതു മാറി എടുക്കാവുന്നതാണ്. ബ്ലാക്ക് മാർക്കറ്റിലൂടെ അല്പം കൂടുതൽ റേറ്റ് കിട്ടും. രാജേന്ദ്രൻ ഒരു വഴിയോര വ്യാപാരിയെ സമീപിച്ചു. വിദേശനിർമ്മിത ഇലക്ട്രോണിക്കുസാധനങ്ങൾ വിൽക്കുന്ന ഒരു മലയാളി. വിദേശനിർമ്മിതി എന്നുപറയുന്നതിൽ പകുതിയിലേറെയും ഡ്യൂപ്ലിക്കേറ്റ് ആയിരിക്കും എന്നതാണ് സത്യം.

രാജേന്ദ്രൻ തന്റെ പക്കലുള്ള ഡോളറിനെക്കുറിച്ച് തെരുവുസുഹൃത്തിനോടു വിശദീകരിച്ചു.

"നോ പ്രോബ്ളം. അയാൾ പറഞ്ഞു" ഡോളർ മാറ്റി നല്ല റേറ്റിൽ ഇന്ത്യൻ കറൻസി ആക്കിത്തരാം."

രാജേന്ദ്രൻ തന്റെ പക്കലുണ്ടായിരുന്ന ഡോളർ ഒരു രേഖയുമില്ലാതെ വ്യാപാരിയെ ഏല്പിച്ചു. ഏകദേശം നാല്പതിനായിരം രൂപ ബാങ്ക് റേറ്റുള്ള ഡോളറിനു കടക്കാരൻ അറുപതിനായിരം രൂപ വാഗ്ദാനം ചെയ്തു. ഇരുപതിനായിരം രൂപയുടെ ലാഭം! സുഹൃത്തിന്റെ കണ്ണുകളിൽ ലാഭക്കച്ചവടത്തിന്റെ തിളക്കം.

ഡോളർ കൈപ്പറ്റിയിട്ട് കടക്കാരൻ പറഞ്ഞു "ഒരു പത്തു മിനിറ്റു ഇവിടൊന്നു നില്ക്കൂ. ഞാൻ ദാ പോയി ദേ വന്നു. കടയിൽ മറ്റാരും കടന്നുവരാതൊന്നു സൂക്ഷിച്ചു കൊള്ളണേ"

അയാൾ ഒരു ടാക്സിയിൽ കയറി പോകുന്നതും നോക്കി രാജേന്ദ്രൻ നിന്നു. ഇരുപതിനായിരം രൂപയുടെ ലാഭക്കച്ചവടത്തിന്റെ സ്വപ്നവും കണ്ടുകൊണ്ടു സുഹൃത്തു കാത്തുനിന്നു. സമയം കടന്നു പൊയ്ക്കൊണ്ടിരുന്നു.

ഒരു പത്തു മിനിറ്റു കഴിഞ്ഞു. പ്രസ്തുത കടയിൽ മറ്റൊരാൾ വന്നു. എന്തിനാണ് നിങ്ങളിവിടെ കാത്തു നില്ക്കുന്നത്. കടയിൽ നിന്നും സാധനം എന്തേലും വാങ്ങാനായിയിരിക്കും. കടയിൽ പുതുതായി വന്നു കയറിയ വ്യക്തി ചോദിച്ചു. ഈ കടയുടെ ഉടമസ്ഥൻ പുറത്തുപോയിരിക്കുകയാണ്. താങ്കൾ ആരാണാവോ? രാജേന്ദ്രൻ ഉദ്വേഗത്തോടെ അന്വേഷിച്ചു.

"കടയുടമയോ?" പുതിയ വ്യക്തി ആശ്ചര്യത്തോടെ തിരക്കി. ഇതെന്റെ കടയാണ്. അയാൾ ഊണു കഴിക്കുവാൻ പോയിരിക്കുകയായിരുന്നു എന്ന് അയാൾ സൂചിപ്പിച്ചു. എനിക്ക് മറ്റ് ആരെയും അറിയില്ലെന്ന് അയാൾ പറഞ്ഞു.

പുതുതായി കടയിൽ എത്തിയ ആളിന്റെ വിശദീകരണം കേട്ടു നിന്ന രാജേന്ദ്രൻ ഒന്നു ഞെട്ടി.

ഈ കടയിൽ നേരത്തെ ഉണ്ടായിരുന്ന ആൾ എപ്പോൾ വരുമെന്ന് രാജേന്ദ്രൻ ചോദിച്ചപ്പോൾ, ഇവിടാരും വരാനില്ലെന്നും ഇതെന്റെ കടയാണെന്നും അയാൾ പറഞ്ഞു.

താൻ ചതിയിൽ പെട്ടിരിക്കുകയാണെന്ന് രാജേന്ദ്രന് ബോധ്യമായി. ഏകദേശം ഒരു മണിക്കൂറോളം കാത്തു നിന്നു. പത്തുമിനിട്ടിനകം വരാമെന്നു പറഞ്ഞു ഡോളറുമായി പോയ 'കച്ചവടക്കാരൻ' മടങ്ങിയെത്തിയില്ല. കച്ചകെട്ടിയിറങ്ങിയിരിക്കുന്ന കപടക്കാരന്മാരിവരെന്നു രാജേന്ദ്രൻ മനസ്സിലാക്കി. രാജേന്ദ്രന്റെ

സർവ്വനാധികളും സ്തംഭിച്ചു പോയി.

യാതൊരു മുൻപരിചയവുമില്ലാത്ത ബോംബെ തെരുവ് കച്ചവടക്കാരനെ വിശ്വസിച്ച തന്റെ ബുദ്ധിശൂന്യതയെ രാജേന്ദ്രൻ സ്വയം പഴിച്ചു.

രാജേന്ദ്രന്റെ പരിവേദനം കേട്ട്കൊണ്ടിരുന്ന പുതിയ കടക്കാരൻ പറഞ്ഞു "നിങ്ങൾ കബളിപ്പിക്കപ്പെട്ടിരിക്കുകയാണ്. നിങ്ങൾ പറയുന്ന അങ്ങനെ ഒരാൾ തിരിച്ചു വരില്ല."

തെരുവ് കച്ചവടക്കാരായ മലയാളികളുടെ ഒത്തുകളിയാണിത്. താൻ ചതിക്കുഴിയിൽ പെട്ടു. നിയമപരമായ രീതിയിൽ പ്രവർത്തിച്ചിരുന്നെങ്കിൽ ഇങ്ങനെ ഒരു അബദ്ധം സംഭവിക്കില്ലായിരുന്നെന്ന് തിരിച്ചറിഞ്ഞ വിദേശ സുഹൃത്തായ രാജേന്ദ്രൻ തലയും കുമ്പിട്ടുകൊണ്ടു "അണ്ടി കളഞ്ഞ അണ്ണാനെപ്പോലെ" താമസ സ്ഥലത്തേയ്ക്ക് മടങ്ങി. അല്പ ലാഭം പെരും ചേതത്തിൽ കലാശിച്ചു.

വിജേഷ് ഹോട്ടലിൽ നിന്നും കുറച്ചു ദിവസത്തെ അവധി എടുത്തു. എന്നു പറഞ്ഞാൽ ഹോട്ടൽ ചുമതല കുറച്ചു ദിവസത്തേയ്ക്ക് മാനേജർ പുരുഷോത്തമനെ ഏല്പിച്ചു. പുള്ളി വിജേഷിന്റെ സ്വന്തക്കാരനാണ്. കാര്യപ്രാപ്തിയുള്ളവനെന്നാണ് വിജേഷിന്റെ വിലയിരുത്തൽ. ഹോട്ടൽ കാര്യങ്ങളൊക്കെ അവൻ തന്മയത്തത്തോടെ ഉത്തരവാദിത്തപരമായി നോക്കി നടത്തും.

ബാലകൃഷ്ണന്ന് ഓഫീസിൽ നിന്നും അവധി ലഭിച്ചില്ല. അച്ഛനമ്മാരോടൊപ്പം സുലോചനയെ അയക്കാം എന്ന് തീരുമാനിച്ചു. കൂടാതെ വിജേഷും അഞ്ജലിയും ഒപ്പമുണ്ടല്ലോ. രണ്ടു ഗർഭിണികളും അടുത്തടുത്ത സീറ്റുകളിലാണ്. തൊട്ടുരുമ്മി ഇരുന്ന് അവർക്ക് സ്വകാര്യതകൾ ഒക്കെ പങ്കുവയ്ക്കാം. നാലഞ്ചു മാസത്തെ വിശേഷങ്ങൾ അവർക്ക് പറയാൻ ഉണ്ടാകും. ഭർത്താക്കന്മാർ അവർക്ക് പകുത്തുനൽകിയ സ്വർഗ്ഗീയ അനുഭൂതികൾ കൈമാറാൻ ഉണ്ടാകും. അമ്മമാരാകാൻ പോകുന്നതിന്റെ നിർവൃതിയും ആലസ്യതകളും പറയാനുണ്ടാകും. ഏതൊരു സ്ത്രീയുടെയും അദമ്യമായ ആഗ്രഹമാണല്ലോ നൊന്ത് പ്രസവിച്ച് ഒരു അമ്മയാകുക എന്ന സ്വപ്നം.

എല്ലാവരെയും യാത്ര അയക്കുവാനായി ബാലകൃഷ്ണനും ദാദർ റെയിൽവേ സ്റ്റേഷനിൽ പോയി.

പ്രസവം അടുക്കാറാകുമ്പോഴേക്കും നാട്ടിലെത്തിക്കൊള്ളാമെന്നു സ്വകാര്യമായി ഭാര്യയോട് ബാലകൃഷ്ണൻ പറഞ്ഞു. മറ്റാരും കാണാതെ, അയാൾ ഭാര്യയുടെ തുടുത്ത കവിളുകളിൽ ചുംബിച്ചു. ചുണ്ടോടു ചുണ്ടുരുമ്മി. അവാച്യമായ ഒരു നിർവൃതി അവളുടെ മിഴികളെ ഈറനണിയിച്ചു. അല്പനാളത്തെ വിരഹം, പറഞ്ഞറിയിക്കുവാനാകാത്ത ഒരു വികാരം സുലോചനയുടെ അന്തരംഗങ്ങളിൽ വിങ്ങി നിറയുന്നതായി ബാലകൃഷ്ണനനുഭവപ്പെട്ടു.

തന്റെ പ്രിയപ്പെട്ടവളേയും സുഹൃത്തു വിജേഷിനെയും അഞ്ജലിയെയും മറ്റു സ്വന്തക്കാരേയും വഹിച്ചു കൊണ്ട് ട്രെയിൻ പ്ലാറ്റുഫോമിൽ നിന്നും കുണുങ്ങിക്കുണുങ്ങി യാത്രയായി. ബാലകൃഷ്ണൻ കൈകൾ ഉയർത്തി വീശി.

തീവണ്ടി കൺവെട്ടത്തുനിന്നും അപ്രത്യക്ഷമാകുന്നതുവരെ ബാലകൃഷ്ണൻ കൈകൾ ഉയർത്തിപ്പിടിച്ചുകൊണ്ട് പ്ലാറ്റ്ഫോമിൽ നിന്നു. സ്വന്തക്കാരെയൊക്കെ യാത്ര അയക്കുവാൻ വന്നവരെല്ലാം നടന്നകന്നു. അപ്പോഴാണ് ബാലകൃഷ്ണന് പരിസര ബോധം തിരിച്ചു കിട്ടിയത്. താൻ മാത്രമേ പ്ലാറ്റ്ഫോമിൽ അവശേഷിച്ചിട്ടുള്ളെന്നുള്ള യാഥാർഥ്യം. ഒരിക്കൽ കൂടി ട്രെയിൻ പോയി മറഞ്ഞ ദിക്കിലേയ്ക്കു നോക്കിയിട്ടു പൊടുന്നനെ തന്നെ പുറത്തേയ്ക്കു നടന്നകന്നു.

സുലോചനയുടെ കടിഞ്ഞൂൽ പ്രസവം അല്പ കോംപ്ലിക്കേറ്റഡ് ആയിരുന്നു. സിസ്സേറിയൻ വേണ്ടി വന്നു. ഡോ. നിർമ്മലാദേവി ആയിരുന്നു പ്രസവ വാർഡിൽ. പ്രഗത്ഭയായ ഗൈനക്കോളജിസ്റ്റാണവർ.

അഞ്ചു മാസം ഗർഭം ആയപ്പോഴേ ഭാര്യയെ നാട്ടിൽ അയച്ചു. പ്രസവത്തിന്റെ തലേദിവസം വരെ ഭർത്താവിന്റെ സാമീപ്യം ഭാര്യയ്ക്കാവശ്യമാണ്. അങ്ങനെ ഇല്ലാത്ത സ്ത്രീകൾക്കാണ് പ്രസവം പ്രശ്നമാവുന്നത്. സിസ്സേറിയൻ വേണ്ടി വരുന്നത് അങ്ങനെയുള്ള സാഹചര്യത്തിലാണെന്നു ഡോക്ടർ നിർമ്മലാദേവി സൂചിപ്പിച്ചു.

ഓമനത്തമുള്ള ഒരു പെൺകുഞ്ഞിന് സുലോചന ജന്മം നൽകി. സുലുക്കുട്ടിയുടെ അമ്മ സുമതിയമ്മ പേരക്കുഞ്ഞിനു തേനിൽ സ്വർണം

ഉരച്ചു നാവിൽ തൊട്ടുകൊടുത്തു. പിന്നാലെ കുഞ്ഞിന്റെ അച്ഛരൻ ബാലകൃഷ്ണനും നാവിൽ തേൻ ഇറ്റിച്ചു കൊടുത്തു.

കുഞ്ഞിന്റെ ഇരുപത്തിയെട്ടുകെട്ട് ചടങ്ങ് മംഗളമായി നടന്നു. ബന്ധുമിത്രാദികളെല്ലാം സന്നിഹിതരായിരുന്നു. കുഞ്ഞിന്റെ അരയിൽ പൊന്നരഞ്ഞാണം കെട്ടി. അന്ന് തന്നെ കുഞ്ഞിന് പേരും ചൊല്ലി. അച്ഛരനമ്മമാർ നേരത്തേക്കൂട്ടി ആലോചിച്ചു മനസ്സിൽ വെച്ചിരുന്ന പേര് അശ്വതി.

വെറ്റില കൊണ്ട് ഓരോ കാതും അടച്ചു പിടിച്ചിട്ട് മറുകാതിൽ അശ്വതി സുലോചന എന്ന ശുഭനാമം ചൊല്ലി വിളിച്ചു. കുഞ്ഞിക്കവിളുകളിൽ അച്ഛരൻ മുത്തങ്ങൾ നല്കി. കുഞ്ഞിളം മോണകാട്ടി മോളൂട്ടി മെല്ലെ മന്ദഹസിച്ചു. പലരും പലതരത്തിലുള്ള സമ്മാനപ്പൊതികൾ കുഞ്ഞിനായി നല്കി. സ്വർണ വളകളും മോതിരവും ലഭിച്ചു.

അച്ഛരന്റെ അതേ ഛായയാണ് മോൾക്ക് കിട്ടിയിരിക്കുന്നത്. അതുപോലത്തെ മൂക്കും ചുണ്ടും. പ്രായമായ അമ്മമാരിൽ ആരോ അഭിപ്രായപ്പെട്ടു. പിന്നല്ലാതെ മറ്റാരുടെ കൂട്ടാണു കുഞ്ഞിരിക്കേണ്ടത്. അങ്ങനെ ആരോ പറയുന്നതും ബാലകൃഷ്ണൻ ശ്രദ്ധിച്ചു. ബഹുജനം പലവിധം. അച്ഛരനമ്മമാർക്ക് അവരുടെ ആദ്യകണമണി പുന്നാരമോൾ. ആരെപ്പോലെയായാലും അവൾ പൊന്നിൻകുടം!

കാപ്പി സല്കാരമൊക്കെ കഴിഞ്ഞു കുഞ്ഞിനേയും അമ്മയെയും അനുഗ്രഹിച്ചിട്ടു വന്നവരൊക്കെ മടങ്ങിപ്പോയി.

ആറുമാസത്തിനു ശേഷം ബാലകൃഷ്ണൻ വീണ്ടും നാട്ടിലെത്തി. ഭാര്യയേയും കുഞ്ഞിനേയും കൂട്ടിക്കൊണ്ടുവന്നു. നവി മുംബെയിൽ ഘൺസോളിയിലാണു താമസമായത്. വലിയമ്മയുടെ മകൾ വിജിതയും ഭർത്താവ് വിദ്യാധരനും ഘൺസോളിയിലുണ്ടായിരുന്നു. അവരുടെ പരിചയത്തിലാണ് അവിടൊരു വാടകവീടു സംഘടിപ്പിച്ചത്. വിദ്യാധരൻ MIDC (മഹാരാഷ്ട്ര ഇൻഡസ്ട്രീയൽ ഡവലപ്മെന്റ് കോർപ്പറേഷൻ) യിൽ ഉള്ള ഒരു കെമിക്കൽ ഫാക്ടറിയിലെ ഉദ്യോഗസ്ഥനാണ്.

മകൾ അശ്വതിക്ക് മൂന്നര വയസ്സാകുന്നതുവരെ ബാലകൃഷ്ണനും കുടുംബവും ഘൺസോളിയിൽ താമസിച്ചു.

കുഞ്ഞിനെ ഐരോളി സെക്ടര്‍ ഒന്നിലുള്ള ഒരു ഇംഗ്ലീഷ് മീഡിയം സ്കൂളില്‍ ചേര്‍ത്തു. കെ. ജി (കിന്‍ഡര്‍ ഗാര്‍ഡന്‍) മുതല്‍ പത്താം ക്ലാസ്സുവരെ അവിടെ പഠിക്കാം.

ഭാരിച്ച ഡൊണേഷന്‍ കൂടാതെ മോള്‍ക്ക് എല്‍.കെ.ജിയില്‍ അഡ്മിഷന്‍ ശരിയായി. ഘണ്‍സോളിയില്‍ നിന്നും സ്കൂളിലെത്തുവാന്‍ സ്കൂള്‍ബസ് സൗകര്യവുമുണ്ടായിരുന്നു.

സുലോചന രാവിലെ ആറുമണിക്കു മുമ്പുണരും. കുഞ്ഞിനും ഭര്‍ത്താവിനുമുള്ള ടിഫിന്നൊരുക്കും. സ്കൂള്‍ ബസ്സെത്തുന്നതിനു മുന്‍പായി കുഞ്ഞിനെ കുളിപ്പിച്ചൊരുക്കി സ്കൂള്‍ യൂണിഫോം ധരിപ്പിക്കുന്നു. കഴിക്കുവാനായി പാലും ലഘു ഭക്ഷണവും നല്‍കും. അതോടൊപ്പം ബാലകൃഷ്ണനും പ്രാതല്‍ കഴിച്ച് ഓഫീസില്‍ പോകാന്‍ റെഡിയാകും.

സ്കൂള്‍ ബസ്സ് അടുത്തുള്ള ജംഗ്ഷനില്‍ എത്തും. ബാലകൃഷ്ണന്‍ കുട്ടിയെ ബസ്സില്‍ കയറ്റി വിടും.

സ്കൂള്‍ കുട്ടികളെ വളരെ ശ്രദ്ധയോടും ഉത്തരവാദിത്തത്തോടെയും സ്കൂളിലെത്തിക്കേണ്ട ചുമതല കെയര്‍ ടേക്കര്‍ എന്ന ക്ലീനര്‍ക്കും ഡ്രൈവര്‍ക്കുമാണ്. ഉച്ചതിരിഞ്ഞു മൂന്നു മണിയോടെ സ്കൂള്‍ബസ് ജംഗ്ഷനിലെത്തുമ്പോള്‍ അമ്മമാര്‍ പോയി അവരവരുടെ കുട്ടികളെ കൂട്ടിക്കൊണ്ടു വരുന്നു.

ജോലിക്കുപോകുന്ന ഭര്‍ത്താക്കന്മാര്‍ വൈകിട്ടു വീടണയുന്നതുവരെ കുട്ടികളുടെ ദിനചര്യകളും പരിചരണവും വീട്ടമ്മമാരില്‍ നിക്ഷിപ്തമാണ്. ജോലിക്കുപോകാത്ത സ്ത്രീകളാണെങ്കില്‍ മേല്‍പറഞ്ഞ ചുമതലകള്‍ ചെയ്യുന്നു. അല്ലെങ്കില്‍ കെയര്‍ ടേക്കര്‍ (കുട്ടികളുടെ പരിപാലന കേന്ദ്രങ്ങള്‍) നിര്‍വഹിക്കുന്നു. നല്ല നിലവാരം പുലര്‍ത്തുന്ന ബേബി കെയര്‍ സ്ഥാപനങ്ങളുണ്ട്. ചിലയിടത്തൊക്കെ കുട്ടികള്‍ക്ക് തിക്താനുഭവങ്ങള്‍ ഉണ്ടായിട്ടുണ്ട്.

ഘണ്‍സോളിയില്‍ താമസിക്കുമ്പോള്‍ ബാലകൃഷ്ണന്റെ വീട്ടില്‍ മോഷണം നടക്കുകയുണ്ടായി. വീട്ടില്‍ ആണിയില്‍ തൂക്കിയിട്ടിരുന്ന, സുലോചനയുടെ ഷോള്‍ഡര്‍ ബാഗാണ് നഷ്ടപ്പെട്ടത്. കെട്ടുറപ്പില്ലാതിരുന്ന ജനലിലൂടെ മുള കടത്തി ബാഗ് അപഹരിക്കുകയായിരുന്നു. പണവും ബാഗില്‍ കരുതിയിരുന്ന

സ്വർണാഭരണങ്ങളും ലേഡീസ് വാച്ചും നഷ്ടപ്പെട്ടു. അതുവരെ ഉണ്ടാക്കിയതെല്ലാം നഷ്ടപ്പെട്ടു.

റാവാഡ പോലീസിൽ പരാതി ബോധിപ്പിച്ചു. ഒരു തുമ്പും കിട്ടാതെ അവരുടെ അന്വേഷണം അവസാനിപ്പിച്ചു. പോലീസും മോഷ്ടാക്കളും തമ്മിലുള്ള ഒത്തുകളിയാണ് പല അന്വേഷണങ്ങളും തെളിയാതെ പോകുന്നത്. കള്ളന്മാരിൽ നിന്നും, മോഷ്ടാക്കളിൽ നിന്നും പൊലീസിന് സ്ഥിരമായി 'പടി' കിട്ടാറുണ്ടെന്നുള്ള നഗ്നമായ ആക്ഷേപം നിലനിൽക്കുന്നുണ്ട്.

ബാലകൃഷ്ണനും കുടുംബത്തിനും ആ മോഷണം വല്ലാത്തൊരു ഷോക്കായിരുന്നു, തിരിച്ചടിയായിരുന്നു. പിന്നവർ ഘണ്സോളി ഗ്രാമം വിടുവാൻ നിർബന്ധിതരായി.

മകൾ പഠിക്കുന്ന സ്കൂളിനടുത്തായി ഐരോളിയിൽ താമസിക്കുവാൻ അവർ തീരുമാനിച്ചു. ബാലകൃഷ്ണന്റെ ഒരു സുഹൃത്തു മുഖേന സിഡ്ക്കോ (സിറ്റി ആൻഡ് ഇൻഡസ്ട്രിയൽ ഡെവലപ്മെന്റ് കോർപ്പറേഷൻ) കോളനിയിൽ അവർക്ക് വീട് കിട്ടി. സെക്ടർ മൂന്നിലാണ് വീടെടുത്തത്. അതിനടുത്തായി ശ്രീറാം വിദ്യാലയം എന്ന പേരിൽ ഹൈസ്കൂളുണ്ട്. സെക്ടർ ഒന്നിലുള്ള സ്കൂളിൽ നിന്നും ടി.സി വാങ്ങി മോളെ ശ്രീറാം സ്കൂളിൽ ചേർത്തു. ജൂനിയർ കോളേജുവരെ അവിടെ പഠിക്കാം.

അശ്വതിമോൾക്ക് നാല് വയസ്സായപ്പോൾ ബാലകൃഷ്ണ ദമ്പതികൾക്ക് മറ്റൊരു പെൺകുഞ്ഞുകൂടി പിറന്നു.

ഘണ്സോളിയിയുള്ള സദ്ഗുരു ആശുപത്രിയിലായിരുന്നു സുലോചനയുടെ രണ്ടാം പ്രസവം നടന്നത്. എം. ഐ. ഡി. സിയിലുള്ള കുറേ സ്വകാര്യകമ്പനികളുടെ ചുമതലയിലായിരുന്നു സദ്ഗുരു ആശുപത്രിനടന്നിരുന്നത്. നോസിൽ, പിൽ, സ്റ്റാൻഡേർഡ് കെമിക്കൽസ് തുടങ്ങി കുത്തക സ്ഥാപനങ്ങളായിരുന്നു ആശുപത്രിക്ക് വേണ്ടുന്ന എല്ലാവിധ ധനസഹായങ്ങളും ചെയ്തിരുന്നത്. എല്ലാവിധ സജ്ജീകരണങ്ങളും ഈ ആശുപത്രിയിൽ ഉണ്ടായിരുന്നു. ഓപ്പറേഷൻ തീയറ്ററുകളും പ്രസവവാർഡും വിദഗ്ധരായ ധാരാളം ഡോക്ടർമാരുമുണ്ടായിരുന്നു. പരിചയ സമ്പന്നരായ നഴ്സുമാരും ഉണ്ടായിരുന്നു. പൊതുജനങ്ങൾക്ക് സൗജന്യമായി ചികിത്സ ലഭിച്ചിരുന്നു. നിർധനരായ ഗ്രാമവാസികൾക്ക് ഈ ആതുരാലയം

ഒരഭയകേന്ദ്രമായിരുന്നു. കിടത്തി ചികിത്സയും ഉണ്ടായിരുന്നു.

കാലക്രമേണ ഈ കെമിക്കൽ ഫാക്ടറികളെല്ലാം മറ്റു സ്ഥാപനങ്ങളിലേയ്ക്കു മാറിപ്പോകേണ്ടതായി വന്നു. അതിനു കാരണം, സിഡ്ക്കോയുടെ സിറ്റി ഡെവലപ്മെന്റിന്റെ ഭാഗമായി ഇവിടങ്ങളിൽ, ഫാക്ടറികൾക്കെതിർവശത്തായി തുറസ്സായ സ്ഥലങ്ങളിലെല്ലാം പാർപ്പിട സമുച്ചയങ്ങൾ ഉയർന്നു. ഫ്ലാറ്റുകൾ ബുക്കു ചെയ്തു ധാരാളം ആൾക്കാർ താമസം തുടങ്ങി. ജനവാസം കൂടി.

നോസിലിൽ നിന്നും സ്റ്റാന്റേർഡ് കെമിക്കൽസ്സിൽ നിന്നും പുറന്തള്ളപ്പെടുന്ന വാതകം ശ്വസനയോഗ്യമല്ലാത്തതാണ്. പലവിധ ശ്വാസകോശ രോഗങ്ങൾക്കും ഇത് കാരണമായി. പ്രായമായവരിലും കുട്ടികളിലും രോഗം കണ്ടു തുടങ്ങി. സ്ത്രീകളിൽ തലവേദനയും വിട്ടുമാറാത്ത ചുമയും അനുഭവപ്പെട്ടുതുടങ്ങി. ശ്വസനയോഗ്യമല്ലാത്ത വാതകമാണ് രോഗകാരണമെന്ന് കണ്ടെത്തി. ഘണ്സോളി ഗ്രാമപ്രദേശങ്ങളിലും ഇതിന്റെ ദൂഷ്യഫലങ്ങൾ മുൻപും പലരും അനുഭവിച്ചിരുന്നു.

പ്രദേശവാസികൾ സംഘടിച്ചു. കെമിക്കൽ ഫാക്ടറികൾക്കെതിരെ അവർ പ്രതിഷേധിച്ചു തുടങ്ങി. കമ്പനികൾ അടച്ചുപൂട്ടണമെന്നവർ ആവശ്യപ്പെട്ടു. രോഗമുണ്ടായിട്ടു ആശുപത്രികളിൽ ചികിത്സ തേടുന്നതിലും ഭേദം രോഗങ്ങളിൽ നിന്നും മുക്തരാകുകയയല്ലേ നല്ലതെന്നവർ വാദിച്ചു.

കമ്പനികൾ അടച്ചു പൂട്ടുന്നതിലൂടെ ആയിരങ്ങൾക്ക് ഇപ്പോഴുള്ള ജോലി നഷ്ടപ്പെടുന്നതിനെക്കുറിച്ച് ആരും ചിന്തിച്ചിട്ടില്ല. ആയിരങ്ങൾക്ക് ജോലി നഷ്ടപ്പെട്ടു.

പൊതുസമൂഹത്തിന്റെ വാദഗതി അംഗീകരിക്കപ്പെട്ടു. കെമിക്കൽ നിർമ്മാണ ഫാക്ടറികളെല്ലാം അടച്ചു പൂട്ടി. ആ കമ്പനികളെല്ലാം മറ്റു സംസ്ഥാനങ്ങളിലേക്ക് പലായനം ചെയ്തു. ജനസാന്ദ്രത കുറഞ്ഞ പ്രദേശങ്ങളിൽ അവർ ഫാക്ടറികൾ സ്ഥാപിച്ചു പ്രവർത്തനം തുടങ്ങി.

അതോടുകൂടി സദ്ഗുരു ആശുപത്രിയുടെ പ്രവർത്തനവും നിലച്ചു തുടങ്ങി. ഡോക്ടർമാരുടെയും നഴ്സുമാരുടെയും മറ്റു സ്റ്റാഫുകളുടെയും ശമ്പളം നിലച്ചു. നിയമാനുസൃതമായി അവർക്കു ലഭിക്കേണ്ടിയിരുന്ന യാതൊരുവിധ ആനുകൂല്യങ്ങളും അവർക്കു

ലഭിക്കുകയുണ്ടായില്ല. ഓരോരുത്തരായി ആശുപത്രിയിൽ നിന്നും പിരിഞ്ഞു പോകുവാൻ നിർബന്ധിതരായി. ഡോക്ടർമാർ ക്ലിനിക്കുകൾ തുടങ്ങി. നഴ്സുമാർ പുതിയ ജോലി തേടി അലഞ്ഞു.

നാട്ടുകാർക്കൊക്കെ ആരോഗ്യ രംഗത്ത് ആശ്രയമായിരുന്ന ആ ആതുരാലയം അനാഥമായി. നാഥനില്ലാക്കളരിയായി. വിലപിടിപ്പുള്ള ആശുപത്രി ഉപകരണങ്ങൾ സാമൂഹ്യവിരുദ്ധർ, ഭൂരിഭാഗവും കൊള്ളയടിക്കപ്പെട്ടു.

ആ ആതുരാലയം ഇന്ന് പൂർണമായി നാമാവശ്ശേഷപ്പെട്ടിരിക്കുന്നു. അസ്ഥിപഞ്ജരം പോലെ അതിന്റെ ചില ജീർണ്ണിച്ച ഭാഗങ്ങൾ അന്തരീക്ഷത്തിൽ ഒരു നിശബ്ദമൂകസാക്ഷിയായി ഒടിഞ്ഞുതൂങ്ങി, തലകുമ്പിട്ടു നിൽക്കുന്നു. ആ കാഴ്ച ബാലകൃഷ്ണനെയും സുലോചനയെയും പോലെ പലർക്കും മനസ്താപമുണ്ടാക്കുന്നു.

21

ബാലകൃഷ്ണനും സുലോചനയും സിഡ്ക്കോ കോളനിയിൽ സ്വന്തമായി ഒരു വീട് വാങ്ങി. രണ്ടാമത്തെ മകൾ ആര്യശ്രീ പിറന്നു കുറച്ചുനാൾ കഴിഞ്ഞപ്പോഴാണതിനു ഭാഗ്യമുണ്ടായത്. മോളുടെ ജാതകവും ജനനസമയവും ഗൃഹപ്രാപ്തിയ്ക്ക് ഭാഗ്യയോഗ്യമാണെന്നായിരുന്നു ജ്യോത്സ്യമതം. അത് സഫലീകരിക്കുകയായിരുന്നു.

ഗൃഹപ്രവേശനം വിപുലമായി നടത്തി. ബന്ധുക്കൾ കൂടാതെ അയൽക്കാരെയും സുഹൃത്തുക്കളെയും ക്ഷണിച്ചു. വിജേഷും അഞ്ജലിയും കുട്ടികളും പ്രത്യേക ക്ഷണിതാക്കളായിരുന്നു. അവർ പ്രസന്റേഷനും കൊണ്ടുവന്നു.

തന്റെ ജീവിതത്തിൽ ഒരു വീടെന്ന സ്വപ്നസാക്ഷാൽകാരത്തിനു പിന്നിൽ വിജേഷിന്റെ ആത്മാർത്ഥമായ കരുതലും സഹായവും ഉണ്ടായിരുന്നു. അതുപോലെ തോപ്പിൽ സുധാകരനെയും ഈ അസുലഭ സന്ദർഭത്തിൽ സ്മരിക്കാതിരിക്കാൻ കഴിയില്ല. അദ്ദേഹവും എന്റെ ജീവിതപന്ഥാവിലെ ഒരു തിരിവെട്ടമാണ്. അവരൊക്കെ കാട്ടിയ വഴികൾ പ്രകാശപൂരിതമായി.

ബോംബെയിൽ പല ഭാഗങ്ങളിലും ഒരു വാടകക്കാരനായിട്ടായിരുന്നു ജീവിതം തുടങ്ങിയത്. ഐരോളിയിലും കുടുംബവും കുട്ടികളുമായി വാടക വീട്ടിൽ കഴിഞ്ഞു. ഐരോളിയിലുള്ള ഒരു ക്ഷേത്രത്തിൽ തൊഴാൻ പോകാറുണ്ടായിരുന്നു. അവിടെ വെച്ചാണു തോപ്പിലാനെ കണ്ടുമുട്ടുന്നത്.

ആ കൂടിക്കാഴ്ചയിൽ കുടുംബവിശേഷങ്ങളും കുട്ടികളുടെ വിദ്യാഭ്യാസ കാര്യങ്ങളെക്കുറിച്ചുമൊക്കെ അദ്ദേഹം വളരെ

ആകാംക്ഷയോടെയും സ്നേഹത്തോടെയും സംസാരിച്ചു. സംഭാഷണത്തിനിടെ വാടക വീട്ടിലാണ് താമസിക്കുന്നതെന്ന കാര്യവും ബാലകൃഷ്ണൻ സൂചിപ്പിച്ചു.

കുട്ടികളുടെ വിദ്യാഭ്യാസവും വാടകയും മറ്റു ചെലവുകളും എങ്ങനെ നടന്നു പോകുന്നു? താങ്കൾക്ക് ഭേദപ്പെട്ട ശമ്പളം കിട്ടുന്നുണ്ടാകും. തോപ്പിൽ സുധാകരൻ അന്വേഷിച്ചു.

തട്ടിയും മുട്ടിയും ഉള്ളതുകൊണ്ട് ഓണം പോലെ കഴിഞ്ഞു പോകുന്നു. ബാലകൃഷ്ണൻ പറഞ്ഞു. മാസശമ്പളം ഒന്നിനും തികയാറില്ല. മാസച്ചെലവുകളുടെ രണ്ടറ്റവും കൂട്ടിമുട്ടിക്കാൻ വേണ്ടി നന്നേ ബുദ്ധിമുട്ടാറുണ്ട്. ഇതൊക്കെ ആരറിയുന്നു. ആരോടുപറയാൻ. ബാലകൃഷ്ണൻ ഒരു നിമിഷം മൗനം ഭജിച്ചു.

താങ്കളെന്താണു ചിന്തിക്കുന്നതെന്ന് എനിക്കൂഹിക്കാം. ഇന്നത്തെ സാഹചര്യത്തിൽ, എത്ര ശമ്പളം കിട്ടിയാലും ഭാരിച്ച ചെലവുകൾക്ക് തികയാറില്ല. നിത്യോപയോഗ സാധനങ്ങളുടെ വിലക്കയറ്റം കുടുംബനാഥന്റെ നടുവൊടിക്കുന്നു.

സുധാകരന് സ്വന്തമായി ഒരു വീടുണ്ട്. പൂട്ടിയിട്ടിരിക്കുകയാണ്. ദില്ലിയിൽ ജോലി ചെയ്യുന്ന അദ്ദേഹം ആറുമാസത്തിലോ വർഷത്തിൽ ഒരിക്കലോ വരുമ്പോൾ മാത്രമാണ് വീട് തുറക്കാറുള്ളത്. രണ്ടു മൂന്ന് ദിവസം ഇവിടെ തങ്ങും. വീണ്ടും ദില്ലിയിൽ പോകും. ഭാര്യയും കുട്ടികളും നാട്ടിലാണ്. കുട്ടികൾ അവിടെ പഠിക്കുന്നു. ഇവിടെയുള്ള ദിവസങ്ങളിൽ ഭക്ഷണം ഹോട്ടലിലുമാണ്.

ഹോട്ടൽ ഭക്ഷണം താങ്കൾക്കിഷ്ടപ്പെടാറുണ്ടോ എന്നു ബാലകൃഷ്ണൻ ചോദിച്ചു. പണം കൊടുത്തിട്ട് അസുഖങ്ങൾ വിലക്കുവാങ്ങുകയല്ലേ? പല തരത്തിലുള്ള ഉദരരോഗങ്ങൾക്കും ഹോട്ടൽ ഭക്ഷണം ഹേതുവാകാറുണ്ട്.

മറ്റു മാർഗ്ഗങ്ങളൊന്നുമില്ലാത്തതിനാൽ ഹോട്ടിലിൽ നിന്നും കിട്ടുന്ന ഭക്ഷണം സ്വാദോടെ കഴിക്കുവാൻ നിർബന്ധിതനാകുന്നു.

"താങ്കൾക്ക് എതിരഭിപ്രായം ഒന്നുമില്ലെങ്കിൽ, കുടുംബസമേതം എന്റെ വീട്ടിൽ താമസിച്ചുകൂടെ?" സുധാകരൻ ക്ഷണിച്ചു.

ബാലകൃഷ്ണൻ സുധാകരന്റെ കണ്ണുകളിൽ സാകൂതം നോക്കിനിന്നു. അദ്ദേഹം പറയുന്നത് അവിശ്വസിനീയമായി അയാൾക്ക് തോന്നി. അദ്ദേഹത്തിന്റെ വീട്ടിൽ താമസിക്കാനായി ക്ഷണിക്കുന്നു!

"താങ്കളുടെ നല്ല മനസ്സിനു നന്ദി." ഒന്നുനിർത്തിട്ട് ബാലകൃഷ്ണൻ പറഞ്ഞു: "വീട് വാടകയ്ക്ക് കൊടുക്കുന്നതിൽ താങ്കളുടെ സഹധർമ്മിണിക്ക് അനിഷ്ടം വല്ലതും ഉണ്ടാകുമോ?"

അതേക്കുറിച്ചു ചിന്തിച്ചു താങ്കൾ വിഷമിക്കുകയും വ്യാകുലപ്പെടേണ്ടതുമില്ല. അതൊക്കെ ഞാൻ കൈകാര്യം ചെയ്തുകൊള്ളാം. ഭാര്യക്കതിൽ വൈഷമ്യം ഉണ്ടാകില്ല. വീടെന്റേതാണ്.

ബാലകൃഷ്ണനും കുടുംബവും സുധാകരന്റെ ഫ്ലാറ്റിൽ താമസമായി, അദ്ദേഹത്തിന്റെ പരിപൂർണ്ണ സമ്മതത്തോടെ.

നിയമപരമായി വെള്ളവും വൈദ്യുതിയും ഇല്ലെന്നുള്ള യാഥാർത്ഥ്യം താമസം തുടങ്ങിയ ശേഷമാണ് ബോധ്യപ്പെട്ടത്. ചില ദിവസങ്ങളിൽ വെള്ളവും വെളിച്ചവും ഇല്ലാതെ ബുദ്ധിമുട്ടേണ്ടി വന്നു. കുട്ടികളെ അതു വല്ലാതെ ബുദ്ധിമുട്ടിച്ചു. O C (ഒക്യുപ്പേഷൻ സർട്ടിഫിക്കറ്റ്) ഇല്ലാത്ത പല കെട്ടിടങ്ങളും ഇവിടങ്ങളിലുണ്ട്. റസിഡൻഷ്യൽ അപ്പാർട്ട്മെന്റുകൾ നിർമ്മാണം പൂർത്തിയാക്കുന്നതിനൊപ്പം സിറ്റി ഡെവലപ്മെന്റ് അതോറിറ്റിയിൽ നിന്നും ഫ്ലാറ്റ് ഓണേഴ്സിന് നിയമപരമായി കയറി താമസിക്കുന്നതിനുള്ള അനുമതി (OC) ലഭ്യമാക്കണം എന്നതാണ് നിയമം.

പല കെട്ടിടനിർമ്മാതാക്കളും നിയമാനുസൃതമല്ലാത്ത തരത്തിൽ നിർമ്മാണം നടത്താറുണ്ട്. സിറ്റി പ്ലാനിങ്ങിന്റെ ചട്ടവിരുദ്ധമായി കെട്ടിട നിർമ്മാണം നടത്തിയാൽ OC കിട്ടുന്നതിനുവേണ്ടി ഭാരിച്ച തുക പെനാലിറ്റിയായി അടക്കേണ്ടിവരുന്നു. കൂടാതെ 'കൈമടക്കും' നൽകണം. പല ബിൽഡേഴ്സും ഈ തുക അടച്ചിട്ട് ഒക്യുപ്പേഷൻ സർട്ടിഫിക്കറ്റ് എടുക്കുവാൻ നിർബന്ധരാകുന്നു. ചില തുക്കടാ (പേരില്ലാത്ത) ബിൽഡേഴ്സ് ഈ തുക അടച്ചിട്ട് OC എടുക്കുവാൻ വിമുഖത കാട്ടുന്നു. ഇങ്ങനെയുള്ള ഫ്ലാറ്റുകളിൽ വാട്ടർ കണക്ഷനും ഇലക്ട്രിസിറ്റി ബോർഡിന്റെ വൈദ്യുത കണക്ഷനും കിട്ടുവാൻ വേണ്ടി വലിയ കടമ്പകൾ കടക്കേണ്ടി വരുന്നു. അവിടെയും 'കൈമണി' കൊടുത്താൽ അതും സാധ്യമാകും.

ബാലകൃഷ്ണനും വീട്ടുടമ തോപ്പിലാനും കൂടി പല വട്ടം MSEB (മഹാരാഷ്ട്ര സ്റ്റേറ്റ് ഇലക്ട്രിസിറ്റി ബോർഡ്) യുടെ ഓഫീസുകൾ കയറിയിറങ്ങി. മലയാളിയായ ഭാസ്കരൻ നായർ ആയിരുന്നു MESB -

യിലെ സീനിയർ ഓഫീസർ. ഫ്ലാറ്റ് ഓണേഴ്സ് ഓരോരുത്തരായി മീറ്റർ കണക്ഷനു വേണ്ടിയുള്ള ഡിപ്പോസിറ്റ് തുക അടച്ചു. അതിനാൽ അധികം വൈകാതെ തന്നെ വൈദ്യുതി കണക്ഷൻ അനുവദിച്ചു കിട്ടി. അതുപോലെ വെള്ളത്തിന്റെ കണക്ഷനും ലഭിച്ചു അതിനു വേണ്ടി 'അണ്ടർടേബിൾ' (കൈക്കൂലി) പണവും കൊടുക്കേണ്ടി വന്നു. 'പണത്തിനു മുകളിൽ പരുന്തും പറക്കില്ല' എന്നൊരു ചൊല്ലുണ്ടല്ലോ. പണം കൊടുത്താൽ വളഞ്ഞ വഴിയിലൂടെ പോലും എന്തും നേടിയെടുക്കാം!

സുധാകരൻ തോപ്പിലിന്റെ ആത്മാർത്ഥമായ കരുതലിൽ, നാലു വർഷക്കാലം അദ്ദേഹത്തിന്റെ വീട്ടിൽ ഞങ്ങൾ താമസിച്ചു. അതിനിടയിൽ ഞങ്ങളും സ്വന്തമായി ഫ്ലാറ്റ് വാങ്ങി. അതിനുവേണ്ടി ബാങ്കിൽ നിന്നും ലോൺ എടുക്കേണ്ടി വന്നു.

സുധാകരന് സ്വന്തമായി സഹോദരിമാരില്ല. അവർ മൂന്നു സഹോദരങ്ങളാണ്. എന്റെ ഭാര്യയെ, അമ്മയിൽ പിറക്കാതെ പോയ സഹോദരിയായി അംഗീകരിച്ചു. കുട്ടികളോടും അദ്ദേഹത്തിന് സ്നേഹം ആയിരുന്നു. ഞങ്ങളുടെ കുട്ടികളെ നന്നായി പഠിപ്പിക്കുമായിരുന്നു. സമർത്ഥമായി പഠിക്കുന്ന കുട്ടികളോട് സുധാകരന് ഒത്തിരി ഇഷ്ടമാണ്. പുള്ളിയുടെ രണ്ട് പെൺമക്കളും നാട്ടിൽ നന്നായി പഠിക്കുന്നവരാണ്. രണ്ടുപേരും മിടുക്കികളാണ്.

മറുനാടൻ മലയാളികളിൽ നിലനിന്നുപോരുന്ന ഒരു പരസ്പര ആത്മബന്ധത്തിന്റെ മകുടോദാഹരണമാണ് സുധാകരൻ എന്ന സുഹൃത്ത്. ആത്മാർത്ഥമായ, കളങ്കമില്ലാത്ത സ്നേഹം!

ഒന്നുമില്ലാതെ അരങ്ങിലെത്തുന്ന നമ്മൾ ജീവിത നാടകത്തിൽ അഭിനയിക്കുന്നു. ചിലരൊക്കെ ഒരുപാട് വെട്ടിപ്പിടിക്കുവാൻ വെമ്പൽ കൊള്ളുന്നു. അവസാനം ഒന്നും നേടാൻ ആകാതെ വെറും കയ്യോടെ അരങ്ങൊഴിയേണ്ടിവരുന്നു. കൂടെ കൂട്ടുവാനുള്ളത് നിസ്വാർത്ഥമായി നൽകിയതും ഏറ്റുവാങ്ങിയതുമായ ഒരിറ്റു സ്നേഹം മാത്രമാണ്!

മാട്ടുംഗ ശ്രീകൃഷ്ണ ക്ഷേത്രത്തിൽ വെച്ചായിരുന്നു ബാലകൃഷ്ണന്റെ സഹപ്രവർത്തകനായിരുന്ന രവികുമാറിന്റെ വിവാഹം. വലിയ ആർഭാടങ്ങളൊന്നുമില്ലതെ ലളിതമായ കല്യാണം. രവികുമാർ കായംകുളം സ്വദേശിയും വധു അംബിക ചെട്ടിക്കുളങ്ങര സ്വദേശിനിയും. മറുനാടൻ ജീവിതത്തിനിടയിലും മലയാളിത്തനിമയും

ശാലീനതയും നിഷ്കളങ്കതയും കൈമുതലായി കാത്തുസൂക്ഷിച്ച പെൺകുട്ടി. ഇരുവരും പരസ്പരം ഇഷ്ടപ്പെട്ടു. ഇരുകുടുംബങ്ങളിലെ മാതാപിതാക്കളുടെ അനുഗ്രഹാശിസ്സുകളോടെ അവരുടെ മാംഗല്യം മംഗളമായി നടന്നു.

ക്ഷേത്രത്തിനടുത്തു തന്നെയാണ് മാട്ടുംഗ മാർക്കറ്റ്. അവിടെയാണ് ചെങ്ങന്നൂർക്കാരൻ രാഘവൻ ചേട്ടൻ നടത്തുന്ന ശ്രീകൃഷ്ണവിലാസം ഭക്ഷണശാല. കല്യാണസദ്യ അവിടെയായിരുന്നു ഏർപ്പാടുചെയ്തിരുന്നത്. വിഭവസമൃദ്ധമായ സദ്യ. അടപ്രഥമനും കടലപ്പായസവും കെങ്കേമമായിരുന്നു എന്നുതന്നെ പറയാതെ തരമില്ല. സദ്യ കഴിച്ചവരെല്ലാം പൂർണ്ണതൃപ്തരായി.

വർഷങ്ങളായി മുംബെയിൽ ജീവിക്കുന്ന ബാലകൃഷ്ണനും കുടുംബത്തിനും ധാരാളം മറാട്ടി സുഹൃത്തുക്കളുമുണ്ട്. നല്ല മനുഷ്യസ്നേഹികളാണവരൊക്കെ. പലതരത്തിൽ നമ്മളെയവർ പിന്തുണയ്ക്കുന്നു.

ജോലി തേടി ബോംബെയിലെത്തുന്ന മറുനാട്ടുകാരനെ ഇരു കൈകളും നീട്ടി സ്വീകരിക്കുന്ന മഹാനഗരം. ഇവിടെ എത്തുന്നവരിൽ നല്ലൊരു ശതമാനം മലയാളികൾ തന്നെ. അങ്ങോട്ടല്പ സ്നേഹം നൽകിയാൽ പതിൻമടങ്ങ് ആത്മാർത്ഥസ്നേഹത്തോടെ മറാട്ടിമക്കൾ നമ്മളെ സ്നേഹിക്കുന്നു!

അടുത്തിടപെട്ടു കഴിയുമ്പോൾ അറിയാം മഹാരാഷ്ട്രക്കാരായ സുഹൃത്തുക്കളുടെ നിഷ്ക്കളങ്കമായ മനസ്സും സ്നേഹംനിറഞ്ഞ സഹകരണ മനോഭാവവും. വളരെ സ്നേഹ സഹകരണത്തോടെ സ്ത്രീകൾ നമ്മളുടെ സ്ത്രീകളെ ഇഷ്ടപ്പെടുന്നു.

മറാട്ടിക്കാരായ ഗ്രാമീണരുടെ വിവാഹം ഒരു ഘോഷയാത്ര പോലെയാണ് നടത്തപ്പെടുന്നത്. വിവാഹം അവർക്കൊരുത്സവമാണ്.

പെണ്ണ് കാണലും വാക്കുറപ്പിക്കലും മറ്റു ചടങ്ങുകളും വളരെ ലളിതമായി വീട്ടിൽ വെച്ച് നടത്തപ്പെടുന്നു.

വിവാഹത്തിന്റെ തലേ ദിവസം പ്രതിശ്രുത വധുവിന്റെ വീട്ടിൽ പ്രതിശ്രുതവരനും ബന്ധു മിത്രാദികളും എത്തിച്ചേരുന്നു. ഒരു പരികർമ്മിയുടെ കാർമ്മികത്വത്തിൽ വധൂഗൃഹത്തിൽ പൂജാകർമ്മകൾ നടക്കും. നാളെ വധുവരന്മാരാകാൻ പോകുന്നവർക്ക് പൂജിച്ചു നൽകുന്ന പൂമാലകൾ ചാർത്തുന്നു. അതിനു ശേഷം

വാദ്യഘോഷങ്ങളും നാഗസ്വരത്തിന്റെ കമ്പടിയോടെ അവർ ഗ്രാമം ചുറ്റാനിറങ്ങുന്നു. പ്രതിശ്രുത ദമ്പതികൾ കല്യാണ വസ്ത്രങ്ങൾ അണിഞ്ഞിരിക്കും. നാടുചുറ്റുന്ന ഘോഷയാത്രയിൽ ബന്ധുമിത്രാദികളും അണിചേരും.

നാളെ വിവാഹിതരാകാൻ പോകുന്ന ഇരുവരെയും നാട്ടുകാരുടെ സമക്ഷം സാക്ഷ്യപ്പെടുത്തുക എന്ന സൽക്കർമ്മമാണ് ഇതുകൊണ്ടുദ്ദേശിക്കുന്നത്. നാളെ എന്തെങ്കിലും സ്വരച്ചേർച്ച ഇല്ലാതെ വരുന്ന സാഹചര്യമുണ്ടായാൽ നാട്ടുകാരുടെ പിന്തുണ തേടണമെന്നായിരിക്കും ഇതുകൊണ്ടു ഉദ്ദേശിക്കുന്നത്.

ബാലകൃഷ്ണനും സുഹൃത്തുക്കളും ശങ്കർ ഗായ്ഘവാഡ് എന്ന മറാട്ടി സുഹൃത്തിന്റെ കല്യാണപൂർവ്വഘോഷയാത്രയിൽ പങ്കുചേർന്നു. അടുത്ത ദിവസം ആഡിറ്റോറിയത്തിൽ വെച്ച് നടന്ന കല്യാണത്തിലും കല്യാണ സദ്യയിലും പങ്കെടുത്തു. ബാലകൃഷ്ണനും സുഹൃത്തുക്കളും ചേർന്ന് നല്ലൊരു വിവാഹ സമ്മാനവും വധൂവരന്മാർക്കു വാങ്ങി നല്കി. നമ്മളുടെയൊക്കെ സാന്നിധ്യം അവരിഷ്ടപ്പെടുന്നു.

"ബാലനച്ഛരൻ കുറച്ചു ദിവസമായി മൗനവ്രതത്തിലായിരുന്നോ" സുരേഷന്വേഷിച്ചു.

സുരേഷിനിപ്പോൾ സംസാരിക്കുവാനും ബാലനച്ഛരന്റെ വിശേഷങ്ങൾ ചോദിച്ചറിയുവാനും സാധിക്കുന്നില്ല. അവനിപ്പോൾ സുലോചന ടെക്സ്റ്റയിൽസിൽ ജോലി ചെയ്യുകയാണ്. ഞായറാഴ്ച മാത്രമാണൊരവധി കിട്ടുന്നത്. അന്നവനു പിടിപ്പതുജോലിയാണ്. വസ്ത്രങ്ങൾ കഴുകിയുണക്കി ഇസ്തിരി ഇട്ടുവെയ്ക്കണം. പിന്നലപ്പ സമയം കിട്ടിയാൽ വീട്ടിൽ സുലു അമ്മയെ സഹായിക്കും. ബാലനച്ഛരനും തിരിക്കിലായിരിക്കും. പരസ്പരം സംസാരിക്കാനുള്ള നേരം കണ്ടെത്താനാകുന്നില്ല. മാടക്കടയിലായിരുന്നപ്പോൾ വേണ്ട പോലെ കഥകൾ പറയാനും കേൾക്കാനും അവസരമുണ്ടായിരുന്നു. ധാരാളം സമയവുമുണ്ടായിരുന്നു.

"ങ്, സുരേഷേ, കുറച്ചു ദിവസങ്ങളായി ഞാൻ വാചാലമായ മൗനത്തിലായിരുന്നു." കുടുംബജീവിതം ഇന്നെന്നെ വല്ലാതെ അസ്വസ്ഥനാക്കുന്നു. സുലോചനയുടെ സ്വഭാവത്തിൽ ഞാനൊരിക്കലും പ്രതീക്ഷിക്കാത്ത തരത്തിലുള്ള മാറ്റങ്ങൾ

സംഭവിച്ചുകൊണ്ടിരിക്കുന്നു. അതെന്നെ വല്ലാത്ത തരത്തിൽ വീർപ്പുമുട്ടിക്കുന്നു. ആരോ കവി പാടിയതുപോലെ, ആശിച്ച രീതിയിൽ ആടാൻ കഴിയാത്ത നാടകമാണെന്റെ ജീവിതം! അതാണെടോ സുരേഷേ ഇന്നത്തെ എന്റെ ദയനീയാവസ്ഥ.

ഒത്തിരി ഒത്തിരി സ്വപ്നങ്ങൾ കണ്ടിരുന്നു. എല്ലാ സ്വപ്നങ്ങളും സഫലമാകില്ലെന്നറിയാം. എങ്കിലും ജീവിതത്തിലെ യാഥാർത്ഥ്യങ്ങളെ തിരിച്ചറിഞ്ഞ് അതിനെ സത്യസന്ധമായും ആത്മാർത്ഥമായും വിവേചിച്ചറിയാൻ സുലുക്കുട്ടി ശ്രമിക്കുന്നില്ല. പകരം ഭർത്താവിനെ അവിശ്വസിക്കുന്നു. ഇല്ലാത്ത എന്തിന്റെയൊക്കെയോ പേരിൽ സംശയത്തിന്റെ മുൾക്കുരുക്കിൽ തളച്ചിട്ടു ക്രൂശിക്കുവാൻ ശ്രമിക്കുന്നു.

സുലോചനയിൽ അവളുടെ കൂട്ടുകാരികളിലാരോ കൊടും വിഷം കുത്തിവെച്ചിരിക്കുന്നു. സന്തോഷപ്രദവും പരസ്പര ധാരണയോടുംകൂടി കഴിഞ്ഞിരുന്ന ഒരു കുടുംബം തകർക്കുവാൻ, അസൂയാലുക്കളായ ആരോ കുതന്ത്രം മിനഞ്ഞിരിക്കുന്നു. ആ കുതന്ത്രവലയിൽ സുലു കുടുങ്ങി വീണിരിക്കുന്നു.

നിരപരാധിയായ ഭർത്താവിനെ ഒരപധസഞ്ചാരിയായി സുലോചനയുടെ മുമ്പിൽ ആ കുതന്ത്രശാലികൾ അവതരിപ്പിച്ചിരിക്കുന്നു. ദുർബുദ്ധികൾ അവരുടെ ഭാഗം വിജയിപ്പിച്ചപ്പോൾ ഒരു കുടുംബജീവിതം പരാജയത്തിന്റെ പാതയിലൂഴലുന്നു. അതിലൂടെ ശത്രുവർഗ്ഗം സന്തോഷിക്കുന്നു!

വർഷങ്ങളോളം മുംബയിൽ ജീവിച്ചിട്ടും എങ്ങും എത്തിപ്പെടാത്തവരുണ്ട്. അവരിൽ പലരും ഇന്നും വാടകക്കാരായി കഴിയുന്നു. അങ്ങനെയുള്ളവർക്ക് ബാലകൃഷ്ണന്റേയും കുടുംബത്തിന്റെയും വളർച്ചയിൽ കണ്ണുകടി ഉണ്ടാകുക സ്വാഭാവികം. അതിൽ അതിശയോക്തിയില്ല. അവർ അസൂയാലുക്കളായി രംഗത്തെത്തി. അവരിൽ അപകർഷതാബോധം വളർന്നു. മലയാളികളിൽ മാത്രം കണ്ടു വരുന്ന ദുഷിച്ചുനാറിയ ഒരു പ്രവണതയാണിത്. മലയാളിയായ ഒരു കൂട്ടാളിയുടെ വളർച്ചയിൽ അവന്റെ മനസ്സ് അസ്വസ്ഥമാകാൻ തുടങ്ങുന്നു. ഏത് വിധേനയും അവനെ കുത്തുപാള എടുപ്പിക്കുന്നതിലൂടെ അത്തരക്കാർ സായൂജ്യമടയുന്നു.

ശത്രുക്കളേയും മിത്രങ്ങളേയും സുലുക്കുട്ടിക്ക് തിരിച്ചറിയാതായിരിക്കുന്നു. ശത്രുതയുടെ തീനാളം ഉള്ളിൽ മറച്ചുവെച്ചുകൊണ്ടടുക്കുന്നവരുടെ പ്രലോഭനങ്ങളിൽ സുലോചന വശംവദയായിരിക്കുന്നു. അവിശ്വസനീയമായ മാനസിക മാറ്റങ്ങൾ സുലോചനയിൽ സംഭവിച്ചുകൊണ്ടിരിക്കുന്നു. തീക്കണ്ണുകളിൽ ജ്വലിച്ചുനില്ക്കുന്ന ശത്രുരാക്ഷസികളെയവൾ അറിയുന്നില്ല.

കഴിഞ്ഞുപോയ നാൽപതു സംവത്സരങ്ങൾ. കാറും കോളും ഒന്നുമില്ലാതെ തെളിഞ്ഞ ആകാശത്തിലൂടെ മുന്നേറിക്കൊണ്ടിരിക്കുന്ന ജീവിതരഥയാത്ര. ഇന്ന് തെളിമയാർന്ന ആകാശത്ത് കാർമേഘ പടലങ്ങൾ ഉരുണ്ടുകൂടിയിരിക്കുന്നു. മാനം ഇരുണ്ടുകലങ്ങിക്കിടക്കുന്നു. ഈ മഴക്കാറൊന്നു പെയ്തൊഴിഞ്ഞ് ജീവിതവീഥി ഒന്ന് തെളിഞ്ഞു കാണുവാൻ ബാലകൃഷ്ണൻ എന്ന കർമ്മയോഗി ഒത്തിരി ആഗ്രഹിക്കുന്നു, ആശിക്കുന്നു.

കഴിഞ്ഞ കാലങ്ങളിൽ സഞ്ചരിച്ചുവന്ന സുന്ദരസുരഭിലമായിരുന്ന പുഷ്പവാടിയിലെ പാതകൾ സുലോചന മറക്കുന്നു. വന്ന വഴിത്താരകൾ മറക്കുന്നു. കഴിഞ്ഞു വന്ന സുഗമമായ വഴികളിലേക്കൊന്നു തിരിഞ്ഞു നോക്കുവാൻ തന്റെ പ്രിയപ്പെട്ട ഭാര്യ സന്നദ്ധയാകുന്നില്ലല്ലോ എന്നോർക്കുമ്പോൾ ബാലകൃഷ്ണന്റെ ശുദ്ധാത്മാവ് കേഴുന്നു; വേദനിക്കുന്നു. ആത്മനൊമ്പരത്താൽ അയാൾ നീറിപ്പുകയുന്നു.

ഇന്ന് കാണുന്ന സുഖസൗകര്യങ്ങളിൽ സുലോചന അഹങ്കരിക്കുന്നു, മതിമറന്നിരിക്കുന്നു. ഇന്നവൾ പല സ്ഥാപനങ്ങളുടെയും ഉടമസ്ഥയാണ്. കോടീശ്വരിയാണ്. ഇതെല്ലാം ഒരുനാൾ മാനത്ത് നിന്നും പൊട്ടി വീണതായി കരുതുന്നത് വിഡ്ഢിത്തരം ആണെന്നുള്ള വസ്തുത സുലോചന മനസ്സിലാക്കുന്നില്ല. അല്ലെങ്കിൽ മനസ്സിലാക്കാൻ ശ്രമിക്കുന്നില്ല.

കഠിനാധ്യാനത്തിലൂടെ മാത്രമേ ജീവിതവിജയവും കൈവരിക്കാൻ സാധ്യമാവുകയുള്ളൂ എന്ന യാഥാർത്ഥ്യം ഓരോരുത്തരും മനസ്സിലാക്കണം?

22

ശാശ്വതമല്ലാത്ത ഈ പ്രപഞ്ച സത്യങ്ങളെ തിരിച്ചറിയാതെ വെറുമൊരശുവായ മനുഷ്യൻ അഹങ്കരിക്കുന്നു. വൃഥാ പലതും വ്യാമോഹിക്കുന്നു. നീർക്കുമിളപോലെ എത്ര നശ്വരമാണീ ജീവിതം. ഹ്രസ്വമായ ഈ ജീവിതനാടകത്തിലെ അരങ്ങൊരുനാൾ ഒഴിയണം. അന്ന് കൂടെ കൂട്ടുവാൻ എന്താണുള്ളത്. ഒരു ശ്വാസ നിശ്വാസത്തിൽ എല്ലാം പൊലിഞ്ഞുപോകുന്നു. പിന്നെ എല്ലാം ശൂന്യം! ഉപാധികളൊന്നുമില്ലാതെ ആത്മാർത്ഥമായി സ്നേഹിച്ചാൽ നാളെ ആരെങ്കിലുമൊക്കെ ഓർക്കും. ഒരു അല്പ നിസ്വാർത്ഥമായ സ്നേഹം ചുണ്ടിൽ വിരിഞ്ഞാൽ അയാൾ ധന്യൻ!

കൃഷ്ണൻ എന്ന തൂലികാനാമത്തിൽ ബാലകൃഷ്ണൻ കഥകൾ രചിക്കുന്നു. തന്റെ കഥകളെല്ലാം വായിച്ചിട്ട് സുലോചന ഊറ്റംകൊണ്ടിരുന്നു. നല്ല കഥകളെന്ന് അഭിപ്രായം പ്രകടിപ്പിച്ചിട്ടുണ്ട്. നല്ലതും ചീത്തയുമായ കഥകളും കഥാപാത്രങ്ങളും രചനകളിൽ കടന്നുകൂടുക സന്ദർഭോചിതം. പുരുഷ കഥാപാത്രങ്ങളോടൊപ്പം സ്ത്രീ കഥാപാത്രങ്ങളും കടന്നുകൂടുക സ്വാഭാവികം മാത്രം, സാങ്കൽപികം മാത്രം!

കൃഷ്ണന്റെ കഥകളിൽ സ്ത്രീ കഥാപാത്രങ്ങളായി വന്നിട്ടുള്ളവരെല്ലാം താൻ കണ്ടു മുട്ടിയിട്ടുള്ള ദുർനടപ്പുകാരികളായ അഭിസാരികളായിരുന്നെന്ന് പോലും സുലോചന സംശയത്തിന്റെ പിൻബലത്തിൽ വ്യാഖ്യാനിക്കുന്നു. അവസരോചിതമായി ബാലുവിനെ ഭാര്യതേജോവധം ചെയ്യുന്നു. യാഥാർത്ഥ്യങ്ങൾ എന്തെന്നറിയുവാൻ അവൾ തയ്യാറാകുന്നില്ല. സംശയരോഗം അവളെ മറ്റൊരു സ്ത്രീയാക്കി മാറ്റിയിരിക്കുന്നു.

സുരേഷേ എന്റെ മനസ്സും ആത്മാവും വളരെ ഏറെ പിന്നിലേയ്ക്കു പോയി. പിന്നിട്ട പാതകളിലൂടെയുള്ള ഒരു ദേശാടനം. അന്ത്യമില്ലാത്ത ഒരു സ്വപ്നാടനം. കടന്നുവന്ന പല നടവഴികളിലൂടെ സഞ്ചരിച്ചു. നല്ലവരും ആത്മാർത്ഥതയുള്ളവരുമായ ഒരുപാട് സുഹൃത്തുക്കളെ ആ ദീർഘമായ യാത്രയിൽ ഉടനീളം കണ്ടുമുട്ടി. അവരിൽ ചിലർ ദുഃഖിതരായിരുന്നു മറ്റു ചിലർ പീഡിതരായിരുന്നു. അവരൊക്കെയായി സൗഹൃദം പങ്കിട്ടു. സഭാഷണങ്ങളിൽ മുഴുകിയിട്ടുണ്ട്. മനസ്സുതുറന്നു പരസ്പരം സുഖ ദുഃഖങ്ങൾ പങ്കുവെച്ചു.

ഇന്ന് കാണുന്ന ഈ സുഖസൗകര്യങ്ങളൊക്കെ കൈപ്പിടിയിലൊതുക്കുവാൻ വേണ്ടി ഒത്തിരി അലഞ്ഞു. ദുർഘടംപിടിച്ച വഴികളിലൂടെ ഓടി അലഞ്ഞുതിരിഞ്ഞു!

എല്ലാം നേടിക്കഴിഞ്ഞപ്പോൾ ഭാര്യ പരിഷ്കാരിയായി മാറി. ഭർത്താവ് പഴഞ്ചനും ദുർനടപ്പുകാരനുമായി. അയാൾ ഒന്നിനുംകൊള്ളാത്തവനായി.

സൊസൈറ്റി ലേഡികൾക്കും പരിഷ്കാരികളായ 'കൊച്ചമ്മമാർ'ക്കുമൊപ്പം തന്റെ ഭാര്യ സുലോചനയും ക്ലബ്ബുകൾ കയറിയിറങ്ങി ജീവിതം ആഘോഷമാക്കി. ആർഭാടങ്ങളിൽ അഭിരമിച്ചു. ബ്യൂട്ടിപാർലറുകളിൽ കയറിയിറങ്ങി ഇല്ലാത്ത മുഖകാന്തി ചായം പൂശി ചമഞ്ഞൊരുങ്ങി സ്വയം ബ്യൂട്ടി ക്യൂയിനുകളായി.

സുരേഷേ, പല സ്ഥലങ്ങളിലും വാടകക്കാരായി. അവിടങ്ങളിലെ പരിമിതികളിൽ വീർപ്പുമുട്ടി ജീവിതം ഉന്തിത്തള്ളി നീക്കി. മാഹിമിൽ സുഹൃത്ത് വിജേഷിന്റെ വീട്ടിലെ ജീവിതം മാത്രം ബദ്ധിമുട്ടുകളൊന്നും ഇല്ലാത്തതായിരുന്നു. അതിനാൽ അവിടത്തെ കുടുംബജീവിതം സുഖപ്രദമായിരുന്നെന്നു പറയാം. വിജേഷിന്റെ ഭാര്യ അഞ്ജലിയും സുലുവും നല്ല കൂട്ടുകാരികളായി മാറി. അവർ സ്വപ്നങ്ങൾ പങ്കുവെച്ചു.

സുലോചനയുടെ ആദ്യ പ്രസവം നാട്ടിലായിരുന്നല്ലോ നടന്നത്. പ്രസവവും ശുശ്രൂഷകളുമൊക്കെ കഴിഞ്ഞു. ബാലകൃഷ്ണൻ നാട്ടിൽ പോയി ഭാര്യയേയും അശ്വതിമോളെയും മുംബൈയ്ക്ക് കൂട്ടി കൊണ്ടുവന്നു.

കുറച്ചുനാൾ ദാദറിനടുത്ത് ശിവരിയിയിൽ ഒരു ബന്ധുവിന്റെ റൂമിൽ താമസിച്ചു. ബന്ധുവിന്റെ വീടായിരുന്നെങ്കിലും കൃത്യമായി മാസ വാടക

കൊടുത്തുകൊണ്ടുതന്നെയാണ് താമസിച്ചത്. അധികനാൾ അവിടെ താമസിക്കുവാൻ സാധിച്ചില്ല. അതിന്റെ പ്രധാന കാരണം പൊതു കക്കൂസുകളായിരുന്നു ഉപയോഗിക്കേണ്ടിയിരുന്നത് എന്നതാണ്. ചാൽ വീടുകളായിരുന്നു. നെടുനീളത്തിൽ കെട്ടിയുണ്ടാക്കുന്ന ഒറ്റനിലവീടുകളാണ്. ഒരു മുറിയും ചെറിയൊരടുക്കളയും അതിനോട് ചേർന്ന് ഒരു മോറിയും. പാത്രങ്ങൾ കഴുകുന്നതിനും കുളിക്കുന്നതിനും ഉപയോഗിക്കുന്ന ഒരുങ്ങിയ ഇടമാണ് മോറി. കക്കൂസ് സൗകര്യം ഇല്ല. നാലും അഞ്ചും ചാൽ വീടുകളിൽ താമസിക്കുന്ന കുടുംബാംഗങ്ങൾക്ക് രണ്ടു പൊതു കക്കൂസ്. ചെറു തൊട്ടിയിൽ തൂക്കിപ്പിടിച്ച വെള്ളവുമായി കക്കൂസിൽ പോകാൻ വേണ്ടി ക്യൂ നിൽക്കണം. ഇങ്ങനെയുള്ള കക്കൂസ് ഉപയോഗിക്കുന്നതിലൂടെ പലവിധ പകർച്ചവ്യാധിരോഗങ്ങളും ഉണ്ടാകാൻ ഇടയാകുന്നു.

ഏഷ്യയിലെ തന്നെ ഏറ്റവും വലിയ ചേരിപ്പട (ജോപ്പട) ധാരാവിയിലാണുള്ളത്. സയൺ - കുർള റെയിവേ സ്റ്റേഷനു മധ്യത്തിലാണ് ധാരാവി എന്ന ചേരിപ്പട സ്ഥിതിചെയ്യുന്നത്. വൃത്തിഹീനമായ അന്തരീക്ഷം. റെയിൽവേ ട്രാക്കാണു അവിടത്തെ താമസക്കാരിൽ ഭൂരിഭാഗവും മലവിസർജ്ജനത്തിനുപയോഗിക്കുന്നത്. അടുപ്പു കൂട്ടിയ മാതിരി ഇടുങ്ങിയ ചാൽ വീടുകളാണവിടെയുള്ളത്. എല്ലാ സംസ്ഥാനക്കാരും ഇവിടെ താമസിക്കുന്നു. കൂടുതലും തമിഴ്നാട്ടുകാരുടേതാണ് ആധിപത്യം.

കലീനയിൽ സുഹൃത്ത് ഹരിദാസിന്റെ എയർ ഇന്ത്യ കോട്ടേഴ്സിലും അല്പനാൾ താമസിച്ചു. ഹരിദാസും സാഹിത്യകാരനാണ്. തൂലികമിത്രത്തിലൂടെ ആണ് ഞങ്ങൾ പരിചയപ്പെട്ടത്.

അല്പനാളത്തെ അവിടത്തെ ജീവിതത്തിലൂടെ രണ്ടു സാഹിത്യകാരന്മാർ തമ്മിലുള്ള ചർച്ചകൾക്കും സാഹിത്യ സംവാദങ്ങൾക്കും അവസരമുണ്ടായി. ആ ചർച്ചകളിലൂടെ നല്ല നല്ല കാമ്പുള്ള രചനകൾ നടത്തുവാൻ രണ്ടു പേർക്കും സാധിച്ചു എന്നുള്ളത് ഒരു നേട്ടമായി.

വിജേഷും ബാലകൃഷ്ണനും സുമലതയും കൂടി ഒരു ദിവസം രേണുകയുടെ താമസ സ്ഥലത്തുപോയി. രേണുകയും അനുജത്തിയും ഷണ്മുഖാനന്ദ ഹാളിനടുത്തുള്ള സി. ജി. എസ് (സെന്റർ ഗവർമെന്റ്

സ്റ്റാഫ്) കോട്ടേഴ്സിലാണവർ താമസിക്കുന്നത്. രേവതി സ്റ്റെനോ സെക്രട്ടറിയായി ഒരു പ്രൈവറ്റ് സ്ഥാപനത്തിൽ ജോലിചെയ്യുന്നു.

ഹോസ്പിറ്റലിൽവെച്ചു കണ്ടുമുട്ടിയപ്പഴേ വിജേഷിന് രേണുകയോട് ഒരടുപ്പം തോന്നിയിരുന്നു. അവരുടെ കാതരമിഴികളിടഞ്ഞു. ചെറിയൊരനുരാഗതരംഗം ആ കണമിഴികളിൽ കവിത മിനയുന്നത് ദൃശ്യമായിരുന്നു.

ചായയും വീട്ടിൽ ഉണ്ടാക്കിയ ഇലയപ്പവും നൽകി രേണുകയും രേവതിയും ഞങ്ങളെ സ്വീകരിച്ചു സൽക്കരിച്ചു. ഇലയപ്പം വളരെ സ്വാദിഷ്മാണെന്ന് വിജേഷ് അഭിപ്രായപ്പെട്ടു. രേണുകയാണ് ഇലയപ്പത്തിന്റെ നിർമ്മാതാവെന്നറിഞ്ഞപ്പോൾ, കൈപ്പുണ്യം തീരെ തരക്കേടില്ലെന്ന് ബാലകൃഷ്ണനും തമാശ സ്വരത്തിൽ പറഞ്ഞു.

രേണുകയാണിവിടുത്തെ പ്രധാന കുക്ക്. അവളുടെ പാചകകലയിലുള്ള നൈപുണ്യം അഭിനന്ദനം അർഹിക്കുന്നതാണെന്ന് സുമലതയും അഭിപ്രായപ്പെട്ടപ്പോൾ, ആള് പാചക വിദഗ്ധ തന്നെ എന്ന് വിജേഷും പുകഴ്ത്തി പറഞ്ഞു.

"ഹോട്ടലിൽ വേക്കൻസിയുണ്ടെന്നുണ്ടെങ്കിൽ കൂടെ കൂട്ടിക്കോ" ദ്വിദീയാർത്ഥത്തിൽ ബാലകൃഷ്ണനും അഭിപ്രായം പ്രകടിപ്പിച്ചു.

"വേക്കൻസിയുണ്ട്" വിജേഷ് പറഞ്ഞു "ഹോട്ടലില്ല, ആളിനെ വേണ്ടത്. ആളി......നെ വേണ്ട.....ത്." വാചകം മുഴുപ്പിക്കാതെ വിജേഷ് രേണുകയെ ഒളികണ്ണാൽ നോക്കി. അവരുടെ കടമിഴികൾ പരസ്പരം കൂട്ടിയുരുമ്മി. രേണുകയുടെ കവിളിണകൾ തുടുത്തു. ചെറു നാണത്തിൽ മുങ്ങി അവൾ തല കുമ്പിട്ടു നിന്നു. ആ അധരപുടങ്ങളിൽ ഒരു ചെറുചിരി വിടർന്നു. അവാച്യമായ മൗനങ്ങളിൽ അവരുടെ ഹൃദയങ്ങൾ വാചാലമായി.

രേണുകയ്ക്ക് അവധിയുള്ള പല ദിവസങ്ങളിലും വിജേഷ് അവളെ കാണാൻ കോട്ടേഴ്സിൽ പോകാറുണ്ടായിരുന്നു. ഇരു ഹൃദയങ്ങളും അനുരാഗത്തിന്റെ മധുരമുള്ള സ്വപ്നങ്ങൾ കൈമാറി ഹൃദയം ഹൃദയത്തോട് കഥകൾ പറഞ്ഞു. വിജേഷിന്റെ ഹോട്ടലിൽ രേണുക എത്താറുണ്ടായിരുന്നു. ഹോട്ടലിലെത്തുന്ന കാമുകിയ്ക്കായി അയാൾ പ്രത്യേക സ്വീകരണങ്ങൾ ഒരുക്കിയിരിക്കുന്നു. വിജേഷിന്റെ പ്രൈവറ്റ് ക്യാബിനിൽ അവർ ഒത്തുചേരും സ്വാദിഷ്ടമായ ഭക്ഷണത്തോടൊപ്പം വിജേഷ് അവൾക്കും ബിയറും വിളമ്പി. അവൾക്കെതിർപ്പില്ലാതെ മദ്യം

നുണഞ്ഞു. മദ്യലഹരിയിൽ രേണുകയും വിജേഷും ക്യാബിനിൽ ഹൃദയവും ഹൃദയവും കൈമാറി. അവളുടെ നിമിനോന്നതങ്ങളിൽ അവന്റെ വിരൽപ്പാടുകൾ വീണു. അവൾ അവനു കീഴ്പ്പെട്ടു.

രേണുകയുടെ മുറച്ചെറുക്കനാണ് സുഗുണൻ. അവളുടെ ഇഷ്ടാനിഷ്ടങ്ങളെ മാനിക്കാതെ, അവനവളെ സ്വന്തമാക്കാനായി അവളുടെ പിന്നാലെ അവൻ കൂടിയിരിക്കുന്നു. വിജേഷിന്റെയും രേണുകയുടെയും അടുപ്പം സുഗുണന്റെ മനസ്സിൽ തീപ്പൊരി വിതറി. അവന്റെ മസ്സിൽ പ്രതികാരം കത്തിജ്ജ്വലിച്ചു. സുഗുണൻ എന്നാണു പേരെങ്കിലും ഒരു ഗുണവുമില്ലാത്തവനാണെന്നാണ് പറയുന്നത്. ശുംഭൻ.

ആറടി മൂന്നിഞ്ചു പൊക്കം. കോലപ്പൻ എന്നാണ് രേണുകയും അനുജത്തി രേവതിയും സുഗുണൻനെ വിളിക്കുന്നത്. കണ്ടാലോ ഒരു കോലു നാരായണൻ.

വർളി - പരേൽ ജംഗ്ഷനിലുള്ള വിജേഷിന്റെ ഹോട്ടൽ - കം ബാറിൽ സുഗുണനെത്തി. സമയം സായംസന്ധ്യ. ഹോട്ടലിൽ സാമാന്യം തിരക്കുണ്ട്. പല മേശകളിലും ആൾക്കാർ മദ്യപിക്കുന്നുണ്ട്. സുഗുണനും ഒരു ടേബിളിൽ ഇടംപിടിച്ചു. സ്കോച്ച് വിസ്കി ഓർഡർ ചെയ്തു. വെയ്റ്റർ മദ്യം വിളമ്പി. കൂടെ കൊറിക്കാനായി അണ്ടിപ്പരിപ്പും. അമിതമായി മദ്യം അകത്താക്കി. മദ്യലഹരിയിൽ കാലുകൾ നിലത്തുറയ്ക്കാതെയായി. വേച്ചു വേച്ചു കൗണ്ടറിലെത്തി. പോക്കറ്റിൽ നിന്നും കുറച്ചു നോട്ടുകൾ വാരി മേശപ്പുറത്തിട്ടു.

"തുമാരാ പൈ ....ഷ ....ഗിൻ ....കേ ലേലോ....രെ" സുഗുണൻ വഴുവഴാ ശബ്ദത്തിൽ, പൈസ എണ്ണിയെടുക്കാൻ പറഞ്ഞു. വെയ്റ്റർ പിന്നാലെയെത്തി ബില്ലുകൊടുത്തു. ലഹരി തലയ്ക്കു പിടിച്ച അവൻ പിന്നെയും പറഞ്ഞു "ഗിൻ....കേ..... ലേ.....നാ" കൊഴഞ്ഞ കൊഴു കൊഴമ്പൻ ഭാഷയിൽ ബിൽത്തുക എണ്ണിയെടുക്കുവാൻ പറഞ്ഞു.

ഓരോ ടേബിളിലും ഇരുന്നു കള്ളുറിഞ്ചിക്കുടിക്കുന്നവർ കൗണ്ടറിലെ സീൻ വീക്ഷിക്കുന്നുണ്ടായിരുന്നു. താൻ എന്തെങ്കിലും ഇടഞ്ഞു സംസാരിച്ചാൽ രംഗം വഷളാകും. വിജേഷ് സംയമനം പാലിച്ചു. കള്ളു മോന്തിയതിന്റെ പണം എടുത്തിട്ട് ബാക്കി പണം കോലപ്പന്റെ കയ്യിൽ ഏൽപ്പിച്ചു. കയ്യിൽ കിട്ടിയ പണം അവൻ പോക്കറ്റിലിടാൻ ശ്രമിച്ചെങ്കിലും നോട്ടുകൾ നിലത്തു വീണു. പണം

നുള്ളിപ്പെറുക്കുന്നതിനിടെ സുഗുണൻ വേച്ചു നിലത്ത് വീണു. ആ കിടപ്പിൽ കിടന്നുകൊണ്ട് അവൻ പറഞ്ഞു: "രേണുക എന്റെ.....പെണ്ണാടാ. അ....വളെ തൊ....റ്റു കളിക്കണ്ടാ. അവളെ എനിക്കു വിട്ടേ....രെ കേത്തോ.........ടാ പുല്ലേ." സുഗുണന്റെ നാവു കുഴഞ്ഞു. രേണുക അവന്റെ പെണ്ണാണെന്നും അവളെ തൊട്ടു കളിക്കണ്ടെന്നും ആജ്ഞാപിച്ചു.

കിച്ചണിൽ നിന്നും രണ്ടു മൂന്നു തടിമാടന്മാർ രംഗത്തെത്തി.

"ഇവനെ പിടിച്ചു റോഡിലേയ്ക്ക് വിടൂ. വിജേഷ് പറഞ്ഞു: "ഉപദ്രവിക്കണ്ട, പോകട്ടെ. കൈ വെച്ചാൽ തറപറ്റും. രംഗം വഷളാകും. അടിപിടിയുണ്ടാകും.

കോലുനാരായണൻ സുഗുണൻ റോഡിലിറങ്ങി. വേച്ചു വേച്ചു നടന്നു നീങ്ങി. കാലുറയ്ക്കുന്നുണ്ടായിരുന്നില്ല. എവിടെ ചെന്നെത്തുമോ ആവോ, വല്ല വണ്ടിക്കും അടവെയ്ക്കുമോ എന്നറിയില്ല?!

അമിതമായി മദ്യം ഉള്ളിൽ ചെന്നാൽ ഒന്ന് കിറുങ്ങും. പിന്നൊന്നു കറങ്ങും. ശരീരത്തിലെ സകലനാഡീവ്യൂഹങ്ങളെയും മദ്യം കീഴ്പ്പെടുത്തും. ക്രമേണ മദ്യത്തിനടിമപ്പെടും. അതോടെ ജീവിതം തുലയുന്നു. സ്വയം നശിക്കുന്നു. കുടുംബം തകരുന്നു!

ബാലകൃഷ്ണന്റെ മനോമുകുരത്തിൽ പഴയൊരു സംഭവം തെളിഞ്ഞു വന്നു.

ബാലകൃഷ്ണന്റെയും വിജേഷിന്റെയും സുഹൃത്ത് മോഹനൻ നേവിയിലാണ് ജോലിചെയ്യുന്നത്. കൊളാബ നേവിനഗർ കോട്ടേഴ്സിലാണ് താമസം. അദ്ദേഹത്തിന്റെ ഭാര്യ പൊന്നമ്മയും കൂടെയുണ്ട്. നല്ല സ്നേഹ സഹകരണമുള്ളവരാണ്.

പൊന്നമ്മ എം. എസ്. ഇ. ബി (മഹാരാഷ്ട്ര സ്റ്റേറ്റ് ഇലക്ട്രിസിറ്റി ബോർഡ്) യിൽ എൽ. ഡി. ക്ലാർക്കായി ജോലി ചെയ്യുന്നു.

ശനി ഞായർ ദിവസങ്ങളിൽ ബാലകൃഷ്ണനും വിജേഷും മോഹനന്റെ കോട്ടേഴ്സിൽ പോകാറുണ്ട്. കളിതമാശകൾ പറഞ്ഞിരുന്ന് അല്പം മദ്യവും കഴിച്ചിട്ട് മടങ്ങിപ്പോരുകയാണ് പതിവ്. തമാശകൾ പറയുമ്പോൾ മോഹനന്റെ ഭാര്യ പൊന്നമ്മയും കൂടെ കൂടും. അവരും അല്പം മദ്യപിക്കത്തില്ലെന്നു പറഞ്ഞുകൂടാ. ഇച്ചിരിച്ചേ ഇത്തിരിച്ചേ ഉള്ളിലാക്കും.! തമാശയ്ക്കൊരു കൊഴുപ്പിനു വേണ്ടി

എന്നാണ് പറയുന്നത്.

ഒരു ശനിയാഴ്ച വിജേഷിനെയും ബാലകൃഷ്ണനെയും മോഹനൻ നേവി കോട്ടേഴ്സിലേയ്ക്ക് ക്ഷണിക്കപ്പെട്ടു. നേവി നഗറിനടുത്താണ് കൊളാബ ഫിഷിങ് ഹാർബർ. നല്ലയിനം മത്സ്യങ്ങൾ ചിലപ്പോഴൊക്കെ നല്ല വിലക്കിഴിവിൽ അവിടെ ലഭിക്കും.

"ഇന്ന് ഇത്തിരി നെയ്ച്ചൂര കിട്ടിയിട്ടുണ്ട്. വന്നാൽ കള്ളും കപ്പയും മീനും കൂടി ഒരടി അടിക്കാം." മോഹനൻ ഫോണിൽ വിളിച്ചറിയിച്ചു. മോഹനൻ അങ്ങനെയാണ്. സുഹൃത്ത് ബന്ധം ഊട്ടിയുറപ്പിക്കുന്നതിൽ തൽപരനാണ്.

കൂട്ടുകാർ ക്ഷണം നിരസിച്ചില്ല. ബാലകൃഷ്ണനും വിജേഷും കൂടി നേവി നഗറിൽ എത്തി.

നെയ്ച്ചൂര കറിവെച്ചതും അയില വറുത്തതും പൊന്നമ്മ കൊണ്ടുവന്നു തീൻമേശയിൽ വെച്ചു. കപ്പവേവിച്ചതും ഉണ്ടായിരുന്നു. പൊന്നമ്മ എല്ലാ വിഭവങ്ങളും നാലു പ്ലേറ്റുകളിലായി വിളമ്പി മോഹനൻ നാലു ഗ്ലാസുകളിലായി മദ്യവും വിളമ്പി. മോഹനനും ഭാര്യ പൊന്നമ്മയും കൂടി ഞങ്ങളെ നന്നായി സൽക്കരിച്ചു. ഭാര്യയും ഭർത്താവും ആതിഥേയ മര്യാദ കാത്തു സൂക്ഷിക്കുന്നതിൽ തൽപ്പരരാണ്. ഞങ്ങൾ സുഹൃത്തുക്കളെ അവർ വളരെ ഇഷ്ടപ്പെടുന്നു. സ്നേഹിക്കുവാൻ മാത്രം അറിയാവുന്ന ദമ്പതികൾ. മദ്യവും ആഹാരവും തന്ന് സൽക്കരിക്കുക മാത്രമല്ല മറ്റേതുസാഹചര്യങ്ങളിലും അവരുടെ ആത്മാർത്ഥമായ സഹകരണവും സമീപനവും ഉണ്ടാകാറുണ്ട്. കറകളഞ്ഞ സ്നേഹം.!

വിജേഷും ബാലാകൃഷ്ണനും മോഹനന്റേയും പൊന്നമ്മയുടെയും സൽക്കാരങ്ങളിൽ കളിതമാശകൾ പറഞ്ഞു പൊട്ടിച്ചിരിച്ചു. മദ്യവും മത്സ്യവും വേണ്ടുവോളം ഉള്ളിലാക്കി.

മദ്യം വിജേഷിന് അമിതമായി. അവന്റെകത്തുചെന്നതെല്ലാം പുറത്തേയ്ക്കു പ്രവഹിക്കുമ്പോൾ തുടങ്ങി. മോഹനൻ ബാത്റൂമിൽ നിന്നും ബക്കറ്റുകൊണ്ടുവന്നു വെച്ചു. പീക്കേ അതിലേയ്ക്ക് ഓമിറ്റു ചെയ്തു തുടങ്ങി.

"കപ്പാസിറ്റി ഇല്ലാ.....ത്തൻ. വാരിവലിച്ചു മോ....ന്തരുത്" ബാലു വിജേഷിനെ കളിയാക്കി. വാക്കുകൾക്ക് നിയന്ത്രണാതീതമായ വഴവഴുപ്പ്.

മദ്യത്തോടൊപ്പം ഫ്രൂട്ട്സ് കഴിക്കുന്നത് നല്ലതല്ല പ്ലേറ്റ് നിറച്ച് ഓറഞ്ചുമാപ്പിളും മുറിച്ചുവെച്ച് വയറു നിറച്ച് തീറ്റിച്ചിട്ട് തന്റെ ഒരു സാരോപദേശം. ബാലുവും വിജേഷും കൂടി മോഹനന്റെ നേര പിറുപിറുത്തു.

വിജേഷും പീകേയെ കളിയാക്കിക്കൊണ്ടിരുന്ന കവിയും ഛർദിക്കുവാൻ തുടങ്ങി. വിജേഷ് ഒരുമാതിരി തെളിഞ്ഞു.

"എടാ,   കഴി...യാക്കുമ്പം ആലോ....ഹിക്കണം.....ഇപ്പം....ഏപ്പിടി...യിരുക്ക്...കേറ്റു......മ്പഴേ, ഓഴ്ക്കണം. പി കെ ബാലുവിനെ കളിയാക്കി പറഞ്ഞു.

നേവിക്കാരനായ മോഹനൻ സ്ഥിരം മദ്യപിക്കാറുള്ളതുകൊണ്ടു സ്വബോധത്തിലാണ്. മാസം തോറും കിട്ടുന്ന 'കോട്ട' ഭാര്യേം ഭർത്താവും കൂടി അടിച്ചു മാറ്റുന്നു. മിച്ചം വല്ലതും ഉള്ളതാണ് സുഹൃത്തുക്കളെ സൽക്കരിക്കുന്നത്.

മോഹനൻ ചെറുനാരങ്ങ മുറിച്ചു ബാലുവിനും വിജേഷിനും നൽകി. ഇതിന്റെ നീറങ്ങോട്ടു ചെല്ലുമ്പോൾ കിക്ക് വിട്ടുമാറുമെന്നു പറഞ്ഞു അയാൾ ആയുർവേദ ഡോക്ടർ ചമഞ്ഞു.

മണി രാത്രി പതിനൊന്നു പന്ത്രണ്ടു കഴിഞ്ഞാൽ നേവി കോട്ടേഴ്സിൽ സർപ്രൈസ് ചെക്കിംഗ് ഉണ്ടാകാറുണ്ട്. അന്യർക്ക് നേവി നഗറിൽ പ്രവേശനം നിഷിദ്ധമാണ്. പകൽ സമയത്തു പോലും കർശനമായ ചെക്കിങ്ങാണുള്ളത്. രാത്രികാലങ്ങളിൽ നേവി ഉദ്യോഗസ്ഥന്റെ കുടുംബാംഗങ്ങൾക്ക് അല്ലാതെ മറ്റൊരാൾക്കും അവിടെ അന്തിയുറങ്ങുവാൻ സാധ്യമല്ല.

മോഹനൻ കവിയെയും പീക്കെയെയും നേവി നഗർ ബസ്റ്റോപ്പിലെത്തിച്ചു. മദ്യപിച്ചതിന്റെ 'കിക്ക്' ഇതുവരെ വിട്ടിട്ടില്ല. ഛർദ്ദിക്കുക കൂടി ചെയ്തതിനാൽ രണ്ടുപേരും അവശരായിരിക്കുന്നു. ഏതു കണ്ടീഷനിലായാലും മോഹനനു ഞങ്ങളെ അവിടെ നിന്നും ഒഴിവാക്കിയേ മതിയാവൂ. അതല്ലാതെ വഴിയില്ല. മദ്യപാനികളായ ഞങ്ങൾ പിടിക്കപ്പെട്ടാൽ മോഹനനും പണിഷ്മെന്റ് ഉറപ്പാണ്. പതിനൊന്നരയ്ക്ക് പുറപ്പെടുന്ന ലാസ്റ്റ് BEST (ബോംബെ ഇലക്ട്രിസിറ്റി സപ്ലൈ ആൻഡ് ട്രാൻപോർട്ട്) ബസ്സിൽ മോഹനൻ ഞങ്ങളെ ഇരുവരെയും ഉന്തിത്തള്ളികയറ്റി.

23

ബസ് എവിടേയ്ക്ക് പോകുന്നതാണെന്നറിയില്ല. മദ്യ ലഹരിയിൽ ബോർഡും നമ്പറും എങ്ങനെ വ്യക്തമാകും. നോക്കിയില്ലല്ലോ. നോക്കിയാലും പേരും നമ്പറും ഇരട്ടിച്ചേ കാണുകയുള്ളൂ. ബസിൽ ഒറ്റയും തെറ്റയുമായി നാലഞ്ചു യാത്രക്കാരിരുപ്പുണ്ട്. സുഹൃത്തുക്കൾ രണ്ടുപേരും കൂടി ഒരിരുസീറ്റിൽ അമർന്നിരുന്നു. വണ്ടി ഓടിത്തുടങ്ങിയപ്പോൾ എല്ലാം ഒരുമാതിരി കറങ്ങുന്നതായി തോന്നി. വണ്ടിയിൽ ഇരിക്കുന്ന മറ്റു യാത്രക്കാരും കറങ്ങുന്നുണ്ടെന്നു തോന്നിച്ചു.

കണ്ടക്റ്റർ വന്നു. ടിക്കറ്റ്, ടിക്കറ്റ് എന്നു പറഞ്ഞതുകേട്ടപ്പോൾ വിജേഷ് കുറച്ചു രൂപ എടുത്തു നീട്ടി. ലാസ്റ്റ് സ്റ്റോപ്പ് എന്ന് പറഞ്ഞു. ടിക്കറ്റ് ചാർജ്ജെടുത്തിട്ട് ബാക്കി രൂപ വിജേഷിന്റെ പോക്കറ്റിൽ നിക്ഷേപിച്ചു. കണ്ടക്റ്റർ രണ്ടു പേരെയും ഒന്ന് ചൂഴ്ന്നു നോക്കി. രണ്ടുപേരും നല്ല 'പോസി' ലല്ലെന്നു കണ്ടക്റ്റർക്കു തോന്നാതിരുന്നില്ല. ഒന്നും പ്രതികരിക്കാതെ അയാൾ അയാളുടെ ജോലിയിൽ വ്യാപൃതനായി.

ബസ്സിലുണ്ടായിരുന്നവരിൽ പലരും കുടിച്ചിട്ടുണ്ടെന്ന് ബാലകൃഷ്ണന് തോന്നി. വിജേഷിനോടതു സൂചിപ്പിക്കുകയും ചെയ്തു. അവന്മാരെല്ലാം കുടിച്ചു കിറുങ്ങിയിരിക്കുന്നു.!

മദ്യപാനിക്ക് മറ്റാരെ കണ്ടാലും മദ്യപാനികളാണെന്നും തോന്നും എന്ന് പണ്ടാരോ പെരുങ്കുടിയൻ പറഞ്ഞിട്ടുണ്ട്. 'സ്വയം കറങ്ങും മറ്റുള്ളവരെ കറക്കും'!

ബസ് ചെന്നെത്തിയത് ബോംബെ സെൻട്രൽ ബസ് ഡിപ്പോയിൽ. നേരം രാത്രി ഒരു മണി. റോഡും പരിസരവും വിജനം. തെരുവ്

വിളക്കുകൾ ഉണ്ടെന്നുള്ളതൊരാശ്വാസം. അത് മഹാനഗരങ്ങളിലെ പ്രത്യേകതയാണ്. പുലർച്ചെ ആറുമണിവരെ തെരുവുകൾ പ്രകാശമാനമായിരിക്കും. ഹോട്ടലിലേയ്ക്കാണ് പോകേണ്ടത് ഏതെങ്കിലും വാഹനം കിട്ടിയാൽ അരമണിക്കൂർ മതി അവിടെയെത്തിച്ചേരാൻ. എന്നാൽ വാഹനങ്ങൾ ഒന്നും കാണാനില്ല. ടാക്സികാറുകൾ പോലും ഈ നേരത്തു കിട്ടുവാൻ ബുദ്ധിമുട്ടാണ്.

ചില ഫാക്ടറി ഏരിയകളിൽ വെളുപ്പിന് മൂന്നുമണി വരെ ബസ്സോടാറുണ്ട്. ഫാക്ടറി ജോലിക്കാരുടെ സൗകരാർദ്ധമാണീ സർവ്വീസുകൾ നടത്തുന്നത്. അതുപോലെ പുലർച്ചെ മൂന്നു മണി മുതൽ ട്രെയിനും ഓടിത്തുടങ്ങും. എന്നാൽ പീക്കേയ്ക്കും കവിയ്ക്കും പോകേണ്ടതായ ഭാഗത്തേയ്ക്ക് വണ്ടികളൊന്നും ലഭിച്ചില്ല.

ബോംബെ സെൻട്രൽ ബസ് ടെർമിനലിൽ നിന്നും വലത്തോട്ടു തിരിഞ്ഞു സുഹൃത്തുക്കൾ റോഡിലിറങ്ങി. വീണ്ടും വലതു തിരിഞ്ഞു വേണം വർളിക്ക് പോകുവാൻ. നടന്നു; ഏങ്ങി വലിഞ്ഞു നടന്നു. ആടിയുലഞ്ഞു നടന്നെന്നു പറയുന്നതാണ് ശരി.

താഡ് ദേവ് ജംഗ്ഷനിൽ എത്തി. അടുത്തു കണ്ട ഒരു ബസ് സ്റ്റോപ്പിൽ എത്തി. അവിടെ നാലു പൂവാലന്മാരായ ചെറുപ്പക്കാർ കാത്തിരിപ്പ് കേന്ദ്രത്തിന്റെ കൈവരിയിൽ കയറിയിരിക്കുന്നുണ്ട്.

അവരും തങ്ങളെപ്പോലെ ചുറ്റിക്കറങ്ങി വഴിതെറ്റിയെത്തിയതായിരിക്കാമെന്നു വിജേഷും ബാലും മനസ്സിലൂഹിച്ചു. അർദ്ധരാത്രികളിൽ പിടിച്ചുപറി നടത്തുന്ന ഗുണ്ടകളായിരിക്കുമോ? കൺമുമ്പിൽ വന്നുപെടുന്നവരുടെ പക്കലുള്ളതെല്ലാം, ഭീഷണിപ്പെടുത്തി പിടിച്ചുപറിച്ചെടുക്കുന്ന തെമ്മാടികളും ഇവിടെ കുറവല്ല! രാത്രിയുടെ മറവിൽ ഈ മഹാനഗരത്തിൽ അനാശാസ്യങ്ങൾ പലതും അരങ്ങു തകർക്കുന്നു.

ഈ കാര്യങ്ങളൊക്കെ മനസ്സിലൂടെ കടന്നു വന്നപ്പോഴാണ് വിജേഷിന്റെ മനസ്സിൽ മറ്റൊരു സംഭവത്തിന്റെ ഭീതിപ്പെടുത്തുന്ന ഓർമ്മകൾ ഓടിയെത്തിയത്. ഒരു ഗുണ്ടാവിളയാട്ടത്തിന്റെ കഥ.

ഇന്ത്യൻ ഓയിൽ കമ്പനിയുടെ കാന്റീനിൽ ഒരു പാചകക്കാരൻ ഉണ്ടായിരുന്നു ഒരു തടിമാടൻ ചെറുപ്പത്തിലെ ചോരത്തുടിപ്പ്, മുപ്പത്തിയഞ്ചിനടുത്ത പ്രായം. നിസ്സാരകാര്യത്തിനു പോലും സഹപ്രവർത്തകരുടെ മേൽ തട്ടിക്കയറും. അകാരണമായി

വഴക്കുണ്ടാക്കും. മൊത്തത്തിൽ ഒരു നികൃഷ്ട ജീവിയെപ്പോലുള്ള പെരുമാറ്റം. പേര് തരകൻ.

ഹോട്ടലിനു തൊട്ടടുത്തായിട്ടാണ് വർളി കടൽപ്പുറവും ബീച്ചും. ഒരു ദിവസം സന്ധ്യ കഴിഞ്ഞ നേരം തരകൻ ബീച്ചിലെത്തി. കാറ്റുകൊള്ളാൻ പോയതാണ്. രണ്ടു കമിതാക്കൾ ബീച്ചിന്റെ കൽഭിത്തിയിലിരുന്നു സ്വകാര്യം പറയുന്നതവന്റെ ശ്രദ്ധയിപ്പെട്ടു. നേരം ഇരുണ്ടു തുടങ്ങി. തകരൻ അവർക്കു നേരെ നടന്നടുത്തു. തടിമാടനെ കണ്ട അവരൊന്നു പരിഭ്രവിച്ചു. തകരൻ പെൺകുട്ടിയെ കടന്നു പിടിച്ചു. കൂടെ ഉണ്ടായിരുന്ന ചെറുപ്പക്കാരൻ അവനെ തടഞ്ഞു. തകരൻ അവനെ അടിച്ചു വീഴ്ത്തി. പെൺകുട്ടി ഭയന്നു വിറച്ചു. അവളെ അവൻ വലിച്ചിഴച്ചു കടൽ ഭിത്തിയുടെ മറവിൽ കൊണ്ടുപോയി. അവളെ വിവസ്ത്രയാക്കി. ഈ രംഗം കണ്ടുകൊണ്ടോടിയെത്തിയ ചെറുപ്പക്കാരനെ പുറാംകാൽ കൊണ്ട് തകരൻ ചവിട്ടി വീഴ്ത്തി. പെൺകുട്ടിക്ക് ചെറുത്തുനില്ക്കാൻ കഴിഞ്ഞില്ല. തകരൻ അവളുടെ വിലപ്പെട്ടതെല്ലാം കവർന്നെടുത്തു. അവളെ അവൻ നശിപ്പിച്ചു. കടൽത്തിരമാലകൾ ആർത്തിരമ്പി പൊട്ടിക്കരഞ്ഞു. തടിമാടൻ കശ്മലൻ അട്ടഹാസം മുഴക്കി കടന്നു പോയി. കമിതാക്കളുടെ തേങ്ങലുകൾ കടൽത്തിരമാലകളുടെ ശബ്ദകോലാഹല തരംഗങ്ങളിൽ അലിഞ്ഞുപോയി. ആ തേങ്ങലുകൾ കേൾക്കുവാൻ രാത്രിയുടെ വിജനതമാത്രമേ ഉണ്ടായിരുന്നുള്ളു.!

"കിദർ ജാത്തേരേ" ബസ്റ്റോപ്പിലിരുന്നവരിൽ ഒരുത്തന്റെ ശബ്ദം കേട്ടാണ് വിജേഷ് വർത്തമാനത്തിലേക്ക് ഉണർന്നത്. രാത്രിയുടെ കുറ്റിരുട്ടിലും എവിടെ പോകുന്നു എന്നു ചോദിച്ചവന്റെ ഉണ്ടക്കണ്ണുകളിൽ തീ പാറുന്നത് കാണാമായിരുന്നു.

"തും കിദർ ജനേക്കോ നിക്കല, ഹം ഭീ ഐസ്സാഹീജാനോക്കോ നിക്ലാരേ" (നീയൊക്കെ എവിടെ പോകാനിറങ്ങിയോ അതുപോലാട ഞങ്ങളും ഇറങ്ങിയിരിക്കുന്നത്). ഉരുളയ്ക്കുപ്പേരി പോലെ പി. കെ തിരിച്ചടിച്ചു. വന്നിരിക്കുന്നവരും തീരെ മോശക്കാരല്ലെന്നുള്ള ബോധ്യം അവർക്കുണ്ടായി. പിന്നവന്മാർ മിണ്ടിയില്ല. നിശബ്ദരായിരുന്നു. എങ്കിലും ഞങ്ങളുടെ ഭീതി വർദ്ധിച്ചു. അവന്മാരുടെ നിശബ്ദത ചിലപ്പോൾ ഒരു പടപ്പുറപ്പാടിനുള്ള തയ്യാറെടുപ്പായിക്കൂടെന്നില്ല. കൈവശമുള്ളതെല്ലാം അവന്മാർ അപഹരിച്ചെടുക്കും. ചിലപ്പോൾ

ജീവൻ വരെ അപകടത്തിലാകാം.

അങ്ങനെയുള്ള പല ദാരുണ സംഭവങ്ങളും ഈ മഹാനഗരത്തിന്റെ ഇരുളിൽ സംഭവിച്ചിട്ടുണ്ട്. കുപ്രസിദ്ധമായ 'വർളി ഗട്ടറി'ൽ പല അജ്ഞാത ജഡങ്ങളും ഒഴുകി നടന്നിട്ടുണ്ട്. പ്രദേശത്തെ കക്കൂസ് മാലിന്യങ്ങൾ തള്ളിവിടുന്നതും വന്നു കുമിഞ്ഞു കൂടി മറിയുന്നതും വർളി ഗട്ടറിലാണ്. ഈ അഴുക്കു ചാലിൽ വന്നെത്തുന്ന ശവങ്ങൾ ആരുടെതെന്നു പോലും തിരിച്ചറിയാറില്ല. ഇവിടെ വന്നു കുമിഞ്ഞു കൂടുന്ന മാലിന്യത്തോടൊപ്പം തിരിച്ചറിയാനാകാത്ത കബന്ധങ്ങൾ അഴുകി ചേർന്നു അറബിക്കടലിന്റെ ആഴങ്ങളിൽ മുങ്ങി മറഞ്ഞു പോകുന്നു.

ഒരു അന്വേഷണവും ഇവിടെ ഉണ്ടാകാറില്ല. ചെളി നിറഞ്ഞ ചെളിക്കുണ്ടിലിറങ്ങി ഒരു ഇൻവെസ്റ്റിഗേഷനും നടത്തുവാൻ അസാധ്യമാണെന്നുള്ളതാണ് പരമാർത്ഥം.

പിന്നെ ബാലുവും വിജേഷും ആ ബസ്റ്റോപ്പിൽ നിന്നില്ല അവിടെ ഇരുന്നവരോട് ഒരു വാക്കുതർക്കത്തിന് നിന്നില്ല. മദ്യലഹരി പൂർണ്ണമായും വിട്ടൊഴിഞ്ഞില്ല. തലയുടെ കെട്ട് വിട്ടില്ല. പെരുപ്പ് ഇപ്പോഴും അനുഭവപ്പെടുന്നുണ്ട്. അതുകൊണ്ട് ഞങ്ങൾ തന്ത്രപൂർവ്വം രംഗം ഒഴിഞ്ഞു. അവന്മാരുടെ ഉള്ളിൽ എന്തെങ്കിലും അപായ ചിന്താഗതി തലപൊക്കാൻ സാധ്യതയുള്ളതായി അവരുടെ മുഖഭാവത്തിൽ നിന്നും വായിച്ചെടുക്കാമായിരുന്നു. അതി വിദഗ്ധമായി ഞങ്ങൾ അവിടെ നിന്നും തടിയൂരി.

ബസ്റ്റോപ്പിൽ നിന്നും ബാലകൃഷ്ണനും വിജേഷും മെല്ലെ നടന്നു റോഡു ക്രോസ്സുചെയ്തു. ഗംഗായമുന തീയേറ്ററിന്റെ അടുത്തെത്തി.

ഹാജി അലി ഭാഗത്തേയ്ക്ക് നടന്നു നീങ്ങി. നടക്കുന്നതിനിടെ ഒന്ന് തിരിഞ്ഞു നോക്കി. ബസ്റ്റോപ്പിലിരുന്നവർ അവിടെ തന്നെ ഉപവിഷ്ടരാണ്. ഞങ്ങളുടെ മനസ്സിലെ അങ്കലാപ്പ് അല്പല്പം നീങ്ങിത്തുടങ്ങി. വാഹനങ്ങൾ ഒന്നും കിട്ടിയില്ല. ബസ് നമ്പർ പതിനൊന്നെന്ന 'നടരാജൻ' വണ്ടിക്ക് തന്നെ യാത്ര തുടർന്നു ബാലകൃഷ്ണനും വിജേഷും തോളോടുതോളുരുമ്മി നടന്നു.

ഹാജി അലി ജംഗ്ഷനിൽ സ്ട്രീറ്റ് ലൈറ്റുകൾ പരിമിതമാണ്. അവിടത്തെ ഇരുളിന്റെ മറപറ്റി അഭിസാരികകൾ അവിടെ കറങ്ങി നടക്കാറുണ്ട്. അവരെത്തേടി പകൽ മാന്യന്മാരിൽ പലരും അവിടെ

എത്താറുണ്ട്. റോഡിന്റെ വലതുവശത്തെ ഇരുളിൽ തങ്ങളെ തേടിയെത്തുന്ന ഇരകളുമായി മറയുന്നു. വീണ്ടും മടങ്ങിയെത്തി ഒന്നും സംഭവിക്കാത്ത മാതിരി പുതിയ ഇരയെ തേടുന്നു.

വിജേഷും ബാലും അതൊന്നും ശ്രദ്ധിക്കാതെ യാത്ര തുടരുന്നു. സമയം രാത്രി രണ്ടിനോടടുക്കുന്നു. കലശലായി വിശപ്പ് തോന്നിത്തുടങ്ങി.

രണ്ടു മണി രാത്രിവരെ പ്രവർത്തിക്കുന്ന കോപ്പർ ചിമ്മിനി കിച്ചൻസിൽ പോയി. ചിക്കൻ ഫ്രൈയും ചപ്പാത്തിയും കഴിച്ചു. കൂട്ടത്തിൽ, മോഹനന്റെ വീട്ടിൽ നിന്നും കഴിച്ച ബ്രാന്റിയുടെ കെട്ടുവിടാൻ വേണ്ടി ഓരോ ബോട്ടിൽ ബിയറും അകത്താക്കി.

ബിയർ ഉള്ളിൽ ചെന്നപ്പോൾ രണ്ടു സുഹൃത്തുക്കൾക്കും കശലായ മൂത്രശങ്ക ഉണ്ടായി. ശിവസാഗർ എസ്റ്റേറ്റിന് എതിർവശത്തായിട്ടാണ് കോപ്പർ ചിമ്മിനി ഹോട്ടൽ. അവിടെ നിന്നും കാന്റീനിലേക്ക് നടന്നു. മൂത്രം പിടിച്ചുനിർത്താനാവാത്തത്ര കണ്ടീഷനിലായി. കോമ്പൗണ്ടിൽ പാർക്ക് ചെയ്തിരിക്കുന്ന ഒരു കാർ കണ്ടു ബാലുവും പീകെയും കാറിനടുത്തേക്കു നടന്നടുത്തു. ബോണറ്റ് തുറന്നു രണ്ടുപേരും മൂത്രം അതിലേക്ക് പമ്പ് ചെയ്തു. ബോണറ്റ് നിറഞ്ഞു മൂത്രം എന്ന ചൂടുള്ള പെട്രോൾ പുറത്തേക്ക് ഒഴുകി. അവരതൊന്നും കാര്യമാക്കിയില്ല മൂത്രശങ്ക മാറിയ ആശ്വാസത്തോടെ നെടുവീർപ്പിട്ടു കൊണ്ട് അവരുടെ കാന്റീനിലേക്ക് കയറിപ്പോയി.

ക്യാന്റീനിൽ എത്തിയ വിജേഷും ബാലകൃഷ്ണനും കൂടി പിന്നിട്ട രാത്രിയാമങ്ങളെക്കുറിച്ചു സംസാരിച്ചു. ജീവിതത്തിൽ അഭിമുഖീകരിക്കേണ്ടിവന്ന കാളരാത്രി. ജീവഹാനി ഒന്നും സംഭവിക്കാതെ താമസസ്ഥലത്തു തിരിച്ചെത്തിയതിൽ അവർ ആശ്വസിച്ചു.

ബസ്റ്റോപ്പിൽ വെച്ചു കണ്ടു മുട്ടിയവർ ഏതു തരക്കാരൻ ആണെന്ന് അറിയില്ല ഏതായാലും ശിവസേനയിൽ പെട്ടവരാകാൻ സാധ്യതയില്ല. ഒരുപക്ഷേ ആയിരുന്നെങ്കിൽ പോലും ബാലുവും പികെയും 'മദ്രാസിക'ളാണെന്നുള്ള കാര്യം അവർക്ക് മനസ്സിലായിക്കാണിലായിരുന്നിരിക്കാം.

'മദ്രാസി' വൈര്യം ശിവസേനക്കാരിൽ കത്തിജ്ജ്വലിച്ചു നിൽക്കുന്ന സമയം. മഹാരാഷ്ട്ര കഴിഞ്ഞാൽ പിന്നെ തെക്കോട്ടുള്ള

സംസ്ഥാനക്കാരെല്ലാം അവർക്ക് മദ്രാസികളാണ്. കേരളത്തോടാണവർക്കു കൂടുതലായി വൈരാഗ്യം. കാരണം, കലാ - സാംസ്കാരിക വിദ്യാഭ്യാസ - തൊഴിൽ - രാഷ്ട്രീയ രംഗങ്ങളിൽ കേരളക്കാരാണ് ഉന്നത സ്ഥാനങ്ങൾ അലങ്കരിക്കുന്നത്. ഔദ്യോഗിക കാര്യങ്ങളിലും സുപ്രധാന തസ്തികകളിലും കേരളീയരാണ്. അതിൽ ശിവസേനയിൽപ്പെട്ട ചെറുപ്പക്കാർ വളരെ താഴ്ന്ന നിലവാരത്തിലുള്ളവരാണ്. എന്നിരുന്നാലും, കഴിവും പ്രാപ്തിയുമില്ലെങ്കിലും 'മണ്ണിന്റെ മക്കൾ വാദം' പറഞ്ഞവർ മുഷ്ക്കും മൂരാച്ചിയും കാട്ടുന്നു. അന്യസംസ്ഥാനക്കാരുടെ മേൽ അവർ കുതിര കയറാറുണ്ടായിരുന്നു. ബാൽതാക്കറെ ആയിരുന്നവരുടെ നേതാവ്. സൗത്തിന്ത്യക്കാരുടെ ഓഫീസുകളും വ്യവസായ സ്ഥാപനങ്ങളും തിരഞ്ഞു കണ്ടെത്തി ശിവസേനക്കാർ 'ഹപ്ത' പിരിവ് (ആഴ്ച - മാസ - പിരിവ്) നടത്തുന്നു. മേലനങ്ങാതെ പണം സമ്പാദിക്കുക. ലക്ഷങ്ങളും കോടികളുമാണവർ ആവശ്യപ്പെടുന്നത്. അത് കൊടുക്കുവാൻ വിസമ്മതിക്കുന്നവരെ, ഇരു ചെവി അറിയാതെ, 'രായ്ക്കുരാമാനം' വകവരുത്തുന്നു. ബോംബെയിലെ ഒരു പ്രശസ്ത ബിൽഡർ ആയിരുന്ന ശിവരാജ് എന്ന മലയാളിയെ കൊലചെയ്യപ്പെട്ടു. ഈസ്റ്റ് വെസ്റ്റ് എയർലൈൻസ് ഉടമയായിരുന്ന താജുദ്ദീനെ വെടിയുണ്ടയ്ക്കിരയാക്കി. അങ്ങനെ എത്രയെത്ര അനിഷ്ട സംഭവങ്ങൾ.

ഗാംഗ്സ്റ്റർ, അനധികൃതമായി മയക്കുമരുന്നുകളുടെ ബിസിനസ് ചെയ്തിരുന്ന D. കമ്പനി നടത്തിയിരുന്നത് ദാവുദ് ഇബ്രാഹിം എന്ന കുപ്രസിദ്ധ ഗുണ്ടയാണ്. അയാളും കൂട്ടാളികൾ ഏഴു പേരും ചേർന്ന് 1993 ൽ പന്ത്രണ്ട് ഇടങ്ങളിൽ ഭീകരാക്രമണ പരമ്പര നടത്തിയിരുന്നു. ഒറ്റ ദിവസത്തെ ബോംബാക്രമണത്തിൽ ജീവൻ പൊലിഞ്ഞു പിടഞ്ഞു വീണത് 257 നിരപരാധികൾ. 1400 ലേറെ പേർക്കാണു ഗുരുതരമായ പരിക്കേറ്റിരുന്നത്. ദാവുദിബ്രാഹിം കൂടാതെ മറ്റ് ഏഴു ഭീകരുമായിരുന്നു ഈ ക്രൂരകൃത്യത്തിൽ പ്രതികൾ. ഇവരിൽ പലരും ജീവപര്യന്തം തടവിലാണ്. ഈ അതി ദാരുണവും മനുഷ്യത്തരഹിതവുമായ ഹീനകൃത്യത്തിനു ശേഷം, ദാവുദ് ഇബ്രാഹിം തന്ത്രപരമായി ഇന്ത്യയിൽ നിന്നും കടന്നു കളഞ്ഞു (അല്ലെങ്കിൽ ആരോ സാമദ്രോഹികൾ അവനെ സുരക്ഷിതമായി

ഇന്ത്യയിൽ നിന്നും കടത്തി).

പാകിസ്ഥാനിൽ അവൻ സുഖലോലുപനായി വിലസുന്നു.

റെയിൽവേ സ്റ്റേഷനുകൾ കേന്ദ്രീകരിച്ചായിരുന്നു സ്ഫോടനപരമ്പര നടന്നിരുന്നത്. മുംബൈയിൽ മാട്ടുംഗ, ബൈക്കുള, അന്ധേരി തുടങ്ങിയ തീവണ്ടി സ്റ്റേഷനുകളിലാണ് സ്ഫോടനങ്ങൾ നടന്നത്

ബൈക്കുളയിലുണ്ടായ സ്ഫോടനത്തിൽ നിന്നും ബാലകൃഷ്ണൻ തലനാരിഴക്കാണ് രക്ഷപ്പെട്ടത്. തീവണ്ടി ഗതാഗതം മണിക്കൂറുകളോളം സ്തംഭിച്ചു. മറ്റു പല യാത്രക്കാരെപ്പോലെ ബാലകൃഷ്ണനും, രാത്രി പന്ത്രണ്ടു മണിക്കു ശേഷമാണ് നവി മുംബൈയിൽ, ഐരോളിയിലുള്ള തന്റെ വീട്ടിലെത്തിയത്.

തന്റെ പുന്നാര മക്കളുടെ അച്ഛനും ബോംബു സ്ഫോടനത്തിൽ ജീവഹാനി സംഭവിച്ചുണ്ടായിരിക്കാമെന്നുള്ള ദുഃഖത്താൽ ചിന്താവിവശയായ ഭാര്യയും മക്കളും പതംപെറുക്കി വാവിട്ടു കരയാൻ തുടങ്ങി. അയൽക്കാരെല്ലാം, കൂടി മരിക്കാത്തയാളുടെ "മരണവീട്ടിൽ" അലമുറയും ആവലാതിയുമായി തടിച്ചുകൂടി. അവരെയെല്ലാം അമ്പരപ്പിച്ചു കൊണ്ടും അത്ഭുതപ്പെടുത്തിക്കൊണ്ടും ബാലകൃഷ്ണൻ, യാത്രാ ക്ലേശത്താൽ പരിക്ഷീണനായി ജീവനോടെ വീട്ടിലെത്തിച്ചേർന്നു. അയൽക്കാരെല്ലാം ആശ്വാസത്തോടെ പിരിഞ്ഞു പോയി.

ഭിണ്ഡിബസ്സാർ, ജെബേരി ബസ്സാർ, മസ്ജിദ് ബന്തർ എന്നിവിടങ്ങളിൽ ദാവൂദ് ഇബ്രാഹിം അവിഹിതവും നിയവിരുദ്ധമാർഗ്ഗത്തിലൂടെയും ഗുണ്ടാ പ്രവർത്തിലൂടെയും സമ്പാദിച്ചു കൂട്ടിയ സ്ഥാവര ജംഗമ വസ്തുക്കളെല്ലാം മഹാരാഷ്ട്രാ സർക്കാർ കണ്ടുകെട്ടുകയുണ്ടായി.

24

മുംബൈ ഛത്രപതി ശിവാജി ടെർമിനസ് (CST) റെയിവേ സ്റ്റേഷനടുത്തായി ക്രാഫോർഡ് മാർക്കറ്റ് സ്ഥിതി ചെയ്യുന്നു. ഈ മാർക്കറ്റിൽ, വിദേശ, സ്വദേശ നിർമ്മിത ഉല്പന്നങ്ങൾ എന്തും ലഭ്യമാണ്. തുണിത്തരങ്ങൾ, (പെണ്ണിനും ആണിനും കുട്ടികൾക്കും) ഇലക്ട്രോണിക്ക് ഐറ്റംസ്, ടേപ് റിക്കാർഡറുകൾ, റേഡിയോ, വിവിധ ബ്രാൻഡ് വാച്ചുകൾ, ഡെക്കറേഷൻ ഐറ്റംസ്, പ്ലാസ്റ്റിക് പുഷ്പങ്ങൾ, തോരണങ്ങളും സുലഭമായും വിലക്കഴിവിലും കിട്ടുന്നു. കുഴിച്ചതിയിൽ വീഴാതെ, നല്ല സാധനങ്ങൾ തെരഞ്ഞെടുക്കുവാൻ ശ്രദ്ധിക്കുക. ഇല്ലെങ്കിൽ വിലക്കിഴുവിൽ കിട്ടുന്ന വസ്തുക്കൾ മുഴുവൻ ഓട്ട വീണതായെന്നിരിക്കും!

റേഡിയോയും ടേപ് റിക്കാർഡറും നാലു ദിവസം കഴിയുമ്പോൾ പ്രവർത്തനം നിറുത്തിയെന്നും വരാം.

ഒന്നിനും ഗാരണ്ടിയില്ലെന്നുള്ളതിനാൽ, ധനനഷ്ടവും തലേപ്പാടായതും തന്നെ.

കൂടാതെ, ക്രാഫോഡ് മാർക്കറ്റിൽ കന്നുകാലികളെ വെട്ടുന്ന, അറവു ശാലകളും പ്രവർത്തിക്കുന്നുണ്ട്. നൂറുകണക്കിന് ആടുമാടുകളെ ഇവിടെ ദിവസവും കശാപ്പു ചെയ്യുന്നു. ഇറച്ചിയിൽ ഭൂരിഭാഗവും ഹോട്ടലുകളിലേയ്ക്കാണു പോവുക. ചില്ലറക്കച്ചവടം തുലോം കുറവാണ്.

ഒരു ചതിക്കുഴിയിലും കൊള്ള സംഘങ്ങളിലാരുടെയും പിടിയിൽ അകപ്പെടാതെ വിജേഷും ബാലകൃഷ്ണനും സുരക്ഷിതരായി ക്യാന്റീനിൽ എത്തിച്ചേർന്നതിൽ ആശ്വാസം കൊണ്ടു.

അന്നുരാത്രി മോഹന്റെ റൂമിൽ നിന്നും പുറപ്പെട്ട ബാലകൃഷ്ണനും വിജേഷും അപകടങ്ങളിലൊന്നും പെടാതെ രക്ഷപ്പെട്ടു. ആശ്വാസ നിർവൃതിയിൽ അവർ മെല്ലെ സുഷുപ്തിയിലാണ്ടു.

അടുത്ത പ്രഭാതം സാധാരണയെന്നപോലെ ഉദിച്ചുയർന്നു. വിജേഷ് പതിവു പോലെ ക്യാന്റീൻ പ്രവർത്തനങ്ങളിൽ വ്യാപൃതനായി.

പന്ത്രണ്ടു പന്ത്രണ്ടര മണിയായപ്പോൾ ഡിപ്പാവാല (ടിഫിൻ ഡെലിവറിക്കാർ) ആഹാരം നിറച്ച ട്രോളികളുമായി എത്തിത്തുടങ്ങി. ഓഫീസുകളിൽ ജോലി ചെയ്യുന്നവർക്ക് വീടുകളിൽ നിന്നും നിറച്ചു നല്കുന്ന ടിഫിന്നുകൾ (അടുക്കു പാത്രങ്ങൾ) ശേഖരിച്ച്, ഒരു പ്രത്യേക തരം കവർ പായ്ക്കറ്റിൽ നിറച്ച് ഡെലിവറി തൊഴിലാളികൾ ലെഞ്ചു സമയത്തിനു മുമ്പായി ഓരോ ഓഫീസ്സിലും എത്തിക്കുന്നു. നൂറു കണക്കിനു തൊഴലാളികളാണ് ഈ പ്രവർത്തനത്തിൽ ഏർപ്പെട്ടിരിക്കുന്നത്. ഓരോ ഏരിയയിലും എത്തിക്കേണ്ട ഡപ്പകളിൽ അവരുടേതായ ഒരു കോഡു നമ്പർ രേഖപ്പെടുത്തുന്നു. കൃത്യമായി ഓരോ ടിഫിനും പേരുകാർക്ക് എത്തിച്ചു കൊടുക്കാൻ ബദ്ധശ്രദ്ധാലുക്കളാണവർ.

സുമലത അവധിക്കു നാട്ടിൽ പോകുന്നു. അവളെ യാത്ര അയയ്ക്കുവാൻ വേണ്ടി ബന്ധുമിത്രാദികളിൽ പലരും ദാദർറെയിൽവേ സ്റ്റേഷനിലെത്തി. കൂട്ടത്തിൽ ബാലകൃഷ്ണനും വിജേഷും എത്തിയിരുന്നു.

സുമലതയുടെ കൂട്ടുകാരി രേണുകയും എത്തിയിരിക്കുന്നു.

ഗേൾ ഫ്രണ്ട്സിനെ കാണാനുള്ള ഉദ്ദേശ്യത്തോടെയാണ് ബാലകൃഷ്ണനും വിജേഷും എത്തിച്ചേർന്നിട്ടുള്ളതെന്നു പറയേണ്ടതില്ലല്ലോ.

തന്റെ മനസ്സിൽ കുറേ നാളുകളായി കൊണ്ടുനടക്കുന്ന ആഗ്രഹം സുമയെ അറിയിക്കണം. ബാലു സ്റ്റേഷനിൽ എത്തിയതിന്റെ പ്രധാന ഉദ്ദേശ്യം അതുതന്നെയാണ് ഇപ്പോഴെങ്കിലും അതു പറയണം.

പെട്ടെന്ന് സുമലത ലീവെടുത്ത് നാട്ടിൽ പോകുന്നത് എന്തിനായിരിക്കും? ഒരുപക്ഷേ, മാതാപിതാക്കൾ അവൾക്കു വേണ്ടി കല്യാണ ആലോചന വല്ലതും തരപ്പെടുത്തിയിരിക്കുമോ? അറിയില്ല; ഒന്നുമറിയില്ല. ബാലകൃഷ്ണനും ഇതുവരെ അവളുടെ

മനസ്സറിയുവാൻ സാധിച്ചിട്ടില്ല. തന്റെ അന്തരംഗങ്ങളിൽ അനിർവ്വചനീയമായ ഏതോ ഒരു ചേതോവികാരം സുമലതയെ ചൊല്ലി താൻ താലോലിക്കുന്നു. സുമലതയെ ആദ്യമായി കണ്ടുമുട്ടിയപ്പോൾ മുതൽ തുടങ്ങിയതാണ് അങ്ങനെ ഒരു വികാരം! സുമലതയ്ക്കും അങ്ങനെ തന്നെ ഒരു വൈകാരികത തന്നോടും തോന്നിയിട്ടുണ്ടെന്നുള്ളതാണെന്നാണ് തനിക്കും ബോദ്ധ്യപ്പെട്ടിട്ടുള്ളത്. പെണ്ണിന്റെ മനസ്സല്ലേ, അളന്നു തിട്ടപ്പെടുത്തുവാൻ അല്പ്പ പ്രയാസം തന്നെയാണ്!!

ബാലകൃഷ്ണനും സുമലതയും അവരുടെ ഇഷ്ടാനിഷ്ടങ്ങൾ ഇതുവരെ പരസ്പരം പറഞ്ഞിട്ടില്ല. മനസ്സ് തുറന്നിട്ടില്ല. ഇനിയും വൈകാൻ പാടില്ല.

റെയിൽവേ സ്റ്റേഷനിൽ ബന്ധുമിത്രാദികളോട് സംസാരിച്ചുനിൽക്കുന്ന സുമലതയെ ബാലകൃഷ്ണൻ വിളിച്ചു, അവൾ അരികിലെത്തി.

"എന്താ ബാലു" തന്റെ ചാരത്തെത്തിയ സുമ മെല്ലെ ചോദിച്ചു. ബാലകൃഷ്ണന്റെ മനസ്സവൾ വായിച്ചിരിക്കാം. അവൾ തല കുമ്പിട്ടു നിന്നു അല്പ്പ ലജ്ജാഭാരം അവളുടെ മുഖത്ത് നിഴലിച്ചുവോ?!

തനിക്ക് സ്വകാര്യമായി അല്പ്പം സംസാരിക്കുവാനുണ്ടെന്നും കുറച്ച് അകന്നു നിൽക്കാമെന്നും ബാലകൃഷ്ണൻ ക്ഷണിച്ചപ്പോൾ അവൾ വന്നു. പെട്ടന്നു സുമലത നാട്ടിൽ പോകുന്നതെന്തിനാണെന്നു ബാലു ചോദിച്ചു. അച്ഛനമ്മമാരെ കാണാനായി പോവുകയാണെന്ന് അവൾ പറഞ്ഞു. അവളെ നിർവികാരയായി കാണപ്പെട്ടു.

"ആശ്വാസം" മനോഗതമെന്നോണം ബാലകൃഷ്ണൻ പറഞ്ഞു: സുമലതയെ ഞാൻ ഇഷ്ടപ്പെടുന്നു. "ഐ ലവ് യു സുമ" ബാലു തന്റെ മനസ്സ് തുറന്നു. സുമലതയ്ക്കും തന്നെ ഇഷ്ടമാണെന്ന് അറിയിച്ചു.

ഒരാൾ മറ്റൊരാളിനെ ഇഷ്ടപ്പെടുക എന്നത് സാധാരണമാണല്ലോ. അതെങ്ങനെയുള്ള ഇഷ്ടമാണെന്ന് കൂടി വ്യക്തമാക്കണം.

"സുമലതയെ വിവാഹം കഴിക്കുവാൻ ഞാൻ ആഗ്രഹിക്കുന്നു." ഒറ്റവാക്കിൽ ബാലകൃഷ്ണൻ ഉള്ളത് തുറന്നു പറഞ്ഞു. തന്റെ മനസ്സിന്റെ കതിർ മണ്ഡപത്തിൽ പുതുമണവാട്ടിയായി നാണം കുണുങ്ങി തലതാഴ്ത്തി നിൽക്കുന്ന നവോഢയെ അയാളുടെ സങ്കല്പതലങ്ങളിൽ വിഭാവനം ചെയ്തു.

"ബാലു, ഇപ്പോൾ ഞാൻ അതിനൊന്നുമല്ല നാട്ടിൽ പോകുന്നത്." സുമലത വികാരവായ്പ്പോടെ പറഞ്ഞു. ഒത്തിരി നാളായി അച്ഛനമ്മമാരെ കാണാൻ കൊതിക്കുന്നു.

"ശരി സുമ." ബാലകൃഷ്ണൻ പറഞ്ഞു "എനിക്ക് കാത്തിരിക്കാമോ? നീ എനിക്കു സ്വന്തമാകുമെന്ന പ്രതീക്ഷയിൽ ഞാൻ കാത്തിരിക്കും."

"യെസ്" ഒറ്റവാക്കിൽ സുമ പറഞ്ഞിട്ട് മുൻപോട്ട് നടന്നു.

"വിഷ് യൂ ഹാപ്പി ജേർണി" ബാലകൃഷ്ണൻ അവൾക്കു യാത്രാമംഗളം നേർന്നു.

നാട്ടിൽ നിന്നും തിരിച്ചെത്തിയിട്ട് ഫോൺ ചെയ്യാമെന്നവൾ പറഞ്ഞു. ട്രെയിൻ പ്ലാറ്റുഫോമിൽ എത്തി. യാത്ര അയക്കുവാൻ വന്നെത്തിയവർക്കെല്ലാം യാത്ര പറഞ്ഞിട്ട് സുമ വണ്ടിയിൽ കയറി. ട്രെയിൻ പ്ലാറ്റുഫോമിൽനിന്നും ഒരു നവോഢയെപ്പോലെ മന്ദം മന്ദം കുണുങ്ങിക്കുണുങ്ങി നീങ്ങീ. എല്ലാവരും കൈകൾ ഉയർത്തി വീശി. ബാലകൃഷ്ണനും ഇരു കൈകളും ഉയർത്തി സുഖയാത്ര ആശംസിച്ചു. സുഖമായി പോയി വരൂ, മനസ്സിലയാൾ പറഞ്ഞു.

സ്റ്റേഷൻ വിട്ടകന്നു പോകുന്ന തീവണ്ടിയെ നോക്കി ബാലകൃഷ്ണൻ സ്വപ്നങ്ങൾ മെനഞ്ഞൊരുക്കി തരിച്ചു നിന്നു.

വിജേഷ് തോളിൽ തട്ടി വിളിച്ചപ്പോഴാണ് ബാലകൃഷ്ണനു പരിസരബോധം തിരിച്ചുകിട്ടിയത്. വിജേഷും ബാലകൃഷ്ണനും പ്ലാറ്റ്ഫോമിൽ നിന്നും പുറത്തേക്ക് നടന്നു.

പതിനഞ്ചു ദിവസത്തെ അവധി കഴിഞ്ഞ് സുമലത ഹോസ്പിറ്റലിൽ മടങ്ങിയെത്തി. വിജേഷിനെ അവൾ ഫോൺ ചെയ്തു , ഹോസ്പിറ്റലിൽ ചെല്ലണമെന്നും നാട്ടു വിശേഷങ്ങൾ ഒത്തിരി പറയുവാൻ ഉണ്ടെന്നും അറിയിച്ചു. ബാലുവിനെ പ്രത്യേകം കൂടെ കൂട്ടണമെന്നും അറിയിച്ചു. ബാലു സന്തോഷിച്ചു.

ഒരു ഞായറാഴ്ച വിജേഷും ബാലകൃഷ്ണനും കൂടി സുമലതയെ കാണാനായി പോയി.

വിസിറ്റേഴ്സ് സ്ലിപ് പൂരിപ്പിച്ചു കൊടുത്തിട്ട് സുഹൃത്തുക്കൾ രണ്ടുപേരും ലോബിയിൽ കസേരകളിൽ കാത്തിരുന്നു.

ചുരിദാറിൽ അണിഞ്ഞൊരുങ്ങി, പൂർവ്വാധികം പ്രസരിപ്പോടെ സുമ ലോബിയിലേക്കു വന്നു. അവളിപ്പോൾ നേരത്തേതിലും ഒത്തിരി സുന്ദരി ആയിരിക്കുന്നതായി ബാലകൃഷ്ണനു തോന്നി. അയാൾ

അവളെ അടിമുടി നോക്കി.

സുമ ഒരുപാട് സുന്ദരിയായിരിക്കുന്നതായും അച്ഛനമ്മമാർ മകളെ പുന്നാരിച്ചു വാരിക്കോരി തീറ്റിച്ചു കാണുമെന്നുള്ളത് മനസ്സിൽ തോന്നിയത് പോലെ ബാലകൃഷ്ണൻ പറഞ്ഞു. സുമ ഒന്ന് കുണുങ്ങി ചെറുമന്ദഹാസം മുഖത്ത് വിരിഞ്ഞു. ബാലകൃഷ്ണൻ പറഞ്ഞതും ശരിയാണെന്നും കുഞ്ഞമ്മയും ചിറ്റപ്പനും കൂടി നിന്നെ നന്നായി ശ്രദ്ധിച്ചിട്ടുണ്ടെന്നും വിജേഷും സഹോദരിയെ പുകഴ്ത്തി.

"രണ്ടുപേരും പറഞ്ഞത് പരമാർത്ഥമാണ്. അച്ഛനും അമ്മയും എന്റെ കാര്യത്തിൽ നല്ലതുപോലെ ശ്രദ്ധാലുക്കൾ ആയിരുന്നു. മറ്റു ചില സുപ്രധാന തീരുമാനങ്ങളും അവർ കൈക്കൊണ്ടു." ഒന്ന് നിർത്തിയിട്ട് സുമ അല്പനേരം മൗനിയായി. അവളുടെ കവിളിണകൾ തുടുത്തു. ബാലകൃഷ്ണനെയും വിജേഷിനെയും അവൾ മാറിമാറി നോക്കി. അവളുടെ തുടുത്ത മുഖകമലം പെട്ടെന്ന് വാടി, മങ്ങി. അവൾ തല കുമ്പിട്ടു കൈത്തണ്ടയിൽ മുഖം താങ്ങിയിരുന്നു.

ബാലകൃഷ്ണന്റെ മനസ്സിൽ പെരുമ്പറ മുഴങ്ങി. അശുഭമായ എന്തോ ആണ് അവൾ പറയുവാൻ തുടങ്ങുന്നതെന്ന് ഒരു തോന്നൽ അയാളുടെ മനസ്സിനെ വല്ലാതെ മഥിച്ചു തുടങ്ങി. അയാൾ നിർവ്വികാരനായി ആകാംക്ഷയോടെ സുമയെ നോക്കി ശ്വാസഗതി അടക്കിയിരുന്നു. അയാളുടെ ഹൃദയമിടിപ്പ് ധൃതഗതിയിലായി.

അച്ഛനമ്മമാർ എന്റെ വിവാഹം നിശ്ചയിച്ചു എന്നുള്ള യാഥാർത്ഥ്യം ഒറ്റ ശ്വാസത്തിൽ സുമലത അറിയിച്ചു.

ബാലകൃഷ്ണന്റെ ഉള്ളിന്റെയുള്ളിൽ ഒരു ഇടിമുഴങ്ങി. അയാൾ നിഛ്ചേഷ്ടനായി നിശ്ശബ്ദനായി തരിച്ചിരുന്നു. അയാളുടെ മുഖം വിളറിവെളുത്തു, അവളെച്ചൊല്ലി താൻ താലോലിച്ചു കൊണ്ടുനടന്ന സ്വപ്നഗോപുരം തന്റെ മനസ്സിന്റെ ലോലതലങ്ങളിൽ തകർന്നടിഞ്ഞു. അതിന്റെ മൂർച്ചയേറിയ ചില്ലുപാളികൾ തന്റെ ഹൃദയത്തിൽ തുളച്ചു കയറി ചോര വാർന്നൊഴുകി. ബാലകൃഷ്ണന്റെ മനസ്സിൽ സ്വപ്നങ്ങൾ ഒക്കെ എരിഞ്ഞടങ്ങി. ശ്മാശാനചുടലയിൽ തീനാളങ്ങൾ നീറി നീറി എരിഞ്ഞണഞ്ഞു. അവളും ഒരു പെണ്ണല്ലേ നിഗൂഢതകൾ ഒളിപ്പിക്കാൻ അവൾക്കറിയാം.

സുമലതക്ക് എല്ലാവിധ മംഗളാശംസകൾ എന്നു മാത്രം പറഞ്ഞുകൊണ്ട് ബാലകൃഷ്ണൻ ഇരിപ്പിടത്തിൽ നിന്നും എഴുന്നേറ്റു.

ബാലകൃഷ്ണനോടൊപ്പം വിജേഷും എഴുന്നേറ്റു, യാത്ര പറഞ്ഞിറങ്ങുന്നതിനിടെ സഹോദരൻ സുമയോട് പറഞ്ഞു: ബാലകൃഷ്ണൻ നിന്നെ ഒത്തിരി ആഗ്രഹിച്ചിരുന്നു അവന്റെ മനസ്സുനിറയെ നിന്നെ കുറിച്ചുള്ള സ്വപ്നങ്ങൾ ആയിരുന്നു.

മംഗളം നേരുന്നു ഞാൻ മനസ്സ്വിനി

മംഗളം നേരുന്നു ഞാൻ

അലിഞ്ഞു ചേർന്നതിൻ ശേഷമെൻ ജീവനിൽ

പിരിഞ്ഞു പോയി നീ, എങ്കിലും

മംഗളം നേരുന്നു ഞാൻ ....

ബാലകൃഷ്ണന്റെ അന്തരാത്മാവിന്റെ വിങ്ങലുകൾ, ഈ ഈരടികളിലൂടെ ഒരു നിമിഷം അയാൾ ഓർത്തുപോയി.

സുമലതയുടെ വിവാഹമംഗളകർമ്മത്തിൽ ബാലകൃഷ്ണൻ പങ്കുചേർന്നു. ഒരു സമ്മാനപ്പൊതി അവൾക്കായി കരുതിയിരുന്നു. വിലമതിക്കാനാവാത്ത സ്നേഹ കവചങ്ങളിൽ ഭദ്രമായി പൊതിഞ്ഞെടുത്ത ഒരു സ്നേഹോപഹാരം! കതിർ മണ്ഡപത്തിൽ അണിഞ്ഞൊരുങ്ങി നിന്നിരുന്ന മറ്റൊരു പുരുഷന്റെ നവവധു ആകുന്ന അവളുടെ കൈകളിൽ സമ്മാനപ്പൊതി വെച്ചുകൊടുത്തു. അപ്പോൾ മാത്രം ആ വിരൽ തുമ്പുകളിൽ തന്റെ വിരലുകളിൽ സ്പർശിച്ചു. അറിഞ്ഞോ, അറിയാതെയോ അറിയില്ല!

പൂത്തുലഞ്ഞു നിന്നിരുന്ന അവളുടെ യൗവനം അതൊരിക്കൽ പോലും താൻ കളങ്കപ്പെടുത്തിയിട്ടില്ല. അവളുടെ നിറഞ്ഞു തുളുമ്പി നിന്നിരുന്ന നിമ്നോന്നതങ്ങളിൽപോലും അറിഞ്ഞും അറിയാതെയും താൻ തൊട്ടുരുമ്മിയിട്ടില്ല. പരിശുദ്ധമായ നിർമ്മലയായ ഒരു പെൺകുട്ടിയുടെ കഴുത്തിലാണ് പുതുമണവാളനായ താങ്കൾ വരണമാല്യം ചാർത്തുന്നത് എന്ന പരമാർത്ഥം ഉറക്കെ ഉറക്കെ വിളിച്ചു പറയണമെന്ന് ബാലകൃഷ്ണന്റെ മനസ്സ് മന്ത്രിച്ചു. പക്ഷേ, അയാൾ സംയമനം പാലിച്ചു, മൗനം അവലംബിച്ചു.

ആത്മാർത്ഥമായി അവളെ സ്വന്തമാക്കണമെന്നു മാത്രം ബാലകൃഷ്ണൻ ആഗ്രഹിച്ചിരുന്നു. താലി ചാർത്തി പുതുമണവാട്ടിയായി മുല്ലപ്പൂവുകളാൽ അലംകൃതമായ അണിയറയിൽ എത്തുമ്പോൾ മാത്രം അവളെ വാരിപ്പുണർന്നു സ്വന്തമാക്കണമെന്ന് മാത്രം സ്വപ്നം കണ്ടിരുന്നു.! ഒരു തരത്തിലും

കളങ്കപ്പെടാത്ത മനസ്സും ശരീരവും ഉള്ള പുതുമണവാട്ടി ആയിരിക്കണം എന്നയാൾ ആശിച്ചിരുന്നു. എല്ലാം വെറുമൊരു സ്വപ്നം പോലെ കെട്ടടങ്ങി. എല്ലാ സ്വപ്നങ്ങളും ആഗ്രഹങ്ങളും സഫലമാകണമെന്നില്ലല്ലോ!

വൈകിട്ട് ടെക്സ്റ്റൈൽസിലെ ജോലി കഴിഞ്ഞ് സുരേഷ് മാടക്കടയിലേക്ക് വന്നു. ബാലകൃഷ്ണൻ പെട്ടെന്ന് ഗതകാലസ്മരണകളിൽ നിന്നും വർത്തമാനകാലത്തേക്ക് മടങ്ങിയെത്തി.

25

"ബാലനച്ഛരന്റെ മുഖം എന്താണാവോ വല്ലാതെ വിഷാദമൂകമായിരിക്കുന്നു." വികാര വിവിശനായി നിശബ്ദചിത്തനായി ഇരിക്കുന്ന ബാലകൃഷ്ണനെ കണ്ടിട്ട് സുരേഷ് ആശ്ചര്യത്തോടെ ആരാഞ്ഞു ബാലകൃഷ്ണന്റെ മുഖം വലിഞ്ഞുമുറുകിയിരിക്കുന്നു.

'ഒന്നുമില്ല സുരേഷേ ചെറുപ്പകാലത്തെ ചില ചാപല്യ ചിന്തകൾ വല്ലാതെ മഥിച്ചു'. എല്ലാം മറക്കാൻ ശ്രമിക്കുന്തോറും മനസ്സിന്റെ മങ്ങിയ അഭ്രപാളികളിൽ ചിലതെല്ലാം മിന്നിത്തെളിയുന്നു. എല്ലാം പണ്ടേ മനസ്സിൽ നിന്നും മായ്ച്ചു കളഞ്ഞവയാണ്. പക്ഷേ കാലം ഒത്തിരി കടന്നുപോയിട്ടും മായാത്ത മരിക്കാത്ത ഓർമ്മകളായി ചിലപ്പോഴെങ്കിലും ആ അനുഭവങ്ങളൊക്കെ അന്തരാത്മാവിനെ വല്ലാതെ കുത്തിനോവിച്ചുകൊണ്ടിരിക്കുന്നു. പണ്ടു നിന്നോട് പറഞ്ഞിരുന്ന നേഴ്സിന്റെ കഥകൾ ഒക്കെ ഒരു നിമിഷം ഓർത്തുപോയി. അവൾ ഇന്ന് വിവാഹിതയും മൂന്നുനാല് കുട്ടികളുടെ അമ്മയും മുത്തശ്ശിയും ഒക്കെയായി എവിടെയോ കഴിയുന്നു. തന്റെ മനസ്സിനെ നിർദ്ദാക്ഷണ്യം കുത്തിനോവിച്ചിട്ട് എവിടേക്കോ കടന്നുപോയ ആളെക്കുറിച്ച് എന്തിന് ഓർക്കണം. എന്തിന് ചിന്തിച്ച് മനസ്സ് പുണ്ണാക്കണം! ബാലകൃഷ്ണൻ നിർവികാരനായി തരിച്ചിരുന്നു.

മനസ്സിൽ ഒതുക്കാനാവാത്ത വേദനകൾ വീണ്ടും ബാലകൃഷ്ണന്റെ ഉള്ളിൽ നിന്നും തികട്ടിവന്നു. പണ്ടെങ്ങോ കണ്ടുമുട്ടി കടന്നുപോയ ഒരു നേഴ്സിന്റെ പേര് ചൊല്ലിയാണ് സുലോചനയുടെ മനസ്സിൽ സംശയ രോഗത്തിന്റെ മുള പൊട്ടിയത്. അതിന്ന് വളർന്നു പടർന്നു വടവൃക്ഷമായിരിക്കുന്നു. തൊട്ടതിനും പിടിച്ചതിനുമൊക്കെ

സുലുക്കുട്ടി തന്നെ അവിശ്വസിക്കുവാൻ തുടങ്ങി.

പരസ്പര ധാരണയും സ്നേഹബഹുമാനത്തോടും കൂടി കഴിഞ്ഞുപോയിരുന്ന കുടുംബം കാറും കോളും നിറഞ്ഞു സംശയപ്പെരുമഴയിൽ ചെളികൊണ്ടു കുഴിഞ്ഞു നിറഞ്ഞിരിക്കുന്നു. ഇനി ഈ ഇരുണ്ട അന്തരീക്ഷം ഒരുനാൾ കലങ്ങി തെളിയുമോ?! അറിയില്ല, പക്ഷേ സമാധാപരമായ ശാന്തസുന്ദരമായ ആ പഴയ കുടുംബ ജീവിതം തിരിച്ചെത്തുവാൻ ബാലകൃഷ്ണൻ ആഗ്രഹിക്കുന്നു. സുന്ദര സുരഭിലമായ ദാമ്പത്യപുഷ്പവാടി പൂത്തു തളിരിടുവാനായി ബാലകൃഷ്ണൻ ആത്മാർത്ഥമായി ആഗ്രഹിക്കുന്നു.

"സുരേഷേ ഗൾഫിൽ നിന്നും ആര്യശ്രീയും കുടുംബവും വരുന്നുണ്ട്. രണ്ടു ദിവസം കഴിയുമ്പോൾ മുംബൈ ഇന്റർനാഷണൽ എയർപോർട്ടിൽ (ഛത്രപതി ശിവാജി എയർപോർട്ടിൽ) നമുക്ക് പോകണം, അവരെ കൂട്ടിക്കൊണ്ടു വരണം. സുലോചനയും വരും. മക്കളെ ഒക്കെ കണ്ടിട്ട് രണ്ടു വർഷങ്ങൾ കഴിഞ്ഞിരിക്കുന്നു. കൊച്ചു മകൻ ആരോമൽ എൽ.കെ.ജി യിലാണ്. കുഞ്ഞിനിപ്പോൾ വെക്കേഷൻ ആണ്."

മക്കളെ കൂട്ടിക്കൊണ്ടു വരുവാനായി ബാലകൃഷ്ണനും സുലോചനയും എയർപ്പോർട്ടിലേയ്ക്ക് പോയി. കൂടെ സുരേഷും ഉണ്ടായിരുന്നു. ബാലകൃഷ്ണനും ഭാര്യയും യാത്രയിലുടനീളം നിശ്ശബ്ദരായിരുന്നു. പരസ്പരം ഒരക്ഷരം ഉരിയാടിയില്ല.

സുരേഷ് ഇടയ്ക്കിടെ മക്കൾ വരുന്നതിനെക്കുറിച്ചും ആര്യശ്രീ ചേച്ചിയെ കാണാനുള്ള ആകാംക്ഷയെക്കുറിച്ചുമൊക്കെ വാചാലനായി. ബാലകൃഷ്ണൻ മിതഭാഷിയായി അരിച്ചു ഗുണിച്ചു മാത്രം സംസാരിച്ചു.

കസ്റ്റംസ് ചെക്കിംഗ് കഴിഞ്ഞു. ട്രോളിയിൽ ബാഗേജുകളൊക്കെ വെച്ചുകൊണ്ടു പുറത്തേയ്ക്കു വരുന്ന മക്കളെ ദൂരെനിന്നേ കണ്ടു. അശോക്കുമാർ തള്ളിക്കൊണ്ടുവരുന്ന ട്രോളിയുടെ സൈഡിൽ പിടിച്ചു തള്ളിക്കൊണ്ട് ആരോമൽമോൻ അച്ഛനെ സഹായിക്കുന്നുണ്ട്. കുഞ്ഞിന്റെ ഒരു കയ്യിൽ ആര്യശ്രീമോൾ പിടിച്ചിട്ടുണ്ട്. ഭാരം തോന്നിക്കുന്ന ഷോൾഡർ ബാഗ് ആര്യശ്രീയുടെ തോളിൽ തൂക്കിയിരിക്കുന്നു. പുറത്തേക്കുവന്ന മക്കളെ തോളോടുതോളുരുമ്മി മാതാപിതാക്കൾ ആലിംഗനം ചെയ്തു. ആരോമൽ മോനെ സുലോചന

വാരിപ്പുണർന്നു. വീഡിയോ കോളിലൂടെ കണ്ടു നല്ല പരിചയമാണ്.

കാറിൽ കയറി എല്ലാവരും വീട്ടിലേയ്ക്കു യാത്രയായി. ആരോമൽമോൻ അമ്മുമ്മയോടു ചേർന്നൊട്ടിയിരുന്നു. വീഡിയോ കോളിലൂടെ മാത്രം കണ്ടിട്ടുള്ളതാണെങ്കിലും, എത്ര അകലെയായിരുന്നാലും രക്തബന്ധത്തിന്റെ മണം തിരിച്ചറിയുന്നു.!

ഒരു മണിക്കൂർ യാത്രയ്ക്ക് ശേഷം വീട്ടിലെത്തി. ഗൾഫു ജീവിതത്തെക്കുറിച്ചും സൂപ്പർ മാർക്കറ്റ് ബിസ്സിനസ്സിനെക്കുറിച്ചുമൊക്കെ സംസാരിച്ചു. ആരോമൽ മോൻ വീട്ടിലെല്ലായിടത്തും ഓടിച്ചാടി നടന്നു.

ഗൃഹാന്തരീക്ഷം പഴയതുപോലെ സന്തോഷപ്രദമാണെന്നു പെട്ടന്ന് തന്നെ ആര്യശ്രീയ്ക്കു തോന്നാതിരുന്നല്ല. അച്ഛനും അമ്മയും തമ്മിൽ എന്തോ സ്വരച്ചേർച്ചയില്ലാത്തമാതിരി അനുഭവപ്പെട്ടു. അവരുടെ പെരുമാറ്റത്തിൽ ഒരകൽച്ച സൂക്ഷിക്കുന്നതായി ബോധ്യപ്പെടുന്നുണ്ട്. ആര്യശ്രീ തല്ക്കാലം ഒന്നും ചോദിച്ചില്ല. വയസ്സുകാലത്ത് എന്തെങ്കിലും സൗന്ദര്യപ്പിണക്കം ആയിരിക്കാം! ചട്ടീം കലോം അല്ലേ, തട്ടീം മുട്ടീം എന്നിരിക്കും! ആര്യശ്രീ അത്രമാത്രമേ വിചാരിച്ചിട്ടുള്ളൂ.

അമ്മ അനാവശ്യമായി അച്ഛനെ തെറ്റിദ്ധരിക്കുകയും സംശയത്തിന്റെ പിൻബലത്തിൽ നിരപരാധിയായ അച്ഛനെ തേജോവധം ചെയ്തുകൊണ്ടിരുന്ന ദുഃഖസത്യങ്ങൾ ഒന്നും മക്കൾക്ക് ആർക്കും ഇതുവരെ അറിയില്ലല്ലോ?! അതങ്ങനെയിരിക്കട്ടെ. അവരറിയണ്ട.

രണ്ടു ദിവസത്തിനു ശേഷം മക്കൾ കോയമ്പത്തൂരിനു പോയി. അശോക്കുമാറിന്റെ കുടുംബം അവിടെയാണ് സെറ്റിൽ ചെയ്തിരിക്കുന്നത്. അശോകിന്റെ അച്ഛൻ അച്യുതൻ അവിടെ മെഡിക്കൽ സ്റ്റോർ നടത്തി വരുന്നു. അമ്മ അംബികാദേവി ഹൗസ് വൈഫാണ്. ബിസിനസ്സിൽ അച്ഛനെ സഹായിക്കുന്നുണ്ട്. ഇളയ സഹോദരി ആശാലക്ഷ്മി എം. ബി. ബി.എസ് രണ്ടാം വർഷ വിദ്യാർത്ഥിനിയാണ്. അവരവിടെ സന്തുഷ്ടമായ കുടുംബ ജീവിതം നയിക്കുന്നു. ചെറിയ കുടുംബം സന്തുഷ്ട കുടുംബം.!

"സുരേഷേ"! ബാലനച്ഛൻ വീണ്ടും പഴയ സംഭവങ്ങളിലേക്ക് ഊളിയിടുവാൻ തുടങ്ങുകയാണ്. ആ വിളി കേൾക്കുമ്പോൾ തന്നെ

സുരേഷിനറിയാം പുള്ളിക്കാരൻ പഴയ കഥകളും സംഭവങ്ങളും പറയാനായിട്ടുള്ള പുറപ്പാടാണെന്ന്. കഥകൾ പറയാൻ തുടക്കമിട്ടാൽ ചിലപ്പോൾ വികാരവിവശനാകും! ചിലനേരത്ത് മുഖഭാവത്തിൽ പുഞ്ചിരി നിഴലിക്കുന്നതും കാണാം. ചിലപ്പോൾ തീവ്രമായ പിരിമുറുക്കം അനുഭവിക്കുന്നതായിരിക്കാണും. ഒരു തികഞ്ഞ നാടക നടന്റെ മുഖഭാവം മിന്നിത്തെളിഞ്ഞു മറയും.

ഏതായാലും ബാലകൃഷ്ണൻ പറഞ്ഞു തുടങ്ങുന്നതിനു മുമ്പായി സുരേഷ് പറഞ്ഞു. ബാലനച്ഛരാ എനിക്കൊന്നു നാട്ടിൽ പോകണമെന്നുണ്ട്!! അല്പം നിർത്തിയിട്ടു അവൻ തുടർന്നു: "ഒത്തിരി ദിവസങ്ങളായി അച്ഛനേയും അമ്മയേയും സഹോദരങ്ങളെയും ഒന്ന് കാണണമെന്നുള്ള തോന്നൽ മനസ്സിനെ വല്ലാതെ അലട്ടുന്നു."

"ശരിയെടോ, പോകാമല്ലോ. നീ വന്നിട്ടു വർഷങ്ങൾ കഴിഞ്ഞല്ലോ" ബാലകൃഷ്ണൻ ഒന്ന് നിറുത്തിയിട്ട് പറഞ്ഞു: "ഞാ, നേരത്തെകൂട്ടി ടിക്കറ്റ് റിസ്സർവ്വ് ചെയ്യണം. നാട്ടിലേക്കുള്ള വണ്ടിക്ക് എപ്പോഴും തിരക്കായിരിക്കും".

ബാലകൃഷ്ണൻ ഇടയ്ക്കൊന്നു നിറുത്തിയിട്ട് അല്പനേരം മൗനി ആയി. പിന്നയും പറഞ്ഞു തുടങ്ങി. "ഞാ, ഞാനും ഒരു ശുദ്ധികലശത്തിനു തുടങ്ങുകയാണ്. എല്ലാം കലങ്ങിത്തെളിയുമെന്നു ഇപ്പോഴും ആശിക്കുന്നു. ഇല്ലെങ്കിൽ വഴിയമ്പലത്തിൽ വെച്ച് കണ്ടുമുട്ടിയ അപരിചിതരെപ്പോലെ ജീവിതാന്ത്യത്തിൽ പല വഴി പിരിഞ്ഞുപോകേണ്ടി വരും. നിവൃത്തിയില്ലാതെ, ലക്ഷ്യമില്ലാതെ എവിടേക്കെന്നില്ലാതെ അകന്നുപോകുവാൻ നിർബന്ധിതരാകേണ്ടിവരും!" വികാര വിവശത ആ മുഖത്ത് മ്ലാനത നിറച്ചു.

സുരേഷ് നിർവികാരനായി മിഴിച്ചിരുന്നു. ബാലകൃഷ്ണനെ മുൻപൊന്നും കാണാത്ത വിധം വിവശനായി കാണപ്പെട്ടു.

"സുരേഷേ," 'എന്തോ' അവൻ വിളികേട്ടു. ബാലകൃഷ്ണൻ തുടർന്നു: "ന്യൂ ബോംബെ ഐരോളിയിലായിരുന്നു ഞങ്ങൾ ജീവിതം തുടങ്ങിയത്. അവിടെ നിന്നും ഇവിടെ പരേലിൽ എത്തിയത് എങ്ങനെയെന്നറിയാമോ"? ബാലകൃഷ്ണൻ സുരേഷിനോടു ചോദിച്ചു.

"ഇല്ല, ബാലനച്ഛരാ സുലോചന അമ്മ ഒരിക്കൽ അതേക്കുറിച്ചു സൂചിപ്പിച്ചിരുന്നു. എന്തൊക്കെയോ പറഞ്ഞു. എനിക്കൊന്നും

വ്യക്തമായില്ല. സുരേഷ് പറഞ്ഞു: ഇവിടെ വന്നതിനു ശേഷമാണ് ഇന്ന് കാണുന്ന സൗഭാഗ്യങ്ങളൊക്കെ ഉണ്ടായതെന്നും പറയാൻ സുലുക്കുട്ടി അമ്മ മടിച്ചില്ല."

"അതൊരു ഇത്തിരി ബാല്യകഥയാണെടോ സുരേഷേ. കുട്ടികൾ രണ്ടുപേരും വളർന്നതും വിദ്യാഭ്യാസം ചെയ്തതുമൊക്കെ ഐരോളിയിലും വാഷിയിലും ആയിട്ടായിരുന്നു. കുറെ വർഷങ്ങൾ ജീവിച്ചതും ഐരോളിയിൽത്തന്നെ. നല്ലൊരു സുഹൃത്ബന്ധം അവിടെ ഉണ്ടാക്കിയിരുന്നു."

ജോലി ചെയ്തിരുന്നത് ലോവർ പരേലിൽ ആയിരുന്നല്ലോ. എല്ലാ സംഭവങ്ങളും നിന്നോടൊരിക്കൽ ഞാൻ സൂചിപ്പിച്ചിരുന്നതല്ലേ?

"ഓ, ആ കഥകളും സംഭവങ്ങളുമൊക്കെ ഞാനോർക്കുന്നുണ്ട്. വളരെയേറെ അധ്വാനത്തിലൂടെയാണല്ലോ താങ്കളീ ജീവിതം കരുപ്പിടിപ്പിച്ചത്.

ജോലി ചെയ്തുകൊണ്ടിരുന്ന സ്ഥാപനത്തിൽ എനിക്കേറ്റവും അടുപ്പമുള്ള ഒരു സഹപ്രവർത്തകൻ ഉണ്ടായിരുന്നു. അരവിന്ദ് പാട്ടീൽ. മഹാരാഷ്ട്രയിൽ ചിപ്ലൂൺ ആണവന്റെ സ്വദേശം. ഞങ്ങൾ നല്ല സുഹൃത്തുക്കളായിരുന്നു. അവന്റെ അച്ഛരൻ കേശു പാട്ടീൽ നടത്തിക്കൊണ്ടിരുന്നതായിരുന്നു ഈ മാടക്കട. പാട്ടീലന്മാർ അവരുടെ നാട്ടിലെ ജന്മികളാണ്. പക്ഷെ കേശു കുടുംബത്തിന്റെ ജന്മിത്തം ക്ഷയിച്ചു പോയിരുന്നു.

അരവിന്ദിന്റെ പിതാവ് പെട്ടന്നൊരു നാൾ മരണപ്പെട്ടു. ഹൃദയ സ്തംഭനമായിരുന്നു മരണ കാരണം. കടയിൽ ഇരിക്കുമ്പോൾ പെട്ടന്നൊരു നെഞ്ച് വേദന അനുഭവപ്പെട്ടു. അടുത്തു KEM (കിംഗ് എഡ്വേഡ് സ്മാരകം) ആശുപത്രിയിലെത്തിച്ചെങ്കിലും ജീവൻ രക്ഷിക്കാനായില്ല. ആശുപത്രിയിൽ എത്തുന്നതിനു മുമ്പുതന്നെ അദ്ദേഹത്തിന്റെ ജീവൻ പോയിരുന്നു. സാധാരണക്കാരായ കുടുംബമായിരുന്നവരുടേത്. ബിസിനസ്സിലൂടെ അച്ഛരൻ കുറെയേറെ കട ബാധ്യത വരുത്തിവെച്ചിരുന്നു. കട വില്ക്കുവാൻ അവർ തീരുമാനിച്ചു. അച്ഛരൻ വരുത്തിവെച്ച കടങ്ങൾ തീർക്കുവാൻ അങ്ങനെയവർ നിർബന്ധിതരായി. അരവിന്ദ് ആ കാര്യങ്ങൾ ബാലകൃഷ്ണനുമായി ചർച്ചചെയ്തു.

സുലോചനയുടെ സമ്മതത്തോടെ അല്പസ്വല്പ സ്വർണ്ണം വിൽക്കപ്പെട്ടു. കട സ്വന്തമാക്കി. സുലോചനയുടെ പേരിൽത്തന്നെയാണ് പ്രമാണം രജിസ്റ്റർ ചെയ്തത്.

തുടക്കത്തിൽ കുറച്ചുനാൾ കട വാടകയ്ക്ക് കൊടുത്തു. പിന്നെ വാടകക്കാരനെ ഒഴിപ്പിച്ചു. പിന്നെ പതിയെപ്പതിയെ സ്വന്തമായി കച്ചവടം നടത്തുവാൻ ആരംഭിച്ചു. ജോലിക്ക് പോകുന്നതിനു മുൻപായി രണ്ടു മണിക്കൂർ കട തുറന്നു പ്രവർത്തിച്ചു. അതിനായി രാവിലെ അഞ്ചു മണിക്കുണരും. ആറുമണിമുതൽ ഒൻപതുമണിവരെ കടയിൽ ഇരിക്കും. ഇതിനിടെ, കടയിലേക്ക് ആവശ്യമുള്ള സാധനങ്ങളുമായി ഏജൻസികളുടെ വണ്ടിയെത്തും. കടയിലേയ്ക്കാവശ്യമുള്ള സാധന സാമഗ്രികൾ നിറയ്ക്കും. ക്രെഡിറ്റ് വ്യവസ്ഥയിൽ ആവശ്യമുള്ള സ്റ്റേഷനറി ഉൽപ്പന്നങ്ങൾ അവർ തരും. ആഴ്ചയിൽ ഒരിക്കൽ പണം അടച്ചാൽ മതി ക്രെഡിറ്റ് ആകുമ്പോൾ സാധനങ്ങൾക്ക് അല്പ വില കൂടും. രൊക്കം പണമടച്ച് വാങ്ങിയാൽ വിലയിൽ അല്പ കിഴിവ് ഉണ്ടാകും. ക്രെഡിറ്റിൽ വാങ്ങുന്ന വില വ്യത്യാസം കസ്റ്റമറിൽ നിന്നും തന്ത്രപൂർവ്വം ഈടാക്കും അതാണ് 'കച്ചവട'ത്തിന്റെ സീക്രറ്റ്സ്, രഹസ്യം !

വൈകിട്ട് ഓഫീസിൽ നിന്ന് എത്തിയാൽ കട തുറക്കും. അതുപോലെ അവധി ദിവസങ്ങളിലും മുഴുവൻ സമയവും സ്ഥാപനം തുറന്നു പ്രവർത്തിക്കും. പടിപടിയായി കച്ചവടം പച്ചപിടിച്ചു തുടങ്ങി. പുരോഗമിച്ചു തുടങ്ങി .അതോടെ കമ്പനിയിൽ ഒരു മാസത്തെ നോട്ടീസ് നൽകി. ജോലിയിൽ നിന്നും മുക്തനായി മുഴുവൻ സമയം ബിസിനസ്സിൽ ശ്രദ്ധ കേന്ദ്രീകരിച്ചു.

കേരളാ ഐറ്റംസും കടയിൽ നിറച്ചു തുടങ്ങി. മാട്ടുംഗ മാർക്കറ്റിൽ നിന്ന് നേന്ത്രപ്പഴം, ചെറുപഴം, ചിപ്സ് ഐറ്റംസും മറ്റു മസാലയിനങ്ങളും മുളകുപൊടിയും, മല്ലിപ്പൊടിയും, മഞ്ഞൾപ്പൊടി തുടങ്ങിയവയും കടയിൽ സുലഭമായതോടെ ബിസിനസ് അഭിവൃദ്ധിപ്പെട്ടു തുടങ്ങി.

വർഷങ്ങൾ ഒത്തിരി കടന്നുപോയി. മക്കളുടെ വിദ്യാഭ്യാസവും ജോലിയും വിവാഹവും ഒക്കെ ഭംഗിയായി നടന്നു. മക്കളും കുടുംബവും കുട്ടികളുമായി അവർ അവരവരുടെ സെറ്റപ്പിൽ സുഖമായും സന്തോഷമായും ജീവിക്കുന്നു.

പരേലിൽ പുതുതായി നിർമ്മാണം തുടങ്ങിയ ഒരു ബിൽഡിംഗിൽ ഫ്ലാറ്റ് ബുക്ക് ചെയ്തു. ഐരോളിയിലുണ്ടായിരുന്ന ഫ്ലാറ്റ് വിറ്റുപ്പോൾ നല്ലയൊരു തുക അതിൽ നിന്നും ലാഭമുണ്ടായി.

നിർമ്മാണം തുടങ്ങുമ്പോൾ ഫ്ളാറ്റുകൾക്ക് ബുക്കിങ് റേറ്റ് കുറവായിരിക്കമല്ലോ പണി പുരോഗമിക്കുന്നതിനോടൊപ്പം വിലയും ഉയരും. പണിപൂർത്തിയായി കഴിയുമ്പോൾ ഫ്ലാറ്റുകൾ ബാക്കിയുണ്ടന്നുണ്ടെങ്കിൽ പണി തുടങ്ങിയപ്പോൾ ഉണ്ടായിരുന്ന ബുക്കിംഗ് റേറ്റിന്റെ നാലിരട്ടിയോളം വില ആയിരിക്കും നൽകേണ്ടി വരിക. ഈ രീതിയിലുള്ള സെയിൽ പർച്ചേസിലൂടെ എസ്റ്റേറ്റ് ഏജൻസികൾ വൻ ലാഭമാണ് കൊയ്യുന്നത്. ഇത്തരത്തിൽ കൊടുക്കൽ വാങ്ങലിലൂടെ മുംബൈയിൽ കോടീശ്വരന്മാരായിട്ടുള്ള എസ്റ്റേറ്റ് ഏജന്റുമാർ ഉണ്ട്.

26

ഐരോളിയിലെ വീട് വിറ്റ് കിട്ടിയ പണം വിനിയോഗിച്ച് പരേലിൽ ഫ്ലാറ്റ് ബുക്ക് ചെയ്തതിനോടൊപ്പം ജന്മനാട്ടിലും വീടും സ്ഥലവും സ്വന്തമാക്കി. കൃഷിക്കുപയുക്തമായ കുറച്ച് സ്ഥലവും വീടിനോട് ചേർന്നാണുള്ളത്. അവിടത്തെ മണ്ണ് പച്ചക്കറി കൃഷിക്ക് യോജിച്ചതാണ്.

പരേലിൽ വാങ്ങിയ പുതിയ വീട്ടിൽ താമസമായി. ഗൃഹപ്രവേശനം വളരെ ഭംഗിയായി നടത്തപ്പെട്ടു. മക്കളും മരുമക്കളും എത്തിയിരുന്നു. അതുപോലെ നാട്ടിൽ നിന്നും സുലോചനയുടെ അച്ഛനും അമ്മയും കാലേകൂട്ടി എത്തിച്ചേർന്നിരുന്നു. അടുത്ത ബന്ധുക്കളെയും സുഹൃത്തുക്കളെയും ക്ഷണിക്കപ്പെട്ടിരുന്നു. വിജേഷും അഞ്ജലിയും മക്കളും പ്രത്യേക ക്ഷണിതാക്കളായി വന്നുചേർന്നു.

ജീവിതത്തിൽ നേടേണ്ടത് എല്ലാം നേടി. എല്ലാ സുഖസൗകര്യങ്ങളോടും കൂടിയുള്ള ജീവിതം. ഒന്നിനും ഒരുതരത്തിലുള്ള അല്ലലില്ല. ബുദ്ധിമുട്ടുകളൊന്നുമില്ല.

ഈ സുഖസൗകര്യങ്ങൾ ഒന്നും ഒരു രാത്രി വെളുക്കുമ്പോൾ ഉണ്ടാകുന്നതല്ല. നമ്മൾ കുചേലനും ശ്രീകൃഷ്ണ ഭഗവാനും അല്ലല്ലോ! ഒരു രാത്രികൊണ്ട് മായാലോകം സൃഷ്ടിക്കുവാൻ! നേട്ടങ്ങൾ ഉണ്ടാകുമ്പോൾ പഴയതെല്ലാം മറന്ന്, മതിഭ്രമത്തിൽ ലയിച്ചു പോകുന്നു. പിന്നിട്ട വഴികൾ തന്ത്രപൂർവ്വം മറന്നുപോകുന്നു. അത് പാടില്ല, വന്ന വഴി മറന്നാൽ മനസ്സുലയും!

ഇതെല്ലാം മനുഷ്യ സഹജമാണോ? അല്ല. വേരുറപ്പില്ലാതെ വളരുന്ന മരം ഇന്നല്ലെങ്കിൽ നാളെ കടപുഴകി നിലം പതിക്കും. നട്ടുനനച്ചു വളർത്തുന്ന മരങ്ങൾക്കും മണ്ണും വളവും നൽകി

പരിപാലിക്കുന്നതുപോലെ ജീവിത മരവും ബലപ്പെട്ടതല്ലെങ്കിൽ, അകാലത്തിൽ ക്ഷയിച്ചു പോകും.!

സുരേഷിനെ നാട്ടിലേയ്ക്ക് യാത്രയാക്കുവാനായി ബാലകൃഷ്ണനും കൂട്ടുപോയി. അവൻ കുറച്ചു വർഷങ്ങൾക്ക് മുമ്പ് വന്നിറങ്ങിയ ദാദർ റെയിവേ സ്റ്റേഷനിൽ, അവിടെയെത്തിയപ്പോൾ സുരേഷിന്റെ മനസ്സിൽ ഗതകാല സ്മരണകൾ ഒരു നിമിഷം മിന്നിത്തെളിഞ്ഞു.

പട്ടിണിയും പരിവട്ടവുമായയുള്ള ട്രെയിൻ യാത്ര. കള്ള വണ്ടിയിൽ, ടിക്കറ്റ് ചെക്കറുടെ കണ്ണിൽപ്പെടാതിരിക്കുവാൻ വേണ്ടി പലപ്പോഴും കക്കൂസിൽ ഒളിക്കേണ്ടിവന്നിരുന്നു. ദാദറിൽ വന്നിറങ്ങി. ടി. സിയുടെ കണ്ണിൽപ്പെടാതെ സ്റ്റേഷനു പുറത്തുകടന്നപ്പോൾ തനിക്കുണ്ടായ പരിഭ്രമം. കടല കൊറിച്ചുകൊണ്ട് ഒരു ലക്ഷ്യമില്ലാതെ നടന്നു നീങ്ങിയ കാര്യങ്ങൾ. കഴിഞ്ഞ സംഭവങ്ങളൊക്കെ ഓർത്തപ്പോൾ സുരേഷിനിപ്പോഴും ഉള്ളിൽ പരിഭ്രാന്തി നിറയുന്നു. ഒപ്പം നിരപരാധിത്വവും സങ്കടവും ഒന്നും ഒരിക്കലും മറക്കാൻ സാധിക്കുകയില്ല.

തന്നെ താനാക്കിത്തീർത്ത ബാലനച്ചരനോടുള്ള കടമയും കടപ്പാടുകളും ഈ ജന്മത്തിൽ മറക്കുവാൻ കഴിയുകയില്ല. അദ്ദേഹം തനിക്കു പകർന്നു നല്കിയ നിർവ്യാജമായ സ്നേഹ വാത്സല്യം എത്ര പുകഴ്ത്തി പ്രകീർത്തിച്ചാലും മതിവരില്ല. സ്നേഹ സമ്പന്നമായ ആ കൈകളിൽ എത്തപ്പെട്ടതിനാൽ താനിന്നീ നിലയെത്തി. അല്ലായിരുന്നെങ്കിൽ ഈ ജീവിതം അർത്ഥശൂന്യമാകുമായിരുന്നു! അറിയാതെ സുരേഷിന്റെ മിഴികൾ സജലങ്ങളായി.

"എന്താ സുരേഷേ, നീ കരയുകയയാണോ." സുരേഷിനെ ശ്രദ്ധിച്ചുകൊണ്ട് നിന്നിരുന്ന ബാലകൃഷ്ണൻ അവന്റെ തോളിൽ തട്ടിക്കൊണ്ട് ചോദിച്ചു.

ഒന്നുമില്ലെന്നവൻ ബാലകൃഷ്ണനോട് പറഞ്ഞു. സുരേഷോർക്കുകയായിരുന്നു. അവൻ വന്ന വഴികളും ബാലകൃഷ്ണൻ എന്ന മഹൽ വ്യക്തിയുടെ സ്നേഹ വാത്സല്യങ്ങൾക്കൊക്കെ പാത്രീഭൂതമായ സന്ദർഭങ്ങളും സംഭവങ്ങളും. അദ്ദേഹത്തിന്റെ കരുണാർദ്രമായ കൈകളിലല്ല താനെത്തിയിരുന്നതെങ്കിൽ തന്റെ ഗതി എന്താകുമായിരുന്നു.?!

അതൊക്കെ ഓർത്തെടുത്തപ്പോൾ അവന്റെ കണ്ണുകൾ വീണ്ടും നിറഞ്ഞു തുളുമ്പി.

സുരേഷിനെ ആശ്വസിപ്പിച്ചുകൊണ്ടു ബാലകൃഷ്ണൻ പറഞ്ഞു: "ഓരോ കുഞ്ഞു പിറന്നു വീഴുമ്പോഴും, ഭൂമിയിൽ ജന്മമെടുക്കുമ്പോഴും അവന്റെ തലയിൽ സർവ്വശക്തൻ, അദ്ദേഹത്തിന്റെ നാരായത്തുമ്പു കൊണ്ട് വരച്ചുവിടും. അതാണ് തലവര! തലവര പോലെ ഈശ്വരൻ നയിക്കുന്ന വഴിയിലൂടെ സഞ്ചരിക്കുവാൻ നമ്മൾ മനുഷ്യർ നിർബന്ധിതരാകുന്നു. അത്രതന്നെ." ഇത്രയും പറഞ്ഞു കഴിഞ്ഞപ്പോൾ ബാലകൃഷ്ണന്റെ കണ്ണുകളിലും ജലകണങ്ങൾ ഉരുണ്ടുകൂടി. അതെന്താണാവോ? അറിയില്ല.

ഒരുപക്ഷേ സുരേഷ് പോയി കഴിഞ്ഞാൽ ബാലകൃഷ്ണന്റെ ഹൃദയം വിങ്ങി നിറയും. അയാളുടെ സന്തോഷവും ദുഃഖവും ഇടകലർന്ന കഥാതന്തുക്കൾ ഇനി ആരോട് പറയും ആരുമായിനി പങ്കുവയ്ക്കും. അത് ഓർത്തിട്ടാവാമായിരിക്കും ആ മനുഷ്യന്റെയും മിഴിയിണകൾ സജലങ്ങളായത്!.

ദാദറിൽ നിന്ന് കൊല്ലം വരെയുള്ള ടിക്കറ്റ് ആണ് സുരേഷിന് ബുക്കു ചെയ്തിരിക്കുന്നത്. ലഗേജ് കൂടുതൽ ഒന്നുമില്ല. ഒരു ചെറിയ പെട്ടിയും ഒരു ഷോൾഡർ ബാഗും ലഗേജ് കുറഞ്ഞിരുന്നാൽ യാത്ര സുഗമമായിരിക്കും. വലിച്ചുവാരി വല്ലതും ഒക്കെ കുത്തിനിറച്ചു പെട്ടികളുടെ എണ്ണം കൂട്ടിയാൽ വണ്ടിയിൽ കയറ്റാനും അതുപോലെ ഇറക്കാനും നന്നേ പ്രയാസപ്പെടേണ്ടി വരും. അതല്ലെങ്കിൽ റെയിൽവേ പോർട്ടർക്ക് അവരാവശ്യപ്പെടുന്ന കയറ്റിറക്കുകൂലി കൂടി നൽകേണ്ടിവരും. ലഗേജുകൾക്ക് റെയിൽവേ നിശ്ചിത കൂലി നിജപ്പെടുത്തിയിട്ടുണ്ട്. പക്ഷേ, അതൊക്കെ പേപ്പറിലെ ഉള്ളൂ അതൊന്നും ബാധകമല്ല. തക്ക സമയത്ത് അവർ ആവശ്യപ്പെടുന്ന കൂലി കൊടുക്കേണ്ടി വരുന്നു.

അച്ഛനും അമ്മയ്ക്കും പിന്നെ സഹോദരിമാർക്കും കൊടുക്കുവാൻ വേണ്ടി ഓരോ ജോഡി ഡ്രസ്സ്, താൻ ഉപയോഗിച്ച് കൊണ്ടിരുന്ന വസ്ത്രങ്ങൾ, ഷോൾഡർ ബാഗിൽ കഴിക്കുവാനുള്ള ഭക്ഷണവും കുടിക്കുവാൻ വേണ്ടി തിളപ്പിച്ചാറ്റിയ ഒരു കുപ്പി വെള്ളവും. പിന്നെ വണ്ടിയിലിരുന്നു കഴിക്കുവാൻ വേണ്ടി ബാലകൃഷ്ണൻ ഒരു കിലോ ഏത്തക്കയും വാങ്ങി കൊടുത്തിട്ടുണ്ട്, കൂടാതെ അല്പം

സ്വീറ്റ്സും ചോക്ലേറ്റ്സും കരുതിയിട്ടുണ്ട്. മറുനാട്ടിൽ നിന്നും നാട്ടിലെത്തുമ്പോൾ അയൽപ്രക്കത്തുള്ള വീടുകളിലെ കൊച്ചു കുട്ടികൾ കൗതുകത്തോടെ ഓടി വരും. മുതിർന്ന അമ്മമാരും അവരോടൊപ്പം ഉണ്ടാകും അവർക്ക് പങ്കിട്ട് കൊടുക്കുവാൻ വേണ്ടിയിട്ടാണ് മിഠായിയും മറ്റും വാങ്ങിയിട്ടുള്ളത്.

സുരേഷിനെ യാത്രയാക്കി കഴിഞ്ഞപ്പോൾ ബാലകൃഷ്ണന് വല്ലാത്ത ഒരു ഏകാന്തത അനുഭവപ്പെട്ടു തുടങ്ങി. താൻ ഒറ്റപ്പെട്ടമാതിരി ഒരു തോന്നൽ. അതു മനസ്സിനെ വല്ലാതെ വിമ്മിഷ്ടപ്പെടുത്തി. ആകെപ്പാടെ അസഹനീയമായ ഒരു ഭാരം മനസ്സിനെ മഥിക്കുവാൻ തുടങ്ങിയിരിക്കുന്നു. പഴയ ചുറുചുറുക്കും പ്രസരിപ്പും പെട്ടെന്ന് നഷ്ടപ്പെട്ടമാതിരി താൻ പൂർവ്വാധികം വൃദ്ധനായതുപോലുള്ള അവശത അനുഭവപ്പെടുന്നു.

ബാലകൃഷ്ണൻ പറയുന്ന സുഖദുഃഖ സമ്മിശ്രമായ കഥകളും സംഭവങ്ങളും തികഞ്ഞ താല്പര്യത്തോട് കൂടി കേൾക്കുവാൻ ഒരാളരികിൽ ഉണ്ടായിരുന്നു. താൻ പറയുന്നതെന്തും കൗതുകത്തോടെ ആവേശത്തോടെ ജിജ്ഞാസയോടെ സുരേഷ് ശ്രദ്ധിച്ചിരിക്കുമായിരുന്നു. തന്റെ അനുഭവങ്ങളും സങ്കൽപ്പത്തിൽ നിന്നും ഉരുത്തിരിയുന്ന കഥകളും കേട്ടിരിക്കുവാൻ ഒരാളുണ്ടെങ്കിൽ, പ്രോത്സാഹനവും പ്രചോദനവും നൽകാൻ ഒരാൾ ഉണ്ടെങ്കിൽ ഒരു കഥാകാരന്റെ കഥാകഥന രീതിയിൽ ഉന്മേഷം പകരും. പുതിയ പുതിയ കഥകൾ മിനഞ്ഞൊരുക്കുന്നതിനുള്ള താല്പര്യം മനസ്സിൽ മുളപൊട്ടി വിടരും!

ഇനിയുള്ള നാളുകൾ വിരസതയുടേതായിരിക്കും എന്നോർത്തപ്പോൾ ബാലകൃഷ്ണന്റെ അന്തരാത്മാവിൽ അവാച്യമായ ഒരു നൊമ്പരം, തേങ്ങൽ അനുഭവപ്പെട്ടു.

പരസ്പരസ്നേഹ ബഹുമാനത്തോടുകൂടി കഴിഞ്ഞിരുന്ന കുടുംബജീവിതം ഇന്ന് ശിഥിലമായിരിക്കുന്നു. അനാവശ്യമായ അടിസ്ഥാനരഹിതമായ സംശയ രോഗത്തിന് തന്റെ പ്രിയതമ അടിമപ്പെട്ടിരിക്കുന്നു. ഇല്ലാത്ത പരസ്ത്രീബന്ധം തന്റെ മേൽ കെട്ടിവച്ച് തന്നെ വൃത്തികെട്ടവനായി മുദ്രചാർത്തിയിരിക്കുന്നു. വായിൽ കൊള്ളാത്ത അപവാദങ്ങൾ തന്റെ ചുമലിൽ ആരോപിക്കുന്നു. പരസ്ത്രീയുമായുള്ള അവിഹിത ബന്ധത്തിലൂടെ ബാലകൃഷ്ണനു

ജാരസന്തതികൾ ഉണ്ടെന്ന് പോലും അവൾ സംശയിക്കുന്നു. ഒരു മനസാക്ഷിക്കുത്തുപോലും കൂടാതെ അവൾ തന്നെ അധിക്ഷേപിക്കുന്നു. പരിഹസിക്കുന്നു. ഒരു പുരുഷനോടുപോലും പറയാൻ പാടില്ലാത്ത ദുഷിച്ച പദങ്ങൾപോലും ഒരുളുപ്പും കൂടാതെ പലപ്പോഴും അവൾ ഉപയോഗിക്കുന്നു.

ആത്മഹത്യയെക്കുറിച്ച് ബാലകൃഷ്ണൻ പലപ്പോഴും ചിന്തിച്ചിട്ടുണ്ട്. പക്ഷെ ജീവനൊടുക്കുന്നത്, ആത്മഹത്യ ഒന്നിനുമുള്ള പരിഹാരമായിരിക്കില്ലെന്ന വസ്തുത അയാൾക്കറിയാം. അതിനാൽ അങ്ങനെയുള്ള ശ്രമങ്ങളിൽ നിന്ന് പിന്തിരിയുന്നു.

ജീവിത സായാഹ്നത്തിൽ സന്തോഷപ്രദമായ ഒരു കുടുംബ ജീവിതം ബാലകൃഷ്ണൻ സ്വപ്നം കണ്ടിരുന്നു. ഒത്തിരി ആശിച്ചിരുന്നു.

ഇനി വയ്യ. ഇനി ഒത്തൊരുമിച്ചു സുലോചനയുമായുള്ള ഒരു കുടുംബ ജീവിതം അസാധ്യമായിരിക്കുന്നു. ജീവിതത്തോടുതന്നെ മടുപ്പുതോന്നിയിരിക്കുന്നു. സ്വസ്ഥത നഷ്ടപ്പെട്ടിരിക്കുന്നു. തന്റെ സഹധർമ്മിണിക്ക് താനിന്നൊരധികപ്പറ്റായി തീർന്നിരിക്കുന്നു. തെറ്റിധാരണയും സംശയരോഗവും നിറഞ്ഞ് ഇന്നവളുടെ മനസ്സു വിഷലിപ്തമായിരിക്കുന്നു.

മാടക്കട പൂട്ടി, ബാലകൃഷ്ണൻ വികാര വിക്ഷോഭിതനായി ഇറങ്ങി നടന്നു. പാദങ്ങൾ യാന്ത്രികമായി അയാളുടെ വീട്ടിനെ ലക്ഷ്യമാക്കി നീങ്ങി. അയാളുടെ മനസ്സിൽ പറഞ്ഞറിയിക്കാനാവാത്തൊരു വൈകാരികത അനുഭവപ്പെട്ടു.

വീട്ടുമുറിക്കുള്ളിൽ കയറി ബാലകൃഷ്ണൻ തന്റെ കയ്യിലിരുന്ന, മാടക്കടയുടെ താക്കോൽ മേശപ്പുറത്തുവെച്ചു. അപ്പോൾ തന്റെ കൈവിരലുകളിൽ വിറപൂണ്ടിരിക്കുന്നത് അയാൾ തിരിച്ചറിഞ്ഞു. ഹൃദയമിടിപ്പുകൾ ധൃതഗതിയിലായി. അയാൾ പൂർവ്വാധികം ചിന്താധീനനായി. ഇനി എന്ത്? ഇനി എവിടേയ്ക്ക്? അയാൾക്കു മുമ്പിൽ വലിയ വലിയ ചോദ്യചിഹ്നങ്ങൾ അയാളെ നോക്കി കോമ്പല്ലിളിക്കുന്നു. ജീവിതമൊരു മരീചികയായി അയാൾക്കനുഭവപ്പെട്ടു. മുന്നിൽ കാരമുള്ളുകൾ നിറഞ്ഞ മരുഭൂമി. പിടിച്ചു നില്ക്കാൻ സാധിക്കാത്തവിധം അയാളുടെ ഹൃദയവ്യഥകൾ അയാളെ വല്ലാതെ തളർത്തി. ഒരുപാടു കൊതിച്ചിരുന്ന മനസമാധാനത്തിന്റെ തന്ത്രികൾ പൊട്ടിത്തകർന്നു താളം പിഴച്ചിരിക്കുന്നു.

ഓരോ നിമിഷവും മരിച്ചുകൊണ്ടിരിക്കുന്നതായി ബാലകൃഷ്ണന് തോന്നിത്തുടങ്ങി. അങ്ങനെയുള്ളൊരു ജീവിതം അസഹനീയമാണ്. ദിവസവും മരിച്ചു ജീവിക്കുന്നതിനേക്കാൾ ഭേദം ഒരിക്കലങ്ങു മരിക്കുന്നതല്ലേ നല്ലത്.? ബാലകൃഷ്ണന്റെ ചിന്തകൾ കാടുകയറുകയാണ്. കടിഞ്ഞാണില്ലാത്ത കുതിരയെപ്പോലെ തന്റെ മനസ്സു നിലയില്ലാതെ അലക്ഷ്യങ്ങളിൽ കുതിച്ചു പായുന്നു.

അർത്ഥശൂന്യമായ ഈ ജീവിതം അവസാനിപ്പിച്ചാലോ? വേണ്ട. അതുവേണ്ട അത് ഭീരുത്വമാണ്. ലോകം തന്നെ ഭീരുവെന്നു വിളിച്ച് ആക്ഷേപിക്കും. ശക്തനായിരുന്ന ബാലകൃഷ്ണൻ ഇങ്ങനെയൊരു കടുംകൈ ചെയ്യുമെന്ന് ആർക്കും വിശ്വസിക്കാൻ കഴിയില്ല. ചുറ്റുപാടുമുള്ളവർ, തന്നെ സ്നേഹിക്കുന്നവരിൽ പലരും തന്നെ പഴിക്കും.!

എല്ലാ ആശകളും പ്രതീക്ഷകളും അസ്തമിച്ചുകഴിയുമ്പോൾ ഏതു ഹതഭാഗ്യനും ചിന്തിച്ചു പോകാറുള്ളത് മാത്രമേ ബാലകൃഷ്ണനും ചിന്തിച്ചിട്ടുള്ളൂ! പക്ഷേ, ആത്മഹത്യ ഒന്നിനും ഒരു പരിഹാരമല്ല എന്നുള്ള യാഥാർത്ഥ്യം ബാലകൃഷ്ണനും നന്നായി അറിയാം. എന്നിരുന്നാലും തൊട്ടതിനും പിടിച്ചതിനും എല്ലാം "മനസാ വാചാ കർമ്മണാ" അറിയാത്ത കാര്യങ്ങളുടെ പേരിൽ തന്റെ പ്രിയപതി തന്റെ മേൽ അപവാദങ്ങൾ അടിച്ചേൽപ്പിക്കുന്നു. സത്യമേതെന്നും അസത്യമെന്താണെന്നും വേർതിരിച്ച് അറിയുവാൻ അവൾ ശ്രമിക്കുന്നില്ലെന്നുള്ളതാണു ദുഃഖകരം. താൻ പറയുന്നതൊന്നും അവൾ വിശ്വസിക്കാൻ തയ്യാറല്ല. അവളുടെ കാഴ്ചപ്പാടിൽ ഭർത്താവു പറയുന്നതെല്ലാം കല്ലുവെച്ച നുണകളായും കള്ളത്തരങ്ങൾ ആയും മാത്രം അവൾ തിരിച്ച് ചിന്തിക്കുന്നു.

ചെയ്യാത്തതും അറിയാത്തതുമായ ആയിരമായിരം ആരോപണങ്ങളും അപവാദങ്ങളും ഭർത്താവിന്റെ ചുമലിൽ സുലോചന കെട്ടിവയ്ക്കുന്നു. വീട്ടിലുള്ള പല സാധനങ്ങളും കാണാതാകുന്നു പാത്രങ്ങളും വസ്ത്രങ്ങളും പണവും നഷ്ടപ്പെടുന്നതായി ആരോപിക്കുന്നു.

ഇന്ന് ബാലകൃഷ്ണന് ഉദ്യോഗമില്ല, വരുമാനമില്ല, വാർദ്ധക്യവും രോഗങ്ങളും മാത്രമാണ് ഉള്ളത് കൈമുതൽ. ഇങ്ങനെയുള്ള ഒരു ഭർത്താവിനെ പല സ്ത്രീകളും വെറുക്കുന്നു തന്റെ ഭാര്യ അതിൽ

മുന്‍പന്തിയില്‍ നില്‍ക്കുന്നു.

ബാലകൃഷ്ണനെ ഭാര്യ സുലോചന മടുത്തിരിക്കുന്നു. ഇങ്ങനെയുള്ള ഒരാളിനെ എന്തിന് ഇനി ചുമക്കണം എന്നാണ് അവളുടെ ധാരണ.

ഇങ്ങനെയുള്ള ജീവിതം ഇനിയും മുന്നോട്ടു കൊണ്ടുപോകുവാന്‍ അസാധ്യമായിരിക്കുന്നു. അസഹനീയമായിരിക്കുന്നു. ഒന്നിനും സ്വാതന്ത്ര്യമില്ലാത്ത, അസ്വതന്ത്രമായ ജീവിതത്തിന് എന്താണ് അര്‍ത്ഥം? പാരതന്ത്ര്യമായ ജീവിതത്തിനോട് വല്ലാതെ മടുപ്പ് അനുഭവപ്പെട്ടു തുടങ്ങിയിരിക്കുന്നു .

അലയാഴിയിലെ ആര്‍ത്തിരമ്പിയടുക്കുന്ന തിരമാലകളുടെ ആഴച്ചുഴികളില്‍ അകപ്പെട്ടു മുങ്ങിത്താഴുന്നതായി ബാലകൃഷ്ണന് തോന്നിത്തുടങ്ങിയിരിക്കുന്നു.

മരുഭൂമിയിലെ മധ്യാഹ്നച്ചൂടില്‍ വെന്തുരുകുന്ന ഒരുതരി മണ്‍തരിയാണ് താനെന്ന് ബാലകൃഷ്ണന് തോന്നി. നിയോണ്‍ ലൈറ്റുവെട്ടത്തില്‍ ചിറകറ്റു വീഴുന്ന ഈയാമ്പാറ്റയാണിന്നു താന്‍. പറന്നുയരാന്‍ ആകാതെ ചിറകറ്റ് വീഴുന്നു.

എന്തെല്ലാം സൗഭാഗ്യങ്ങള്‍ മനുഷ്യന്‍ ജീവിതത്തില്‍ വെട്ടിപ്പിടിക്കുവാന്‍ വെമ്പല്‍ കൊള്ളുന്നു. നേടിയതെല്ലാം സ്വന്തമെന്നു വ്യാമോഹിക്കുന്നു എല്ലാം വെറും മിഥ്യ! നീ നെയ്തുകൂട്ടുന്ന സ്വപ്നങ്ങള്‍ എല്ലാം ചില്ലുഗോപുരം പോലെ ഒരുനാള്‍ തകര്‍ന്നടിയുന്നു. മനുഷ്യാ നീ വെറുമൊരു മൂഢന്‍!?

കവി പാടിയത് പോലെ സ്വന്തമെന്ന പദത്തിനെന്തര്‍ത്ഥം. സ്വന്തവും ബന്ധവും എല്ലാം വെറും ജലരേഖകള്‍! അതേ എല്ലാം വെള്ളത്തില്‍ വരച്ച ചിത്രങ്ങള്‍. എല്ലാം വെറും മിഥ്യ. എല്ലാം വെറും പാഴ്‌സ്വനങ്ങള്‍.

ബാലകൃഷ്ണന്‍ വെറുംകയ്യോടെ പടികളിറങ്ങി. തോളില്‍ തൂക്കിയ ഒരു തുണി സഞ്ചി. അതില്‍ എഴുതി തീരാത്ത കുറെ കഥകള്‍. ജീവിതം എഴുതിത്തീരാത്ത ഒരു കടങ്കഥയാണെന്ന് അയാള്‍ക്ക് ബോധ്യപ്പെട്ടു. അതേ ജീവിതം ഒരു കടങ്കഥ. ഇന്നലെ, ഇന്നലെവരെ താന്‍ അന്തിയുറങ്ങിയ, തനിക്ക് സ്വന്തം എന്ന് കരുതിയ വീടിന്റെ പടിവാതിലുകള്‍ കടന്നു. തന്റെ പ്രിയതമയില്‍നിന്നും ഒരു പിന്‍വിളി കേള്‍ക്കാന്‍ അയാള്‍ കാതോര്‍ത്തു - അയാള്‍ നടന്നകന്നു.

മുന്നിൽ ശൂന്യത മാത്രം. ജീവിതം ലക്ഷ്യബോധമില്ലാത്ത ഒരു കോമാളിയാണെന്ന് ആരോ പറഞ്ഞത് എത്രയോ യാഥാർത്ഥ്യം.

വിജനമായ പാത, ആ പാതയിൽ താൻ മാത്രം ഒരേ ഒരു യാത്രക്കാരൻ. ഇരുവശവും നിബിഡവനങ്ങൾ ഇരുൾ ചുരംകുത്തിനിൽക്കുന്ന പാത.

ബാലകൃഷ്ണൻ അലക്ഷ്യമായി മുന്നോട്ട് നടന്നു, ഈ യാത്ര ഇനി എവിടെ അവസാനിക്കുമെന്ന് ഒരു നിശ്ചയവുമില്ല .....